D1680688

சிதைவுகள்

சிதைவுகள்

சினுவ அச்சிபி

தமிழில்: பேராசிரியர் ச. வின்சென்ட்

எதிர்
வெளியீடு

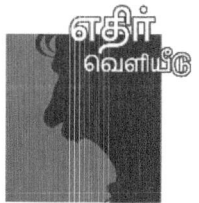

சிதைவுகள்
சினுவ அச்சிபி
தமிழில்: ச. வின்சென்ட்

முதல் பதிப்பு: ஜூன் 2023

எதிர் வெளியீடு,
96, நியூ ஸ்கீம் ரோடு, பொள்ளாச்சி – 642002
தொலைபேசி: 04259 – 226012, 99425 11302

விலை: ரூ. 275

Things Fall Apart
Copyright © 1958, Chinua Achebe
All rights reserved

Translated by S. Vincent
First Edition: June 2023

Published by
Ethir Veliyeedu, 96, New Scheme Road, Pollachi - 2
email: ethirveliyedu@gmail.com
www.ethirveliyeedu.com

ISBN: 978-81-964046-5-9
Cover Design: Santhosh Narayanan
Printed at Manipal Technologies Limited, Manipal

All rights reserved. No part of this book may be reprinted or reproduced or utilised in any form or by any electronic, mechanical or other means, now known or hereafter invented, including photocopying and recording, or in any information storage or retrieval system, without permission in writing from the Publisher.

சினுவ அச்சிபி

சினுவ அச்சிபி 1930 ஆம் ஆண்டு கிழக்கு நைஜீரியாவில் பிறந்தார். இபாதான் பல்கலைக்கழகத்தில் கல்வி பயின்ற இவர் அந்நாட்டின் ஒலிபரப்புத் துறையில் பணியாற்றினார். பிறகு பேராசிரியராகப் பல பல்கலைக்கழகங்களில் இலக்கியம் கற்றுத்தந்தார். 'Things Fall Apart' (சிதைவுகள்) அவருடைய முதல் நாவல். 1958இல் வெளிவந்தது. ஆப்பிரிக்க ஆங்கில நாவல்களில் உலகின் கவனத்தை ஈர்த்த முதல் நாவல் என்று சொல்லலாம். எனவே தான் ஆப்பிரிக்க இலக்கியத்தின் தந்தை என்று அச்சிபி அழைக்கப்படுகிறார். அடுத்து வந்த இரண்டு நாவல்களும் ஈபோ இன வாழ்க்கையைச் சித்தரிக்கின்றன. 1966இல் வெளியான 'எ மேன் அஃப் த பீப்பிள்' என்ற இவரது நாவல் அடுத்த சில ஆண்டுகளில் நைஜீரியாவில் மூண்ட உள் நாட்டுப் போரின் முன்னறிவிப்பாக அமைந்தது. பயஃப்ரன் போரில் பயாஃப்ரப் பிரிவினைக்கு ஆதரவாக அச்சிபி இருந்தார். அமெரிக்கப் பல்கலைக் கழகங்களில் பணியாற்றினார். 1987 ஆம் ஆண்டு அவருடைய ஐந்தாவது நாவல் வெளிவந்தது. 1990இல் கார் விபத்து ஒன்றில் பாதிக்கப்பட்டு நடக்க முடியாமல் துன்பப்பட்டார். எனினும் அவர் நியூயார்க்கில் ஒரு பல்கலைக் கழகத்தில் பணியாற்றினார். 2013 மார்ச் திங்களில் நோயுற்று மரணமடைந்தார்.

நோபல் பரிசைத்தவிர பிற பரிசுகளைப் பெற்ற அச்சிபி நாவல்களோடு கட்டுரைகளையும் கவிதைகளையும் எழுதியுள்ளார். ஆப்பிரிக்க இனத்திற்கென்று ஒரு பண்பாடு உண்டு, வரலாறு உண்டு, இலக்கியம் உண்டு என்று வெள்ளை உலகிற்குக் காட்டுவதைத் தன் முதற் பணியாகக் கொண்ட அச்சிபி தன் நாட்டில் குடியேறிய வெள்ளையர்களை அவர்கள் மொழியிலேயே எதிர் கொண்டார்.

அவர் மேலை நாட்டு நாவல் மரபைப் பின்பற்றாமல் தனக்கென்று ஒரு பாணியை உருவாக்கிக் கொண்டார். வாய் மொழி இலக்கியம் அவர்கள் இனத்தினுடையது. பாட்டி கதை போல கதை முன்னும் பின்னும் செல்லும். சிறு சிறு வாக்கியங்கள். பிறகு நீண்ட வாக்கியங்கள். இடை இடையே பழமொழிகள், குட்டிக் கதைகள். அரிஸ்டாடலின் துன்பியல் நாடக இலக்கணம் இங்கே எடுபடாது.

"சிதைவுகள்" ஒரு தனித் தன்மை வாய்ந்த நாவல். அதனை ஆப்பிரிக்க மண் வாசனையோடு தமிழில் தர முயன்றிருக்கிறேன், இந்த நேரத்தில் சென்ற நூற்றாண்டின் எண்பதுகளின் தொடக்கத்தில் எனக்கு அச்சிபியை அறிமுகம் செய்த என்னுடைய மாணவரை நினைத்துப் பார்க்கிறேன். அச்சிபியில் என்னை ஆய்வு செய்யத் தூண்டிய என்னுடைய பேராசிரியர்கள் சச்சிதானந்தம், மருத நாயகம், என்னுடைய வழிகாட்டி பேராசிரியர் ஸ்ரீபதி, நண்பர்கள் பேராசிரியர்கள் அமல்தாசு, ஷண்முகையா, அற்புதம் ஆகியோருக்கு என்னுடைய நன்றி. திரு அனுஷ் கானுக்கு எனது பாராட்டுக்கள்.

பேராசிரியர் ச. வின்சென்ட்

பேராசிரியர் முனைவர் ச. வின்சென்ட் மதுரை கருமாத்தூர் அருள் ஆனந்தர் கல்லூரியில் ஆங்கிலத் துறைத் தலைவராகப் பணியாற்றி ஓய்வு பெற்றவர். நைஜீரிய நாவலாசிரியர் சினுவ அச்சிபியின் புதினங்களை ஆய்வு செய்து பி.எச்டி பட்டம் பெற்றவர். கல்வி தொடர்பான நூல்களையும், ஆங்கிலப் பேச்சுப் பயிற்சி நூல்களையும் எழுதியுள்ளார். 'வளர்க உயர்க', 'மாணவனே வெற்றி உன் கையில்' ஆகிய சுய முன்னேற்ற நூல்களைத் தமிழில் வெளியிட்டுள்ளார். எதிர் வெளியீடு அவருடைய தமிழ் மொழியாக்கங்களான ஜோனத்தன் லியரின் 'ஃப்ராய்ட்', கிட்டி ஃபெர்கூசனின் 'ஸ்டீபன் ஹாக்கிங்', ரெய்ச்சல் கார்சனின் 'மௌன வசந்தம்' ஆகிவற்றை வெளியிட்டிருக்கிறது. வர்கீசின் திறந்த அணுகு வழித் தலைமை அவருடைய தமிழாக்கத்தில் வெளிவந்துள்ளது.

அனைத்தும் சிதைந்து போகிறது

விரிந்து போகும் வளையத்தில் சுற்றிச் சுற்றி வந்த
பருந்து வேட்டைக்காரனிடம் தப்ப முடியவில்லை
அனைத்தும் சிதைந்து போகிறது; மையம் தாங்காது
உலகில் ஒழுங்கின்மை கட்டவிழ்த்து விடப்படுகிறது.

டபிள்யூ.பி. ஏட்ஸ்
- (The Second Coming)
இரண்டாம் வருகை

பகுதி ஒன்று

1

ஒன்பது ஊர்களிலும், அவற்றிற்கு அப்பாலும் கூட ஆக்கன் கோவின் பெயர் பரவி இருந்தது. அவனுடைய தனிப்பட்ட சாதனைகள் தந்த புகழ் அது. பதினெட்டு வயது இளைஞனாக இருந்த போதே பூனை என்ற பட்டப் பெயர் கொண்ட அமலின்சைத் தோற்கடித்து அவனுடைய ஊருக்குப் பெருமை தேடிக் கொடுத்தவன். உமோஃபியா முதல் எம்பைனோ வரையில் ஏழு ஆண்டுகள் யாரும் தோற்கடிக்க முடியாத மல்லனாக அமலின்சு இருந்திருக்கிறான். அவனைப் பூனை என்று அழைத்ததே அவனுடைய பின்புறம் மண்ணில் படாததால்தான். இவனைத் தான் ஆக்கன்கோ மல்யுத்தத்தில் தோற்கடித்தான். அவர்களுடைய ஊரை நிறுவியவர் ஏழு பகல்களும், ஏழு இரவுகளும் ஆக்ரோஷத்துடன் காட்டு ஆவிகளோடு போரிட்டாராம். அன்றிலிருந்து இன்று வரை இது போன்ற சண்டை நடந்ததில்லை என்று சொன்னார்கள்.

முரசுகள் ஒலித்தன, புல்லாங்குழல்கள் இசைத்தன. பார்வை யாளர்கள் மூச்சைப் பிடித்துக் கொண்டு பார்த்துக் கொண்டி ருந்தார்கள். அமலின்சு நரித்தந்திரம் கொண்ட மல்யுத்த வீரன். ஆனால் தண்ணீரில் நழுவும் விலாங்கு மீன்போல ஆக்கன்கோ நழுவினான். அவர்களுடைய புஜங்களில், முதுகில், தொடைகளில் ஒவ்வொரு நரம்பும், தசையும் புடைத்துக் கொண்டு நின்றன. அவை அறுந்து போகும் அளவிற்கு முறுக்கேறி இருந்தன. கடைசி யில் ஆக்கன்கோ பூனையை வீழ்த்தி விட்டான்.

இது நடந்து பல ஆண்டுகள்—இருபது ஆண்டுகளுக்கு மேலே—ஆகியிருக்கும். ஆனால் அதற்குள் ஆக்கன்கோவின் புகழ் பெருங்காற்றில் பரவும் காட்டுத்தீ போலப் பரவிற்று. ஆக்கன்கோ நல்ல உயரம், பெரிய உருவம், அடர்ந்த புருவங்கள், விரிந்த மூக்கு—இவையெல்லாம் அவருக்குக் கடுமையான தோற்றத்தைத் தந்தன. மூச்சு விடுவதே பயங்கரமாக இருக்கும். அவர் தூங்கும் போது வெளியே விடும் பெருமூச்சு குச்சு வீடுகளில் இருக்கும் அவரது மனைவிகளுக்கும் அவரது பிள்ளைகளுக்கும் கூடக் கேட்கும் என்று சொல்வார்கள். அவர் நடக்கும் போது குதிகால் தரையில் படாது. யார் மேலேயோ பாயப்போவது போலக் குதித்து நடப்பார். அடிக்கடி பாயவும் செய்வார். அவர் கோபப்படும்போதும், வார்த்தைகள் வேகமாக வரமறுக்கும் போதும் அவரது முட்டிகள் தான் பேசும். வாழ்க்கையில் தோல்விகண்ட மனிதர்களிடம் அவருக்குப் பொறுமையே இருக்காது. அவருடைய தந்தையிடம் அவருக்குப் பொறுமை இருந்தது இல்லை.

உனோகா — அது தான் அவருடைய தந்தையின் பெயர், பத்து வருடங்களுக்கு முன்னர் இறந்து போனார். அவருடைய வயதில் அவர் சோம்பேறி. அவர் நாளையைப் பற்றி நினைக்க மாட்டார். ஏதாவது கையில் பணம் வந்ததென்றால்—எப்போதாவது தான் வரும் — மொந்தை மொந்தையாகக் கள் வாங்கி விடுவார்; பக்கத்து வீட்டுக்காரர்களைக் கூப்பிடுவார்; ஒரே கொண்டாட்டந்தான். 'செத்துப் போனவருடைய வாயைப் பார்க்கும் போது, வாழ்நாளில் சாப்பிட வேண்டியவற்றையும் சாப்பிடாமல் விட்டது முட்டாள்தனமாகத் தோன்றும்' என்று சொல்வார். உனோகா ஒரு கடன்காரர். பக்கத்து வீட்டுக்காரர் எல்லோருக்கும் ஏதாவது கடன் திருப்பித் தர வேண்டியதிருக்கும். சிறிய சோழி முதல் பெரிய தொகை வரையில்.

உனோகாவும் உயரந்தான். ஆனால் ஒல்லி, கொஞ்சம் கூன் வேறு இருக்கும். குடிக்கும் போதும் புல்லாங்குழல் வாசிக்கும் போதும் தவிர மற்ற நேரங்களில் எப்போதும் முகவாட்டம். புல்லாங்குழல் நன்றாக வாசிப்பார். அவர் மகிழ்ச்சியாக இருக்கும் நேரம் எது தெரியுமா? அறுவடைக்கு இரண்டு மூன்று சந்திரன்களுக்குப் பிறகு கிராமத்து இசைக் கலைஞர்கள் தங்கள் வாத்தியங்களைக் கணப்புக்கு மேலிருந்து எடுக்கும் போதுதான். அவர்களோடு உனோகாவும் சேர்ந்து கொண்டு வாசிப்பார். அவர் முகத்தில் அமைதியும், தெய்வீகக் களையும் ஒளிரும். சில சமயங்களில் பக்கத்து கிராமத்திலிருந்து உனோகாவின் இசைக் குழுவையும் அவருடைய நடனக்கார எக்வுகுவையும் அழைப்பார்கள்; அவர்களோடு தங்கி அவர்களுடைய

12 ❖ சிதைவுகள்

ராகங்களைச் சொல்லித் தருமாறு கேட்பார்கள். அவர்களும் போய் மூன்று நான்கு சந்தைகள் தங்கி இருப்பார்கள்; ஆட்டமும் பாட்டும் தான். நல்ல சாப்பாடு, நல்ல நண்பர்கள் கூட்டம். அது உனோகாவுக்கு மிகவும் பிடிக்கும். மழை நின்று காலையில் சூரியன் எழும் காட்சி அவருக்குப் பிடிக்கும். வெய்யிலும் அதிகம் இருக்காது. ஏனென்றால் வடக்கிலிருந்து ஈரப்பதமில்லாத குளிர்ந்த சூறைக்காற்று வீசும். சில ஆண்டுகள் சூறைக்காற்று கடுமையாக வீசும். எங்கும் புகை மூட்டம் போல இருக்கும். முதியவர்களும் குழந்தைகளும் தீ மூட்டிச் சுற்றி உட்கார்ந்து குளிர் காய்வார்கள். இதுவெல்லாம் உனோகாவிற்குப் பிடிக்கும். ஈரப்பதமற்ற பருவத்தில் பருந்துகள் திரும்பி வரும். அது அவருக்கு மகிழ்ச்சி தரும். அவற்றை வரவேற்கக் குழந்தைகள் பாடுவது அவருக்குப் பிடிக்கும். உனோகா அவரது இளமைக் காலத்தை எண்ணிப் பார்ப்பார். நீல வானத்தில் மிதந்து போகும் பருந்தைத் தேடி அலைவார். அதைப் பார்த்தவுடன் மிக உரக்கப் பாடுவார். தொலைதூரத்துப் பயணத்துக்குப் பிறகு அது திரும்புவதை வரவேற்றுப் பாடுவார். ஏதாவது துணியைக் கொண்டு வந்திருக்கிறதா என்று கேட்பார்.

இதுவெல்லாம் பல ஆண்டுகளுக்கு முன்னர் அவர் இளைஞராக இருக்கும் போது. ஆனால் வயது வந்த பிறகு உனோகா ஒரு வெட்டி ஆள். அவர் ஏழை, அவருடைய மனைவிக்கும் குழந்தைகளுக்கும் போதிய உணவு கூடக் கிடைக்காது. அவர் ஊர் சுற்றி, வெட்டி ஆள் என்று மக்கள் கேலி பேசினார்கள். அவர் வாங்கின கடனைத் திருப்பிக் கொடுக்காததால் யாரும் இனி கடன் கொடுக்க மாட்டோம் என்று சொல்லி விடுவார்கள். ஆனால் உனோகா எப்படியாவது கடன் வாங்கி விடுவார். கடன் சுமை அதிகமாகிக் கொண்டே போகும்.

ஒரு நாள் பக்கத்து வீட்டுக்கார ஓகோயி, அவரைப் பார்க்க வந்தார். உனோகா தனது குடிசையில் மண் திண்ணையில் படுத்துக் கொண்டு குழல் வாசித்துக் கொண்டிருந்தார். உடனே எழுந்து ஓகோயியின் கைகளைக் குலுக்கினார். ஓகோயி தனது கக்கத்திலிருந்த ஆட்டுத்தோலை விரித்து உட்கார்ந்தார். உனோகா உள்ளறைக்குச் சென்று மரவட்டிலில் கோலா பருப்பு, மிளகு, வெள்ளைச் சாக்கட்டி முதலியவற்றை வைத்துக் கொண்டு வந்தார்.

“என்னிடம் கோலா இருக்கிறது,” என்று சொல்லிக் கொண்டே உட்கார்ந்து விருந்தாளிக்கு அருகில் வட்டிலை வைத்தார்.

“நன்றி. கோலாவைக் கொண்டு வருபவர் உயிரைக் கொண்டு

வருகிறார், ஆனால் நீங்கள் தான் உடைக்க வேண்டும்," என்றார் ஒகோயி தட்டை நகர்த்திக் கொண்டே.

"இல்லை, நீங்கள் தான் உடைக்க வேண்டும்," என்றார் மற்றவர். இப்படிச் சிறிது நேரம் வாக்குவாதம் செய்த பிறகு கோலாவை உடைக்கும் கவுரவத்தை உனோகா ஏற்றுக் கொண்டார். இதற்கிடையில் ஒகோயி சுண்ணாம்புக் கட்டியை எடுத்துத் தரையில் சில கோடுகள் வரைந்து விட்டு தனது கட்டை விரலிலும் பூசிக் கொண்டார்.

கோலாவை உடைக்கும்போது, நற்சுகத்துக்காகவும் எதிரிகளிடமிருந்து பாதுகாப்பதற்காகவும் உனோகா அவர்களுடைய முன்னோர்களை வேண்டிக் கொண்டார். கோலாவைத் தின்ற பிறகு பல விஷயங்களைப் பற்றி அவர்கள் பேசினார்கள். சேனைக் கிழங்குகளையெல்லாம் மூழ்கடிக்கும் மழையைப் பற்றி, அடுத்து வரும் முன்னோர் விழாவைப் பற்றி, எம்பைனோ கிராமத்தோடு நடக்கவிருக்கும் போரைப்பற்றி எல்லாம் பேசினார்கள். போர்கள் பற்றிப் பேசுவதென்றாலே உனோகாவிற்குப் பிடிக்காது. அவர் ஒரு கோழை; அவருக்கு இரத்தத்தைப் பார்த்தாலே பயம். ஆகவே அவர் பேச்சை மாற்றி இசையைப் பற்றிப் பேச ஆரம்பித்தார். உடனே அவர் முகம் பிரகாசமாயிற்று. அவருடைய மனக்காதுகளில் எக்வே, ஊடு*, அஜீனே போன்ற (இசைக் கருவிகளின்) இரத்தத்தைச் சுண்டி இழுக்கும் தாள இசை ஒலித்தது. அவருடைய குழலும் அவற்றின் ஊடே நுழைந்து பல வண்ண இராகத்தை இசைவாக அலங்கரித்ததை அவர் கேட்க முடிந்தது. மொத்தமாக இசையைக் கேட்கும்போது மகிழ்வூட்டும் உற்சாகக் கதியில் செல்வது போலத்தோன்றும். ஆனால் குழலின் இசையை அக்கக்காய் துண்டு துண்டாய் பிரித்தால் அங்கே துன்ப துயரத்தைத் தான் பார்க்க முடியும்.

ஒகோயியும் ஒரு இசைக்கலைஞர் தான். அவர் அஜீனே வாத்தியத்தை வாசிப்பவர். ஆனால் உனோகாவைப் போல அவர் வாழ்க்கையில் தோற்றவர் இல்லை.

அவருடைய பெரிய குலுக்கையில் சேனைக் கிழங்குகள் இருந்தன. அவருக்கு மூன்று மனைவிகள். இப்போது அந்த நாட்டிலேயே மூன்றாவது உயர்ந்த பட்டமான அய்டமிலியை எடுக்கப் போகிறார். அந்தச் சடங்குக்கு செலவாகும். ஆகவே அவர் தன்னுடைய பணத்தை எல்லாம் திரட்ட வேண்டியிருந்தது.

---

* ஊடு - இசைக் கருவி - மண்ணால் செய்யப்பட்ட கொட்டு.

உனோகாவைப் பார்க்க வந்ததே அதற்காகத் தான். தன்னுடைய தொண்டையைக் கனைத்துக் கொண்டு தொடங்கினார்:

"உங்களுடைய கோலாவுக்கு நன்றி. நான் எடுக்கப்போகும் பட்டத்தைப் பற்றிக் கேள்விப்பட்டிருப்பீர்கள்."

இதுவரையில் சொல்லிவிட்டு அடுத்து அரை டஜன் பழமொழிகளைக் கூறினார். ஈபோக்கள் உரையாடல் கலையை மிகவும் மதித்தார்கள். பழமொழிகள் வார்த்தைகளோடு உண்ணும் பனை எண்ணெய்போல. ஓகோயி நன்றாகப் பேசுவார். அதிக நேரம் பேசுபவர். தான் சொல்ல வந்ததைச் சுற்றி வளைத்துப் பேசிக் கடைசியில் சொல்லி விட்டார். சுருக்கமாகச் சொன்னால் அவரிடம் உனோகா இரண்டு ஆண்டுகளுக்கு முன்னர் கடனாக வாங்கிய இருநூறு சோழிகளைத் திருப்பித் தருமாறு கேட்டார். தனது நண்பர் என்ன சொல்ல வந்தார் என்பதை உனோகா புரிந்தவுடன் சிரித்து விட்டார். உரக்க நெடுநேரம் சிரித்து விட்டுப் பேசினார். அவர் குரல் அஜீனே போலத் தெளிவாக இருந்தது. கண்களில் கண்ணீர் துளிர்த்தது. விருந்தாளி திகைத்துப்போய்ப் பேச்சின்றி இருந்தார். முடிவில் சிரிப்புக்கிடையில் உனோகா பதில் சொன்னார்.

அவருடைய குடிசையில் சுவரைச் சுட்டிக்காட்டி "அந்தச் சுவரைப் பாருங்கள்," என்றார். சுவர் செம்மண் பூசிப் பளபள வென்று இருந்தது. "அதிலுள்ள சுண்ணாம்புக் கட்டி வரிகளைப் பாருங்கள்," என்றார். சுண்ணாம்புக் கட்டியில் வரையப்பட்ட செங்குத்துக்கோடுகளை ஓகோயி பார்த்தார். ஐந்து வெவ்வேறு வரிசைகள். மிகச் சிறிய வரிசையில் பத்து வரிகள் இருந்தன. கொஞ்சம் இடைவெளி விட்டு மூக்குப்பொடி ஒரு சிட்டிகை எடுத்துச் சப்தமாக உறிஞ்சினார். பிறகு தொடர்ந்தார்: "ஒவ்வொரு வரிசையும் ஒரு கடனைக் குறிக்கிறது. அதில் ஒவ்வொரு வரியும் நூறு சோழிகள்*. அதோ பார்த்தீர்களா, அவருக்கு நான் ஆயிரம் சோழிகள் கடன்பட்டிருக்கிறேன். அதற்காக அவர் காலையில் வந்து என்னை எழுப்பவில்லை. உங்களுடைய கடனை அடைத்து விடுவேன். ஆனால் இன்றைக்கு இல்லை. முழங்காலிடுபவர்களுக்கு முன்னால், நிற்பவர்கள் மேல் முதலில் சூரியன் பிரகாசிக்கும் என்று பெரியவர்கள் சொல்கிறார்கள். எனது பெரிய கடன்களை முதலில் திருப்பித் தருவேன்." பெரிய கடனைத் திருப்பித் தருவது போலப் பெரிய சிட்டிகைப் பொடியை எடுத்தார். ஓகோயி தனது ஆட்டுத் தோலைச் சுருட்டிக் கொண்டு புறப்பட்டார்.

---

* சோழிகள் - Cowries நாணயமாகப் பயன்படுத்தினார்கள்.

சினுவ அச்சிபி ❖ 15

உனோகா இறந்தபோது அவர் எந்தப் பட்டத்தையும் எடுக்க வில்லை. நிறையக் கடன் இருந்தது. அவர் பற்றி அவரது மகன் ஆக்கன்கோ அவமானப்பட்டதில் என்ன வியப்பிருக்கிறது? நல்ல வேளையாக, இந்த மக்கள் மத்தியில் ஒரு மனிதன் அவனுடைய தகுதிக்கு ஏற்பத்தான் மதிக்கப்பட்டான். அவனுடைய தந்தையின் தகுதிக்காக அல்ல. ஆக்கன்கோ பெரிய மதிப்புகளைப் பெறவென்றே வளர்ந்திருக்கிறார் என்பது தெளிவு. இன்னும் அவர் இளைஞர்தான். இதற்குள் ஒன்பது கிராமங்களிலேயும் சிறந்த மல்லர் என்ற புகழ் பரவி இருந்தது. பணக்கார விவசாயி. அவருடைய இரண்டு குலுக்கைகளிலும் நிறையச் சேனைக் கிழங்குகள் இருந்தன. இப்போது தான் அவர் தனது மூன்றாவது மனைவியை மணந்து கொண்டிருந்தார். குலத்திற்கே சிகரம் வைத்தாற்போல் இரண்டு பட்டங்களை வென்றிருக்கிறார். இரண்டு இனப் போர்களிலும் நம்பமுடியாத அளவு திறமை காட்டி இருக்கிறார். மேலும் வயதில் இளையவராக இருந்தாலும், அவர் காலத்தில் மிகப் பெரிய மனிதராகக் கருதப்பட்டார். அவருடைய மக்கள் மத்தியில் வயது மதிக்கப்பட்டது. ஆனால் சாதனைக்கு மரியாதை தரப்பட்டது. ஒரு குழந்தை கைகளைக் கழுவினால் அரசர்களோடு அமர்ந்து சாப்பிட முடியும் என்பார்கள் பெரியவர்கள். ஆக்கன்கோ தனது கைகளைக் கழுவினார். எனவே அவர் அரசர்களோடும், பெரியவர்களோடும் சரிசமமாக அமர்ந்து உண்பார். பக்கத்துக் கிராமத்துக்காரர்கள் போரையும், இரத்தம் சிந்துவதையும் தடுக்க உமோஃபியாவிற்கு ஒரு சிறுவனைக் காவு கொடுக்க வேண்டிய தாயிற்று. அச்சிறுவனைப் பார்த்துக் கொள்ளும் கடமை ஆக்கன்கோவின்மேல் விழுந்தது. அந்த அதிர்ஷ்டக் கட்டைச் சிறுவன் பெயர் அய்க்கமஃபுனா.

2

ஆக்கன்கோ பனை எண்ணெய் விளக்கை அணைத்துவிட்டுத் தனது மூங்கில் படுக்கையில் அப்போது தான் படுத்தார். கிராமத்து தமுக்கடிப்பவருடைய அஜீனேயின் சத்தம் இரவைக் கிழித்துக் கொண்டு கேட்டது. உலோகக் குடுக்கையிலிருந்து கோம்! கோம்! கோம் என்ற அலறல் ஒலி. தமுக்கடிப்பவர் செய்தியைச் சொன்னார். பிறகு மீண்டும் பூம், பூம் ஒலி. இது தான் செய்தி. நாளைக் காலை சந்தையில் உமோஃபியாவிலுள்ள ஆண்கள் அனைவரும் கூட வேண்டும். ஆக்கன்கோவிற்கு என்ன நடந்திருக்கும் என்று மனதிற்குள் கேள்வி எழுந்தது. ஏதோ கெட்டது நடந்திருக்கிறது. தமுக் கடிப்பவரின் குரலில் துக்கத்தின் சாயல் தெரிந்தது. தொலைவில் போகப் போகச் சத்தம் குறைந்தாலும் அவரால் அதைக் கேட்க முடிந்தது.

இரவு மிக அமைதியாக இருந்தது. அப்படித்தான் அமைதியாக இருக்கும், நிலா வெளிச்சம் இருக்கும் இரவுகளைத் தவிர. இந்த மக்களுக்கு இருள் என்றால் அப்படி ஒரு பயம். அவர்களில் மிகுந்த மன உறுதி கொண்டவர்களுக்குக் கூடப் பயம் தான். இரவில் தீய ஆவிகளுக்குப் பயந்து குழந்தைகளைச் சீட்டி அடிக்க கூடாது என்று எச்சரித்திருந்தார்கள். இரவுகளில் தான் ஆபத்தான மிருகங்கள் மிகுந்த அச்சத்தைத் தரும். பாம்பை இரவில் பெயர் சொல்லி அழைக்கக் கூடாது. இரவில் அது கேட்டு விடும். எனவே கயிறு என்று தான் சொல்வார்கள். இன்றைய இரவில் தமுக்கடிப்பவரின் குரல் தொலைவில் சிறிது சிறிதாக விழுங்கப் பட்ட பிறகு அமைதி திரும்பியது.

லட்சக்கணக்கானக் காட்டுப்பூச்சிகளின் கரகரச் சத்தம் இரவின் அமைதியை இன்னும் அதிகம் ஆக்கிற்று.

நிலவொளி இருக்கும் இரவுகள் வித்தியாசமாக இருக்கும். திறந்த வெளிகளில் குழந்தைகள் விளையாடும் மகிழ்ச்சிச் சத்தம் கேட்கும். இளையோர்கள் மறைவுகளில் விளையாடிக் கொண்டிருந்தார்கள். தாத்தாக்களும், பாட்டிகளும் தங்கள் இளமைக் காலத்தை நினைத்துக் கொண்டிருப்பார்கள். ஈபோக்கள் சொல்வது போல, "நிலா காயும் போது உடலூனமுற்றோர் கூட நடக்க விரும்புவார்கள்."

ஆனால் இன்றைய இரவு இருண்டு கிடந்தது. அமைதியாகவும் இருந்தது. உமோஃபியாவின் ஒன்பது கிராமங்களிலும் தன்னுடைய அஜீனை ஒலித்துத் தமுக்கடிப்பவர் 'நாளைக் காலை ஒவ்வொரு ஆணும் வர வேண்டும்' என்று கூறி இருக்கிறார். ஆக்கன்கோ தனது மூங்கில் கட்டிலில் படுத்துக் கொண்டு 'எந்த மாதிரியான அவசரமாக இருக்கும், அடுத்த இனத்தாரோடு சண்டையாக இருக்குமோ' என்று யூகிக்க முயன்று கொண்டு இருந்தார். அது தான் காரணமாக இருக்கும். அவருக்குப் போரென்றால் பயமில்லை. அவருடைய அப்பாவைப் போலில்லாமல் இவருக்கு இரத்தத்தைக் கண்டால் பயமில்லை. உமோஃபியா அண்மையில் நடத்திய போரில் முதல் தலையைக் கொண்டு வந்தவர் அவர் தான். அது அவர் கொண்டு வந்த ஐந்தாவது தலை. அவருக்கு இன்னும் வயதாகவில்லை. கிராமத்தில் முக்கியமான, ஈமச்சடங்குகள் போன்ற வேளைகளில் அவர் தான்கொண்டு வந்த முதல் தலையிலிந்து கள்ளைக் குடிப்பார்.

காலையில் சந்தை நிறைந்துவிட்டது. பத்தாயிரம் ஆண்கள் இருந்திருப்பார்கள். எல்லோரும் தணிந்த குரலில் பேசினார்கள். கடைசியில் ஆக்பியூஃபி எசுயுகோ அவர்கள் மத்தியில் எழுந்து நின்று "உமோஃபியா க்வெனு*" என்று நான்கு முறை முழங்கினார். ஒவ்வொரு முறையிலும் ஒவ்வொரு திசையை நோக்கினார். அப்போது அவருடைய மூடிய கை காற்றைத் தள்ளுவது போல இருந்தது. ஒவ்வொரு முறையும் பத்தாயிரம் ஆண்கள் 'யா' என்று விடையளித்தார்கள். உடனே அமைதி நிலவிற்று. ஆக்பியூஃபி எசுயுகோ பெரிய பேச்சாளர். இம் மாதிரி நேரங்களில் அவரைத் தான் பேசத் தேர்ந்தெடுப்பார்கள். அவர் தனது வெள்ளைத் தலையைத் தடவி, தாடியை உருவிக்கொண்டார். பிறகு தனது ஆடையைச் சரி செய்து கொண்டார். அது அவருடைய வலது கக்கத்தின் ஊடே சென்று அவரது இடது தோளில் முடியப்பட்டிருந்தது.

---

* க்வெனு - ஆமோதிக்கும் சொல், வாழ்த்து.

“உமோஃபியா க்வெனு” என்று ஐந்தாவது முறையாக முழங்கினார். கூட்டம் பதில் தந்தது. பிறகு திடீரென்று அருள் வந்தவர் போல தனது இடக்கையை எம்பைனோவின் பக்கம் நீட்டி, தனது பளபளக்கும் வெள்ளைப் பற்களைக் கடித்துக் கொண்டே பேசினார். “அந்தக் காட்டு மிருகங்களின் பயல்கள் உமோஃபியாவின் மகளைக் கொல்லத் துணிந்து விட்டார்கள்.” தனது தலையைத் தாழ்த்திப் பற்களை நெறுநெறுவென்று கடித்தார். உடனே கூட்டம் கோபத்தில் முணுமுணுத்தது. மீண்டும் அவர் தொடங்கிய போது அவர் முகத்தில் கோபம் இல்லை. ஆனால் கோபத்தைவிடப் பயங்கரமான புன்முறுவல் இருந்தது. இப்போது உணர்ச்சி இல்லாத தெளிவான குரலில் “உமோஃபியாவின் மகள் எம்பைனோ சந்தைக்குப் போனபோது கொல்லப்பட்டாள்.” பிறகு, “அந்தப் பெண் ஆக்பியூஃபி ஊடோவின் மனைவி,” என்று கூறி, அவர் அருகில் தலையைத் தொங்கப்போட்டுக் கொண்டு அமர்ந்திருப்பவரைச் சுட்டிக் காட்டினார். உடனே கூட்டம் கோபத்தில் இரத்த வெறியோடு கத்தியது.

பலரும் பேசினார்கள். இறுதியில் வழக்கமான வழியில் செல்வது என்று தீர்மானிக்கப்பட்டது. எம்பைனோவிற்கு உடனே ஒரு எச்சரிக்கை அனுப்பப்பட்டது. அவர்கள் சண்டைக்குத் தயாராக வேண்டும் அல்லது இழப்பீடாக ஒரு இளைஞனையும், ஒரு கன்னிப் பெண்ணையும் தரவேண்டும். இதுதான் குற்றத்திற்குப் பரிகாரம்.

சுற்றுப்புறக் கிராமங்களுக்கெல்லாம் உமோஃபியா என்றால் பயம். சண்டையிலும் மாந்தரீகத்திலும் பலம் வாய்ந்தது. அந்த ஊர்ப்பூசாரிகளையும் மருத்துவர்களையும் கண்டு சுற்று வட்டாரமெல்லாம் பயப்படும். அதனுடைய சக்திமிக்க சண்டை மருந்து அந்த இனத்தைப் போலவே பழமை வாய்ந்தது. யாருக்கும் எவ்வளவு பழையது என்று தெரியாது. ஆனால் ஒரு விஷயத்தில் எல்லோருக்கும் ஒருமித்த கருத்து இருந்தது. ஒற்றைக் கால் கிழவிதான் அந்த மருந்தின் அடிப்படை. சொல்லப் போனால், மருந்துக்கே அகாடி நிவாயி* அல்லது கிழவி என்றுதான் பெயர். அதற்கான கோவில் உமோஃபியாவின் மத்தியில் சுத்தம் செய்யப்பட்ட இடத்தில் இருந்தது. யாராவது முட்டாள்தனமாகப் பொழுது சாய்ந்த பிறகு கோவில் வழியாகப் போனால் அந்தக் கிழவி நொண்டி நொண்டி நடப்பதைப் பார்க்கலாம்.

எனவே இது பற்றித் தெரிந்த பக்கத்து இனக்காரர்களெல்லாம் உமோஃபியாவிற்கு பயந்து கிடந்தார்கள். முதலில் சமாதான

---

* அகாடி நிவாயி - கிழவி

உடன்படிக்கைக்கு முயன்ற பிறகுதான் சண்டைக்குப் போவார்கள். உமோஃபியா பற்றி ஒன்று சொல்ல வேண்டும். நியாயமான தெளிவான காரணம் இல்லாமல் அது சண்டைக்குப் போகாது. அதனை குறி சொல்லும் 'குன்றுகளுக்கும் குகைகளுக்குமான' தெய்வம் ஏற்றால்தான சண்டைக்கு போகும். சண்டைக்குப் போகக் கூடாது என்று குறிசொல்லும் தெய்வம் தடுத்த வேளைகளும் உண்டு. குறிசொல்பவருக்கு கீழ்ப்படியாவிட்டால் அவர்கள் உறுதியாகத் தோல்வியடைவார்கள். ஏனென்றால் அவர்கள் அஞ்சும் அகாடிந்வாயி 'கேவலமான சண்டை'க்குப் போக அனுமதிக்காது அதனை 'இழுக்கான சண்டை' என்று சொல்வார்கள்.

ஆனால் இப்போது வரும் போர் நியாயமானது. எதிரி இனத்துக்குக் கூட அது தெரியும். ஆகவே உமோஃபியாவின் ஆக்கன்கோ போருக்கான கர்வமிக்க தூதுவராக எம்பைனோவிற்கு வந்தபோது, அவரை மரியாதையோடு வரவேற்றார்கள். இரண்டு நாட்கள் கழித்து அவர் ஒரு பதினைந்து வயதுச் சிறுவனோடும், ஒரு கன்னிப் பெண்ணோடும் திரும்பி வந்தார். அந்தச் சிறுவனுடைய பெயர் அய்க்கமஃபுனா. அவனுடைய சோகக் கதையை உமோஃபியாவில் இன்றும் சொல்வார்கள்.

'இன்னிடிச்சி' என்று அழைக்கப்பட்ட ஊர்ப் பெரியவர்கள் ஆக்கன்கோவின் தூது பற்றிய அறிக்கையைக் கேட்கக் கூடினார்கள். இறுதியில் எல்லோரும் எதிர்பார்த்தது போலவே அந்தப் பெண்ணை ஆக்பியுஃபி உடோவிற்கு அவருடைய இழந்த மனைவியின் இடத்துக்கு அனுப்பினார்கள். பையனைப் பொறுத்த வரையில் அவன் குலத்திற்குப் பொதுவாதலால் அவனைப் பற்றி மெதுவாக முடிவெடுக்கலாம் என்று விட்டுவிட்டார்கள். அதுவரையில் ஆக்கன்கோவிடம் அவனை வைத்திருக்குமாறு கூறினார்கள். மூன்றாண்டுகள் வரை அயக்கமஃபுனா ஆக்கன் கோவின் வீட்டிலேயே தங்கினான்.

ஆக்கன்கோ இரும்புக்கரம் கொண்டு தனது குடும்பத்தை நடத்தி வந்தார். அவருடைய மனைவியர், குறிப்பாக கடைசி மனைவி, மற்றும் அவருடைய குழந்தைகள் அவருடைய கோபத்திற்கு அஞ்சி நடுங்குவார்கள். அவர் உண்மையில் கொடுமைக்காரர் இல்லை. ஆனால் அவருடைய வார்த்தை முழுவதும் அச்சம் தருவதாகவே இருந்தது. தோல்வி அடைந்து விடுவாரோ, நோஞ் சானாகத் தன்னைப் பிறர் நினைத்து விடுவார்களோ என்ற அச்சம் அவருக்கு இருந்தது. தீயது, மனம் போனபடி நடக்கும் தெய்வங்கள், மாந்திரீகம் ஆகியவை பற்றி இருந்த அச்சத்தைக் காட்டிலும் காடு பற்றிய பயத்தைக் காட்டிலும், சிவந்த பற்கள், நகங்கொண்ட இயற்கையின் சக்திகளைக் கண்டு பயப்படுவதைக்

காட்டிலும் அவருக்கு தோல்விபற்றிய அச்சம் அதிகம். வெளியில் இந்த அச்சம் இல்லை. அவருடைய மனத்தின் ஆழத்தில் இருந்தது அவரைப்பற்றிய அச்சம். அவருடைய தந்தையைப் போல இருக்கிறார் என்று யாரும் நினைத்துவிடக்கூடாது என்று தன்னைப் பற்றியே பயந்தார். சிறுவனாக இருக்கும் போதே அவருடைய தந்தையின் தோல்வியும், பலமின்மையும் அவருக்கு வெறுப்பைத் தரும். சிறுவனாக இருக்கும்போது அவருடைய விளையாட்டுத் தோழர்கள் அவருடைய தந்தை ஒரு அக்பாலா* என்று கூறிய போது எவ்வளவு வேதனைப் பட்டார் என்பது இன்னும் நினைவில் இருந்தது. அப்போதுதான் ஆக்கன்கோவிற்கு அக்பாலா என்பது பெண்ணுக்கு இன்னொரு பெயர் மட்டுமில்லை, பட்டம் எதுவும் பெறாத ஒருவரையும் குறிக்கும் எனத் தெரிந்தது. ஆகவேதான் ஆக்கன்கோவிற்கு ஒரே ஒரு வேகம்தான் - அவருடைய தந்தைக்கு விருப்பமானவற்றை எல்லாம் வெறுப்பது. அவற்றில் ஒன்று மென்மை. இன்னொன்று சோம்பல்.

நடவுக் காலத்தில் ஆக்கன்கோ தினமும் காலையில் கோழி கூவும் போது தொடங்கி, கோழி கூட்டுக்குள் அடையும் வரையில் தனது தோட்டத்தில் வேலை செய்வார். நல்ல உடல் வலிமை; களைப்பே அடைய மாட்டார். ஆனால் அவருடைய மனைவியரும் குழந்தைகளும் அவ்வளவு வலிமையுள்ளவர்கள் இல்லை. அதனால் கஷ்டப்பட்டார்கள். எனினும் வெளிப்படையாகக் குறை சொல்ல மாட்டார்கள். மூத்த மகன் நவோயிக்கு பன்னிரெண்டு வயதாகிறது. அவன் சோம்பேறி என்று ஆக்கன்கோவிற்குப் பெருங்கவலை. அவன் அப்படி இருக்கிறானோ, இல்லையோ அப்படித்தான் அவனுடைய தந்தையின் கண்களுக்குத் தெரிந்தான். எனவே அவர் தொண தொணவென்று அவனைக் கண்டிப்பார். அடியும் கொடுப்பார். ஆகவே நவோயி கவலை தோய்ந்த முகத்தோடு வளர்ந்து வந்தான்.

ஆக்கன்கோவின் செல்வச் செழிப்பு வெளியில் நன்றாகவே தெரிந்தது. அவருடைய குடியிருப்புப் பகுதி பெரியது. சுற்றிலும் செம்மண் சுவர். சிகப்புச் சுவர்களிலுள்ள ஒரே வாசலுக்குப் பின்னால் அவருடைய ஆபி* இருந்தது. அவருடைய மனைவிகளுக்கும் தனித் தனிக் குடிசைகள். அவை ஆபிக்குப் பின்னால் அரை வட்டத்தில் இருந்தன. செம்மண் சுவர்களின் ஒரு ஓரத்தில் குலுக்கை கட்டப்பட்டிருந்தது. அதில்

---
* அக்பாலா - பெண். அல்லது பட்டம் எடுக்காத ஆணையும் குறிக்கும்.
* ஆபி - குடும்பத் தலைவரின் பெரிய வீடு.

சினுவ அச்சிபி ❖ 21

சேனைக் கிழங்குகள் அடுக்கி வைக்கப்பட்டிருந்தன. எதிரே வெள்ளாடுகளுக்காக ஒரு கொட்டில் இருந்தது. ஒவ்வொரு மனைவியும் அவளுடைய குடிசையை ஒட்டி கோழிகளுக்குக் கூடு கட்டியிருந்தாள். குலுக்கைக்கு அருகில் ஒரு சிறிய வீடு, மருந்து வீடு அல்லது கோயில் இருந்தது. அங்கே ஆக்கன்கோ தனது தனித் தெய்வம் மற்றும் மூதாதையரின் ஆவிகளின் மரக் குறியீடுகளை வைத்திருந்தார். கோலாப் பருப்பு, உணவு, கள் ஆகியவற்றைப் படைத்து வழிபடுவார். அவருக்காகவும் அவருடைய மூன்று மனைவியருக்காகவும், எட்டு குழந்தைகளுக் காகவும் மன்றாடுவார்.

உமோஃபியாவின் மகள் ஒருத்தி எம்பைனோவில் கொல்லப் பட்ட பிறகு அய்க்கமஃபுனா ஆக்கன்கோ வீட்டிற்கு வந்தான். வீட்டுக்கு வந்தபோது தனது மூத்த மனைவியை அழைத்து அவளிடம் அவனை ஒப்படைத்தார்.

"அவன் நமது குலத்துக்குச் சொந்தம்" என்று அவளிடம் கூறினார்.

"நம்முடனா அவன் தங்கப்போகிறான்?" என்று அவள் கேட்டாள்.

"சொன்னதைச் செய் பெண்ணே", என்று இடிஇடிப்பது போலக் கத்தினார். பிறகு திக்கிக் கொண்டே, "உமோஃபியாவின் இன்டிச்சியாக எப்போது ஆனாய்?" என்றார்.

ஆகவே நவோயியின் அம்மா அய்க்கமஃபுனாவைத் தனது குடிசைக்குக் கூட்டிச் சென்றாள். வேறு கேள்விகள் கேட்க வில்லை.

அந்தச் சிறுவனைப் பொறுத்தவரையில் அவன் மிகவும் பயந்து போயிருந்தான். தனக்கு என்ன நடந்தது, தான் என்ன செய்தோம் என்று அவனுக்குப் புரியவில்லை. உமோஃபியாவின் மகள் ஒருத்தியைக் கொன்றதில் தனது தந்தைக்கும் பங்குண்டு என்று அவனுக்கு எப்படித் தெரியும்? அவனுக்குத் தெரிந்ததெல்லாம் யாரோ சிலர் அவனுடைய வீட்டிற்கு வந்தார்கள், அவனுடைய தந்தையுடன் தாழ்ந்த குரலில் பேசினார்கள், முடிவில் அவனைக் கூட்டிக் கொண்டு போய் ஒரு அந்நியன் கையில் கொடுத்து விட்டார்கள் என்பதுதான். அவனுடைய அம்மா அழுதாள். ஆனால் சிறுவனால் அழக்கூட முடியவில்லை. அந்த அந்நியர் அவனையும் ஒரு பெண்ணையும் காட்டில் ஒற்றையடிப் பாதை கள் வழியாக இங்கே இவ்வளவு தொலைவில் கொண்டு வந்து விட்டார். அந்தப் பெண் யாரென்று அவனுக்குத் தெரியாது, அவளை அதன் பிறகு அவன் பார்த்ததே இல்லை.

3

மற்ற இளைஞர்களுக்கு அவர்கள் வாழ்க்கையின் தொடக்கமே பிரகாசமாக இருந்திருக்கும். ஆனால் ஆக்கன்கோவிற்கு அப்படி இருந்ததில்லை. அவருடைய தந்தையிடமிருந்து குலுக்கையைச் சொத்தாகப் பெறவில்லை. சொல்லப் போனால் குலுக்கையே இல்லை. உமோஃபியாவில் ஒரு கதை சொல்வார்கள். அவருடைய அப்பா உனோகா 'மலைகள் மற்றும் குகைகளின்' குறி சொல்பவரிடம் ஏன் தனக்கு மோசமான அறுவடை கிடைக்கிறது என்று கேட்கப் போயிருந்தார்.

குறி சொல்பவருக்கு அக்பாலா என்று பெயர். தூரதேசங்களிருந்து கூட ஆலோசனை பெற வருவார்கள். துன்பங்கள் தொடர்ந்து வந்தாலோ, அண்டை வீட்டுக் காரர்களுடன் தகராறு வந்தாலோ அங்கு வருவார்கள். அவர்கள் வருங்காலம் எப்படி இருக்கும் என்று கண்டுபிடிக்க அல்லது அவர்களுடைய இறந்தபோன தந்தைகளின் ஆவிகளிடம் ஆலோசனை கேட்பதற்கும்கூட வருவார்கள்.

ஒரு குன்றின் பக்கத்திலுள்ள ஒரு வட்டத் துவாரத்தின் வழியாக கோயிலுக்குள் போக வேண்டும். இந்தத் துவாரம் கோழிக் கூண்டு வாயிலை விடக் கொஞ்சம் பெரிதாக இருக்கும். வழிபாடு செய்பவர்களும், தெய்வத்திடம் யோசனை கேட்க வருபவர்களும் துவாரத்தின் வழியாக வயிற்றில் ஊர்ந்து வர வேண்டும். உள்ளே வந்தால் இருட்டில் அக்பாலாவின் முன் பெரிய இடத்தில் நிற்பார்கள். யாரும் அக்பாலாவைப் பார்த்ததில்லை, அவருடைய பெண் பூசாரியைத் தவிர. ஆனால்

தவழ்ந்து ஊர்ந்து கோயிலுக்குள் நுழைந்த யாரும் அதனுடைய சக்தியைக் கண்டு பயப்படாமல் மீண்டதில்லை. பூசாரி குகையின் நடுவில் உண்டாக்கியிருந்த தெய்வீக நெருப்பிற்கு முன் நின்று தெய்வத்தின் விருப்பத்தை அறிவிப்பார். நெருப்பு கொழுந்து விட்டு எரியாது. கொள்ளிக் கட்டைகளின் வெளிச்சத்தில்தான் பூசாரியின் உருவத்தைப் பார்க்க முடியும்.

சில வேளைகளில் இறந்து போன தனது தந்தை அல்லது உறவினரின் ஆவியிடம் ஆலோசனை கேட்க யாராவது வருவார்கள். அப்படி அந்த ஆவி தோன்றிய போது இருளில் தெளிவில்லாமல் அதனைப் பார்ப்பார்கள். ஆனால் அதனுடைய குரலைக் கேட்டதில்லை என்று சொல்வார்கள். சிலர் ஆவிகள் தங்கள் இறக்கைகளை குகையின் கூரையில் அடித்துக் கொண்டு பறப்பதைக் கேட்டிருக்கிறார்கள் என்றும் சொல்வார்கள்.

பல ஆண்டுகளுக்கு முன்னர், ஆக்கன்கோ சிறுவனாக இருந்த போது, அவருடைய தந்தை உனோகா அக்பாலாவிடம் ஆலோசனை கேட்கச் சென்றார். அந்த நாட்களில் இருந்த பூசாரி யின் பெயர் சிக்கா. அவனுடைய தெய்வத்தின் சக்தி முழுவதும் அவளிடம் இருந்தது. எல்லோரும் பயப்படுவார்கள். உனோகா அவள் முன் நின்று தனது கதையைத் தொடங்கினார். சோகத்தோடு பேசினார். “ஒவ்வோர் ஆண்டும் தரையில் எந்தச் செடியையும் நடுவதற்கு முன்னர் எல்லா நிலத்துக்கும் சொந்தக்காரத் தெய்வ மான ஆனிக்கு ஒரு சேவலைப் பலியிடுகிறேன். அதுதான் எங்கள் முன்னோரின் சட்டம். மேலும் சேனைக் கிழங்கின் தெய்வமான அய்ஃபேஜியோக்குவின் கோயிலில் ஒரு சேவலைப் பலியிடுகிறேன். புதர்களை வெட்டிச் சாய்த்தவுடன் தீ வைக்கிறேன். முதல் மழை விழுந்தவுடன் சேனைக்கிழங்கை விதைக்கிறேன். இளந்தளிர் வந்தவுடன் கட்டுகிறேன், களை எடுக்கிறேன்...

“அமைதி”, என்று கத்தினாள் பூசாரி. அவளுடைய குரல் இருட்குகையில் பயங்கரமாக எதிரொலித்தது. “நீ உன்னுடைய தெய்வத்தையோ, முன்னோர்களையோ பகைத்துக் கொள்ளவில்லை. ஒருவன் தன்னுடைய தெய்வங்களுடனும், முன்னோருடனும் சமாதானமாக இருக்கும்போது அவனுடைய அறுவடை அவனுடைய புயத்தின் வலிமையைப் பொறுத்துக் கூடவோ குறைவாகவோ இருக்கும். உனோகா, உன் குலத் திலேயே உன்னுடைய அரிவாளும், கதிர் அறுப்பானும் வலிமையின்மைக்குப் பெயர் போனவை. உன்னுடைய பக்கத்து வீட்டுக்காரர்கள் கோடரிகளை எடுத்துக் கொண்டு புதுக்காடுகளை வெட்டப் போகும்போது, நீ உழைப்புத் தேவையில்லாத பழைய நிலத்திலேயே உன்னுடைய சேனைக் கிழங்கைப் பயிரிட்டாய். அவர்கள் ஏழு ஆறுகளைக் கடந்து

போய் புதிய பண்ணைகளை அமைத்தார்கள். நீ வீட்டிலேயே இருந்து ஒத்துழைப்புத் தராத மண்ணுக்குப் பலிகள் இடுகிறாய். வீட்டுக்குப் போய் மனிதன் போல வேலை செய்".

உனோகா அதிஷ்டமில்லாதவர். அவருடைய தனித் தெய்வமான **சி*** நல்லது இல்லை. எனவே அவனுடைய விதி அவரைச் சமாதி வரைத் துரத்தியது. சமாதி என்று சொல்லமுடியாது. சாவு வரையில் என்றுதான் சொல்ல வேண்டும். ஏனென்றால் அவருக்கென்று சமாதி இல்லை. ஒருவன் வயிறு ஊதி கால்கைகள் வீங்கி விட்டால் அவனை வீட்டில் இறக்க அனுமதிக்க மாட்டார்கள். அவனைக் 'கெட்ட' காட்டிற்குத் தூக்கிச் சென்று அங்கேயே இறக்க விட்டு விடுவார்கள். ஒரு கதை உண்டு: இப்படித்தான் பிடிவாதக்காரன் ஒருவன் வீட்டிற்குத் திரும்பி வந்து விட்டான். அவனைத் திரும்பக் காட்டிற்குத் தூக்கிச் சென்று மரத்தில் கட்டி வைத்துவிட்டார்கள். இந்த நோய் நிலத்திற்கு ஒரு சாபம். ஆகவே அந்த நோய் பாதிக்கப்பட்டவனை மண்ணின் வயிற்றுக்குள் புதைக்கக் கூடாது. அங்கேயே காட்டில் தரைக்கு மேலேயே செத்து அழுகி விடுவான். அவனை முதலாவதாகவோ இரண்டவதாகவோ மீண்டும் புதைக்க மாட்டார்கள். உனோகாவிற்கும் இதுதான் விதித்திருந்தது. அவரைத் துக்கிப் போனபோது அவர் தன்னுடைய புல்லாங்குழலைக் கூடவே எடுத்துச் சென்றார்.

இப்படிப்பட்ட ஒரு தந்தையை வைத்துக் கொண்டு ஆக்கன்கோ தனது வாழ்க்கையைத் தொடங்க பிற இளைஞர்களுக்கு கிடைத்தது போல, ஒரு பக்க பலமும் இல்லை. அவர் குலுக்கையையோ, பட்டத்தையோ, இளம் மனைவியையோ வாரிசுரிமையாகப் பெறவில்லை. இவ்வளவு குறைபாடுகள் இருந்தும், அவருடைய தந்தையின் காலத்திலேயே ஒரு வளமான எதிர்காலத்திற்கு அஸ்திவாரம் இட்டுவிட்டார். மிக மெதுவாக, கடினமாகத்தான் முன்னேற முடிந்தது. ஆனால் பேய்பிடித்தவன் போலத் தன்னை முழுவதையும் ஈடுபடுத்திக் கொண்டார். உண்மையில் தன்னுடைய தந்தையின் வெறுக்கத்தக்க வாழ்க்கையையும் கேவலமான சாவையும் பற்றிய அச்சத்தாலேயே அவர் பீடிக்கப் பட்டிருந்தார்.

ஆக்கன்கோவின் கிராமத்தில் ஒரு பணக்காரர் இருந்தார். அவரிடம் மூன்று குலுக்கைகள் இருந்தன. அவருக்கு ஒன்பது மனைவிகள், முப்பது குழந்தைகள். அவருடைய பெயர் நிவாகிபி. அவர்களுடைய குலத்தில் ஒருவர் எடுக்கக்கூடிய மிக உயரிய

---

* சி - தனித் தெய்வம்

பட்டத்திற்கு அடுத்த பட்டத்தை அவர் எடுத்திருந்தார். தனது முதல் சேனைக் கிழங்கு விதைகளைச் சம்பாதிக்க இவரிடம் தான் ஆக்கன்கோ வேலை பார்த்தார்.

ஒருநாள் நிவாகிபிக்கு அவர் ஒரு மொந்தை கள்ளையும் ஒரு சேவலையும் கொண்டு சென்றார். கிராமப் பெரியவர்கள் இருவர் அழைக்கப்பட்டார்கள். நிவாகிபியின் இரண்டு மூத்த மகன்களும் அவருடைய ஆபியில் இருந்தார்கள். ஆக்கன்கோ ஒரு கோலா பருப்பையும், மிளகையும் எடுத்துக் கொடுத்தார். அவை எல்லோரும் பார்க்கும்படி அனுப்பப்பட்டு அவரிடமே வந்தன. "நாமெல்லாம் உயிர் வாழ வேண்டும். வாழ்க்கைக்காக, குழந்தைகளுக்காக, நல்ல அறுவடைக்காக, மகிழ்ச்சிக்காக மன்றாடுவோம். எனக்கு நல்லது எதுவோ அது எனக்குக் கிடைக்கும். உங்களுக்கு நல்லது உங்களுக்குக் கிடைக்கும். பருந்து தானும் மரத்தில் அமர்ந்து, நாரையையும் அமரவிடுவது போல ஒன்று மற்றதற்கு இல்லை என்று சொன்னால் அதனுடைய சிறகு உடையட்டும்."

கோலாப் பருப்பைத் தின்ற பிறகு, குடிசையின் மூலையில் வைத்திருந்த கள் மொந்தையைக் கொண்டு வந்து கூட்டத்தின் நடுவில் வைத்தார். பிறகு நிவாகிபியை 'எங்கள் தந்தையே' என்று அழைத்தார்.

"நா ஆயி"*(எங்கள் தந்தையே), நான் உங்களுக்கு இந்தச் சிறிய கோலாவைக் கொண்டு வந்திருக்கிறேன். நமது மக்கள் சொல்வது போல, பெரியவர்களுக்கு மரியாதை செய்கிறவன் தானும் பெரியவனாக ஆக வழி செய்கிறான். உங்களுக்கு மரியாதை செலுத்தவும் உங்களிடம் ஒரு வரம் வேண்டியும் வந்திருக்கிறேன். ஆனால் முதலில் கள்ளை அருந்துவோம்," என்றார்.

அனைவரும் ஆக்கன்கோவிற்கு நன்றி கூறினார்கள். பிறகு பக்கத்து வீட்டுக்காரர்கள் அவர்கள் வைத்திருந்த ஆட்டுத் தோல் பையிலிருந்து கொம்புகளை எடுத்தார்கள். கொம்பில் ஊற்றித்தான் குடிப்பார்கள். நிவாகிபியும் கூரைப் பரணில் தொங்கிய தனது கொம்பை எடுத்துவந்தார். அவருடைய மகன்களில் இளையவன் — அவன்தான் அந்தக் கூட்டத்திலேயே மிகச் சிறியவன் — நடுவில் வந்து அவனுடைய முழங்காலில் மொந்தையை வைத்துக் கள்ளை ஊற்றினான். முதல் குடுவை ஆக்கன்கோவிற்குப் போயிற்று. ஏனென்றால் அவர் கொண்டு வந்த குடுவை கள்ளை அவர் குடித்த பிறகுதான் மற்றவர்கள் குடிக்க வேண்டும். அடுத்து வயதில் மூத்தவரில் தொடங்கி

---

* நா ஆயி - எங்கள் தந்தை.

அனைவரும் குடித்தார்கள். ஒவ்வொருவரும் இரண்டு மூன்று கொம்புகள் குடித்த பிறகு நிவாகிபி தனது மனைவிகளை வரவழைத்தார். சிலர் வீட்டில் இல்லை. நான்கு பேர் மட்டும் வந்தார்கள்.

"அனாசி இல்லையா?" என்று கேட்டார். அவர்கள் "அவள் வருகிறாள்" என்று கூறினார்கள். அனாசி தான் முதல் மனைவி. அவள் குடித்த பிறகுதான் மற்றவர்கள் குடிக்க முடியும். ஆகவே அவர்கள் அவளுக்காக காத்திருக்கிறார்கள்.

அனாசி நடுவயதுப் பெண். நல்ல உயரம், கட்டான உடல். அவளுடைய தோரணையிலேயே அதிகாரம் தெரிந்தது. பெரிய வசதியான குடும்பத்தில் பெண்களை ஆட்டிப்படைப்பவள் என்பது தெரிந்தது. அவள் தனது கணவருடைய பட்டங்களின் கொலுசை அணிந்திருந்தாள். முதல் மனைவிதான் அதை அணிய வேண்டும்.

அவள் தனது கணவரிடம் சென்று அவர் தந்த கொம்பை வாங்கிக் கொண்டாள். பிறகு ஒரு காலை முழங்காலிட்டுச் சிறிது குடித்துவிட்டு அவரிடம் திருப்பிக் கொடுத்தாள். எழுந்து அவரை அவள் பெயர் சொல்லி அழைத்து விட்டுத் தனது குடிசைக்குப் போய் விட்டாள். அடுத்து பிற மனைவியரும் வரிசைப்படி அதேபோலக் குடித்துவிட்டுத் தங்கள் குடிசைக்குப் போய் விட்டார்கள்.

பிறகு ஆண்கள் தங்கள் குடியையும் பேச்சையும் தொடர்ந்தார்கள். ஆக்பியுஃபி இடிகோ, கள்ளிறக்கும் ஆபியாக்கோவைப் பற்றிப் பேசினார். ஆபியாக்கோ தனது வேலையைத் திடீரென்று விட்டு விட்டார்.

"இதன் பின்னால் ஏதோ இருக்கிறது," என்றார் இடிகோ. இடது புறங்கையால் தனது மீசையில் ஒட்டிக் கொண்டிருந்த கள் நுரையைத் துடைத்துக் கொண்டார். "இதற்கு ஏதோ காரணம் இருக்க வேண்டும். நண்டு ஒன்றுமில்லாமல் பகல் நேரத்தில் ஓடாது."

"குறிசொல்பவர் பனை மரத்திலிருந்து அவர் கீழே விழுந்து இறந்து விடுவார் என்று எச்சரித்ததாகச் சிலர் சொல்கிறார்கள்," என்று கூறினார் அகுகாலியா.

"ஆபியாக்கோ எப்போதுமே வித்தியாசமானவர்தான்," என்றார் நிவாகிபி. "பல ஆண்டுகளுக்கு முன்னர் கேள்விப்பட்டிருக்கிறேன். அவரது தந்தை இறந்த சில நாட்களிலேயே அவர் குறி சொல்பவரை ஆலோசனை கேட்கச் சென்றாராம், அப்போது குறிசொல்பவர், 'உனது தந்தை ஒரு ஆட்டை நீ பலி கொடுக்க வேண்டுமென்று

விரும்புகிறார்', என்று கூறினாராம், குறிசொல்பவரிடம். அவர் என்ன சொன்னார் தெரியுமா? 'இறந்த போன என் தந்தையிடம் உயிரோடு இருந்த போது ஒரு கோழியையாவது வைத்திருந்தாரா என்று கேளுங்கள்', என்றாராம். ஆக்கன்கோவைத் தவிர எல்லோரும் உரக்கச் சிரித்தார்கள். ஆக்கன்கோ மட்டும் அரை குறையாகச் சிரித்தார். ஏனென்றால் பழமொழி சொல்வது போல காய்ந்த எலும்புகளைப் பற்றி ஒரு பழமொழியில் சொன்னால் கிழவி நெளிவாளாம். ஆக்கன்கோ தனது தந்தையை நினைத்துக் கொண்டார்.

கடைசியாக, கள்ளை ஊத்திக் கொண்டிருந்த இளைஞன் வெள்ளை மண்டி பாதி நிறைந்திருந்த கொம்பைத் தூக்கிக் காட்டி னான். "நாம் சாப்பிட்டுக் கொண்டிருந்தது முடித்து விட்டது," என்றான். "நாங்களும் பார்க்கிறோம்," என்றார்கள் மற்றவர்கள். "யார் மண்டியைக் குடிக்கிறார்கள்?" என்று கேட்டான். "கையில் யாருக்கு வேலை இருக்கிறதோ அவர்கள்தான்," என்று கண்களைச் சிமிட்டிக்கொண்டே நிவாகிபியின் மூத்த மகன் இக்வேலோவை நோக்கிக் கூறினான் இடிகோ.

அனைவரும் இக்வேலோதான் மண்டியைக் குடிக்க வேண்டும் என்று ஒத்துக் கொண்டார்கள். அவனும் பாதி கொம்பு நிறைந்திருந்த கள்ளை வாங்கிக் குடித்தான். இடிகோ சொன்னது போல, இக்வேலோவிற்குக் கையில் வேலை இருந்தது. ஓரிரு மாதங்களுக்கு முன்னர்தான் அவன் தன் முதல் மனைவியைத் திருமணம் செய்திருந்தான். மனைவியிடம் போகிற ஆண்களுக்கு மண்டிக் கள் நல்லது என்று சொல்வார்கள்.

கள்ளைக் குடித்து முடித்தவுடன் ஆக்கன்கோ தனது துன்பங்களை நிவாகிபியிடம் எடுத்துச் சொன்னார்.

"உங்களுடைய உதவியைத் தேடி வந்திருக்கிறேன்," என்றார். "என்ன உதவி எனக்குத் தேவை என்று ஏற்கனவே நீங்கள் யூகித்திருக்கலாம். நான் ஒரு பண்ணை நிலத்தை சமன்படுத்தி யிருக்கிறேன். ஆனால் விதைக்கச் சேனைக் கிழங்கு விதைகள் இல்லை. சேனைக் கிழங்கைத் தருமளவிற்கு ஒருவர் தன்னை நம்ப வேண்டுமென்று கேட்பது சரியில்லைதான். அதுவும் கடின உழைப்புக்குப் பயப்படும் இளைஞர்கள் இருக்கும் இந்தக் காலத்தில் சேனைக் கிழங்கை நம்பிக் கொடுக்கத் தயங்குவது நியாயம் தான். ஆனால் கடின உழைப்பிற்கு நான் அஞ் சமாட்டேன். உயரமான இராக்கோ மரத்திலிருந்து தரையில் குதிக்கும் பல்லி வேறொருவரும் புகழாவிட்டால் தானே தன்னைப் புகழ்ந்து கொள்வேன் என்றதாம். நிறையப்பேர் தங்கள் அன்னையின் மார்பகப் பாலைக் குடித்துக் கொண்டிருந்த வயதில் நான் என்னையே கவனிக்கத் தொடங்கி விட்டேன்.

நீங்கள் சேனைக் கிழங்கு விதைகளைக் கொடுத்தால் நான் உங்களை ஏமாற்ற மாட்டேன்".

நிவாகிபி தனது தொண்டையைக் கனைத்துக் கொண்டார். "நம்முடைய இளைஞர்கள் பயனில்லாமல் போய்விட்ட இக் காலத்தில் உன்னைப் போன்ற இளைஞனைப் பார்ப்பது எனக்கு மகிழ்ச்சி அளிக்கிறது. பல இளைஞர்கள் என்னிடம் சேனைக் கிழங்கு கேட்டு வந்தார்கள். நான் தர மறுத்து விட்டேன். ஏனென்றால் அவர்கள் அவற்றைத் தரையில் கொட்டி விட்டுக் களைகளை அவற்றில் மூடவிட்டுவிடுவார்கள் என்பது எனக்குத் தெரியும். நான் இல்லை என்று சொல்லும் போது நான் கல் நெஞ்சக்காரன் என்று அவர்கள் நினைத்துக் கொள்கிறார்கள். நான் அப்படி இல்லை. எனிகா பறவை மனிதர்கள் குறி தவறாமல் சுடக் கற்றுக் கொண்டதால் மரத்தில் அமராமலே பறக்கப் பழகிக் கொண்டதாகச் சொல்கிறதாம். என்னுடைய சேனைக் கிழங்கு விஷயத்தில் நான் கஞ்சத்தனமாக இருக்கப் பழகிக் கொண்டேன். ஆனால் என்னால் உன்னை நம்ப முடியும். உன்னைப் பார்த்த உடனேயே எனக்குத் தெரிந்து விட்டது. நமது மூதாதையர் கூறுவது போல விளைந்த கதிர் பார்த்தவுடனே தெரிந்து விடும். உனக்கு இரண்டு நானூறு சேனைகள் தருகிறேன். போய் உனது பண்ணையை வளமாக்கு."

ஆக்கன்கோ மீண்டும் மீண்டும் நன்றி கூறி மகிழ்ச்சியுடன் வீட்டிற்குச் சென்றார். நிவாகிபி மறுக்க மாட்டார் என்று அவருக்குத் தெரியும். ஆனால் அவர் இவ்வளவு தாராளமாக இருப்பார் என்று எதிர்பார்க்கவில்லை. இப்போது விளை நிலத்தை இன்னும் அதிகப்படுத்த வேண்டும். அவருடைய தந்தையின் நண்பர் இசியசோவிடமிருந்து இன்னொரு நானூறு சேனைகள் கிடைக்கும் என்று நம்பினார்.

வாரமுறையில் பயிரிடுவது தனது களஞ்சியத்தை உண்டாக்க நினைப்பவருக்கு மிக மெதுவான வழி. கடின உழைப்பிற்குப் பிறகு அறுவடையின் போது கிடைப்பது மூன்றில் ஒரு பகுதி தான். ஆனால் தந்தையிடமிருந்து ஒரு சேனைக் கிழங்கையும் பெறாத ஒரு இளைஞனுக்கு வேறு வழியில்லை. ஆக்கன்கோவின் நிலை இன்னும் மோசம். அவர் தனது தாயையும் இரண்டு சகோதரிகளையும் காப்பாற்ற வேண்டும். அம்மாவைக் காப்பாற்றுவதென்றால் அவருடைய தந்தைக்கும் ஆதரவு தரவேண்டும். அவளுடைய கணவர் பட்டினி கிடக்கும் போது அவள் மட்டும் சமைத்து உண்பாள் என்று எதிர்பார்க்க முடியாது. எனவே வாரமும் தந்து ஒரு குலுக்கையைக் கட்டப் போராடிக் கொண்டிருக்கும் போது அந்த இள வயதிலேயே அவர் தனது தந்தையின் வீட்டையும் பராமரிக்க வேண்டியிருந்தது. ஓட்டைகள்

நிறைந்த சாக்கில் தானியத்தைக் கொட்டுவது போலத்தான். அவருடைய அம்மாவும் சகோதரிகளும் கடினமாகத்தான் உழைத்தார்கள். ஆனால், அவர்கள் பெண்களின் பயிர்களான கோகோ, கிழங்கு, பீன்ஸ், கசாவா ஆகியவற்றைத் தான் விளைவிக்க முடியும். பயிர்களின் அரசனான சேனைக் கிழங்கு ஆண்களின் பயிர்.

நிவாகிபியிடமிருந்து ஆக்கன்கோ எண்ணூறு சேனை விதை கள் வாங்கிய ஆண்டு நினைவில் நிற்கும் காலத்திலேயே மிகவும் மோசமான ஆண்டு. சரியான நேரத்தில் எதுவும் நடக்கவில்லை. உலகத்திற்கே பைத்தியம் பிடித்து விட்டது போல இருந்தது. முதல் மழை தாமதமாக வந்தது. அது வந்தபோது மிகச் சிறிது காலமே பெய்தது. கொளுத்தும் வெய்யில் எப்போதும் இல்லாத அளவு கடுமையாக இருந்தது. மழையில் முளைத்ததெல்லாம் கருகிப் போயிற்று. நிலம் கரிபோல எரிந்தது. விதைத்த சேனைக் கிழங்கை எல்லாம் வருத்தெடுத்து விட்டது. எல்லா நல்ல விவசாயிகளைப் போலவே முதல் மழை பெய்தவுடன் ஆக்கன்கோவும் விதைக்கத் தொடங்கினார். நானூறு விதைகளை நட்டவுடன் மழை நின்று விட்டது, வெய்யில் ஆரம்பமாயிற்று. மழை மேகங்களுக்காகத் தினமும் வானத்தைப் பார்த்தபடி இருந்தார். இரவில் தூக்கம் வரவில்லை. காலையில் பண்ணைக்குப் போனால் முளைகள் வாடுவதைப் பார்த்தார். மொத்தையான சிசல் இலைகளை வட்டமாக வைத்து அவற்றை வேகாத வெயில் சுட்டெரிக்கும் மண்ணிலிருந்து காப்பாற்ற முயன்றார். ஆனால் மாலைக்குள் அந்த இலைகளும் வாடி வதங்கிவிடும். ஒவ்வொரு நாளும் இலைகளை மாற்றுவார். இரவில் மழை பெய்ய வேண்டும் என்று மன்றாடுவார். ஆனால் வறட்சி எட்டுச் சந்தை வாரங்கள் தொடர்ந்தது. சேனைக் கிழங்குகள் மடிந்து விட்டன.

சில விவசாயிகள் இன்னும் சேனைக் கிழங்கு பயிரிடாமல் இருந்தார்கள். அவர்கள் எதையும் எளிதாக எடுத்துக் கொள்ளும் சோம்பேறிகள். தங்கள் நிலத்தைப் பண்படுத்துவதைத் தள்ளிப் போட்டுக் கொண்டே இருப்பார்கள். இந்த ஆண்டு அவர்கள்தான் ஞானிகள். தங்கள் பக்கத்து வீட்டுக்காரர்களுக்குத் தலையை ஆட்டி வருத்தம் தெரிவித்தார்கள். ஆனால் தாங்கள் முன் யோசனைக்காரர்கள் என்று எண்ணிக் கொண்டு உள்ளுக்குள் மகிழ்ச்சியாக இருந்தார்கள்.

மீண்டும் மழை வந்த போது ஆக்கன்கோ மிச்சமிருந்த விதைகளை நட்டார். அவருக்கு ஒரு ஆறுதல். வறட்சிக்கு முன்னர் நட்ட விதைகள் அவருக்குச் சொந்தமானவை. சென்ற ஆண்டு அறுவடையின் போது கிடைத்தவை. இன்னும் நிவாகி பியிடமிருந்து வாங்கிய எண்ணூறு விதைகளும், அவருடைய

தந்தையின் நண்பரிடமிருந்து வாங்கிய நானூறு விதைகளும் இருந்தன. அவர் புதிதாக வேளாண்மை செய்யலாம்.

ஆனால் அந்த ஆண்டு பைத்தியம்பிடித்தது போல ஆயிற்று. இதுவரை பெய்யாத மழை கொட்டியது. இரவும் பகலும் விடாமல் மழை பெய்து சேனைக் குவியல்களை அடித்துக் கொண்டு போய்விட்டது. பிறகு மழை கொஞ்சம் மட்டுப்பட்டது. ஆனால் மழை தொடர்ந்து பெய்து கொண்டிருந்தது. மழை காலத்தில் அப்போதைக்கப்போது அடிக்கும் வெய்யிலே இல்லை. சேனைக் கிழங்கில் பச்சை இலைகள் முளை விட்டன. ஆனால் வெய்யில் இல்லாவிட்டால் கிழங்கு வளராது என்று விவசாயிகளுக்குத் தெரியும்.

அந்த ஆண்டு அறுவடை மரணச் சடங்கு போலச் சோகமாக இருந்தது. அழுகிப் போன சேனைக் கிழங்கைத் தோண்டிய விவசாயிகள் கண்ணீர் விட்டு அழுதார்கள். ஒருவர் தனது ஆடையை மரக் கிளையில் கட்டித் தொங்கிவிட்டார்.

ஆக்கன்கோ அந்தச் சோகமயமான ஆண்டை நினைக்கும் போதெல்லாம் நடுங்கிப் போவார். துக்கத்தில் எப்படி அடியோடு மூழ்கிப் போகாதிருந்தோம் என்று பின்னால் நினைத்துப் பார்க்கும் போது அவருக்கு வியப்பாக இருக்கும். அவர் மூர்க்கமான சண்டைக்காரரர் என்று அவருக்குத் தெரியும். ஆனால் அந்த ஆண்டு சிங்கத்தின் இதயத்தைக் கூட நொறுக்கி விட்டது.

“அந்த ஆண்டு நான் பிழைத்துக் கொண்டதால் இனி எதையும் தாங்கிக் கொள்வேன்,” என்று எப்போதும் கூறுவார். தன்னுடைய வளையாத மன உறுதியினால்தான் அது முடிந்தது என்று எடுத்துக் கொள்வார்.

அவருடைய தந்தை உனோகாவிற்கு அப்போது மிகுந்த உடல் நலக்குறைவு. அந்த மோசமான அறுவடை மாதத்தில் தனது மகனிடம், “கலங்காதே, நீ கவலைப்படமாட்டாய் என்று எனக்குத் தெரியும். உனக்கு உறுதியான, கர்வமான இதயம். கர்வமுள்ள இதயம் பொதுவாக எல்லோருக்கும் வரும் தோல்வியைத் தாங்கிக் கொள்ளும். ஏனென்றால் அத்தகைய தோல்வி கர்வத்தைக் காயப் படுத்தாது. தனியாக ஒரு மனிதன் தோல்வியைச் சந்திப்பது தான் கடினமானது, கசப்பானது” என்றார்.

தனது கடைசிக் காலத்தில் உனோகா அப்படித்தான் இருந்தார். வயதும் நோயும் அதிகமாக ஆக அவருடைய பேச்சும் அதிகமானது. சொல்ல முடியாத அளவில் அது ஆக்கன்கோவின் பொறுமையைச் சோதித்தது.

4

"ஒரு அரசனின் வாயைப் பார்த்தால் அவர் தன் அம்மாவின் மடியில் பால் குடிக்கவில்லை என்று எண்ணத் தோன்றும்", என்றார் ஒரு பெரியவர். அவர் ஆக்கன்கோவை பற்றித்தான் அப்படிக் கூறினார். ஆக்கன்கோ மிகுந்த ஏழ்மையிலிருந்தும், துரதிர்ஷ்டத்திலிருந்தும் திடீரென்று அவர்கள் குலத்தில் ஒரு பிரபுவாக உயர்ந்து விட்டார். ஆக்கன்கோவின் மேல் பெரியவருக்கு வெறுப்பு இல்லை. உண்மையில் அவர் அவருடைய கடின உழைப்பையும் வெற்றியையும் மதிக்கவே செய்தார். ஆனால் ஆக்கன்கோ வெற்றி பெறாதவர்களை அலட்சியமாக நடத்துவதைக் கண்டு துணுக்குற்றிருக்கிறார். போன வாரம்தான், அடுத்த முன்னோர் விருந்தைப் பற்றி விவாதித்த உறவினர் கூட்டத்தில் ஆக்கன்கோவை ஒருவர் எதிர்த்துப் பேசிவிட்டார். ஆக்கன்கோ அவரைப் பார்க்காமலேயே, "இந்தக் கூட்டம் ஆண்களுக்காக," என்றார். அவரை எதிர்த்துப் பேசியவன் எந்தப் பட்டத்தையும் எடுக்கவில்லை. எனவே தான் அவனைப் பெண்ணென்றார் ஆக்கன்கோ. ஒரு மனிதனின் ஆர்வத்தை எப்படிக் கொன்று போடுவது என்று அவருக்குத் தெரியும்.

அந்த உறவினர் கூட்டத்தில் இருந்த அனைவரும் ஆக்கன்கோ பெண் என்று அழைத்த ஒக்காவின் பக்கமே பரிந்து பேசினார்கள். அங்கே இருந்தவர்களில் வயதில் மூத்த ஒருவர், 'ஒரு நல்ல ஆவி அவர்களுடைய பனங்கொட்டைகளை உடைத்தால் (அதாவது ஒரு தெய்வம் உதவி செய்தால்) தாழ்ச்சியாக இருக்க வேண்டும் என்பதை மறந்துவிடக் கூடாது' என்று கடுமையாகச் சொன்னார். ஆக்கன்கோ தான் சொன்னதற்கு மன்னிப்புக்

கேட்டுக் கொண்டார். கூட்டம் தொடர்ந்தது.

ஆனால் இரக்கமுள்ள ஒரு ஆவி ஆக்கன்கோவின் பனங்கொட்டைகளை உடைத்தது என்பது உண்மையில்லை. அவரே அவற்றை உடைத்துக் கொண்டார். ஏழ்மையையும் துரதிர்ஷ்டத்தையும் எதிர்த்து அவர் நடத்திய கடுமையான போராட்டத்தைத் தெரிந்தவர்கள் யாரும் அவர் அதிர்ஷ்டக்காரர் என்று கூறமாட்டார்கள். யாராவது வெற்றிக்குத் தகுந்தவன் என்றால் அது ஆக்கன்கோதான். மிக இளைய வயதில், அந்தப் பகுதி முழுவதிலும் மிகப் பெரிய மல்யுத்த வீரராகப் புகழ் பெற்றிருக்கிறார். அது ஒன்றும் அதிர்ஷ்டம் இல்லை. அதிகபட்சம் அவரது **'சி'** அல்லது தனித் தெய்வம் நல்லதாக இருந்தது என்று வேண்டுமென்றால் கூறலாம். ஆனால் ஈபோ மக்களிடம் ஒரு பழமொழி இருக்கிறது. ஒருவர் 'ஆம்' என்றால் அவருடைய **சி**யும் ஆம் என்று கூறும். ஆக்கன்கோ ஆம் என்று வலுவாகச் சொன்னார்; எனவே **சி** ஒத்துக் கொண்டது. அவருடைய **சி** மட்டும் இல்லை, அவருடைய குலமும் ஒப்புக் கொண்டது. ஏனென்றால் ஒரு மனிதன் அவனுடைய கைகளை வைத்தே மதிக்கப்படுகிறான். எனவேதான் ஊடோவினுடைய மனைவியின் கொலைக்குப் பரிகாரமாக ஒரு இளைஞனையும், ஒரு கன்னியையும் தர ஒத்துக் கொள்ளாவிட்டால் போர்தான் என்ற செய்தியைக் கொண்டு செல்ல ஆக்கன்கோவை ஒன்பது கிராமங்களும் தேர்ந்தெடுத்தன. அவர்களுடைய பகைவர்கள் உமோஃபியாவிடம் எவ்வளவு அச்சம் கொண்டிருந்தார்கள் என்றால் அவர்கள் ஆக்கன்கோவை ஒரு அரசன்போல நடத்தினார்கள். அவனிடம் ஒரு கன்னியை உடோவிற்கு மனைவியாகக் கொடுத்தார்கள்; அய்க்கமஃபுனா என்ற சிறுவனையும் தந்தார்கள்.

குலப் பெரியவர்கள் அய்க்கமஃபுனா சிறிது காலம் ஆக்கன்கோவின் பாதுகாப்பில் இருக்க வேண்டும் என்று தீர்மானித்தார்கள். ஆனால் அது மூன்றாண்டுகள் நீடிக்கும் என்று யாரும் எதிர்பார்க்கவில்லை. அந்த முடிவை எடுத்தவுடனேயே அவனைப் பற்றி மறந்து விட்டார்கள் போலும்.

அய்க்கமஃபுனா முதலில் மிகவும் பயந்திருந்தான். ஓரிருமுறை தப்பித்து ஓடிப்போகவும் முயன்றான். ஆனால் எங்கே தொடங்குவது என்றுதான் அவனுக்குத் தெரியவில்லை. அவனுடைய அம்மாவையும் மூன்று வயதுத் தங்கையையும் நினைத்து அழுதான். நிவோயின் அம்மா அவனிடம் மிகுந்த அன்பு காட்டினாள். தன்னுடைய குழந்தைகளைப் போல அவனை நடத்தினாள். ஆனால் அவன் சொன்னதெல்லாம், "நான் எப்போது வீட்டிற்குப் போவேன்," என்பதுதான். அவன் ஒன்றும் சாப்பிட மறுக்கிறான் என்று கேள்விப்பட்டவுடன் ஆக்கன்கோ தனது

கையில் உள்ள பெரிய கம்புடன் வருவார். அவன் சேனைக் கிழங்கை நடுங்கிக் கொண்டே விழுங்குவது வரையில் நிற்பார். அவனும் விழுங்கிவிட்டு சிறிது நேரத்தில் குடிசைக்கு வெளியே போய் வாந்தி எடுத்து விடுவான். நிவோயியின் அம்மா அவனிடம் சென்று அவனுடைய நெஞ்சிலும், முதுகிலும் கைகளை வைப்பாள். மூன்று சந்தை வாரங்கள் அவன் நோயுற்றிருந்தான். அவன் உடல் நலம் தேறிய பிறகு தன்னுடைய அச்சத்தையும், துக்கத்தையும் மறந்துவிட்டது போலத் தோன்றியது.

இயற்கையிலேயே அவன் உற்சாகமான சிறுவன். கொஞ்சம் கொஞ்சமாக ஆக்கன்கோவின் வீட்டில் நல்ல பெயர் எடுத்து விட்டான். குறிப்பாகக் குழந்தைகளுக்கு அவனைப் பிடிக்கும். ஆக்கன்கோவின் மகன் நிவோயி அவனுக்கு இரண்டு வயது சிறியவன். இருவரும் இணை பிரியாதவர்களாக ஆகி விட்டார்கள். அய்க்கமஃபுனாவிற்கு எல்லாம் தெரிந்திருந்தது. மூங்கில் குச்சியிலிருந்தும் யானைப் புல்லிருந்தும் புல்லாங்குழல் செய்ய அவனுக்குத் தெரியும். எல்லாப் பறவைகளின் பெயர்களும் அவனுக்குத் தெரியும். சிறிய புதர் எலிகளைப் பிடிக்கப் பொறி வைக்கத் தெரியும். எந்த மரங்களிலிருந்து வலுவான வில்கள் செய்ய முடியும் என்று தெரியும்.

உள்ளூர ஆக்கன்கோவுக்கும் அவன் மேல் பிரியம். ஆக்கன்கோ கோபத்தை தவிர வேறு எந்த உணர்ச்சிகளையும் வெளியில் காட்ட மாட்டார். அன்பைக் காட்டுவது கோழைத்தனத்தின் அடையாளம். வெளியில் காட்டக் கூடியது வலிமை ஒன்றுதான். எனவே அய்க்கமஃபுனாவை மற்றவர்களை நடத்துவது போலத் தான், கண்டிப்புடன்தான் நடத்துவார். ஆனால் அவருக்கு அவனைப் பிடிக்கும் என்பதில் ஐயமில்லை. சில சமயங்களில் அவர் பெரிய கிராமக் கூட்டங்களுக்கோ, இன முன்னோர் விருந்துகளுக்கோ போகும் போது அவனும் உடன்வர அனுமதிப் பார். மகனைப் போல அவனும் அவருடைய நாற்காலியையும், ஆட்டுத் தோல் பையையும் தூக்கி வருவான். உண்மையில் அய்க்கமஃபுனா அவரை அப்பா என்றுதான் அழைத்தான்.

அய்க்கமஃபுனா உமோஃபியாவிற்கு அறுவடைக்கும் நடவுக்கும் இடைப்பட்ட காலத்தில் வந்தான். அமைதி வாரம் ஆரம்பிக்கப் பட்டதற்குச் சில நாட்கள் முன்னர்தான் அவன் உடல் நலம் பெற்றான். அந்த ஆண்டுதான் ஆக்கன்கோ அமைதியை மீறினார். அவர்கள் வழக்கப்படி, பூமித் தெய்வமான எசேனியால் அவர் தண்டிக்கப்பட்டார்.

ஆக்கன்கோ கோபப்பட்டது நியாயம்தான். அவருடைய கடைசி மனைவி தன்னுடைய தோழியின் வீட்டிற்கு சடைபோடச் சென்று விட்டுப் பகல் உணவு தயாரிக்க நேரத்தோடு திரும்ப

வில்லை. அவள் வீட்டில் இல்லை என்பது ஆக்கன்கோவிற்கு முதலில் தெரியாது. அவள் கொண்டு வரவேண்டிய உணவுப் பொருளுக்காகக் காத்திருந்து விட்டு அவளுடைய குடிசைக்கு அவள் என்ன செய்கிறாள் என்று பார்க்கச் சென்றார். அங்கே ஒருவரும் இல்லை. அடுப்பே மூட்டவில்லை.

அவருடைய இரண்டாம் மனைவி வீட்டின் மத்தியில் சின்ன மரத்தின் நிழலில் இருந்த பெரிய பானையிலிருந்து தண்ணீர் இறைக்க வந்தாள். அவளிடம், "ஆஜீயுகோ எங்கே?" என்று கேட்டார்.

"அவள் சடை பின்னப் போயிருக்கிறாள்."

பொங்கி வந்த கோபத்தை அடக்க ஆக்கன்கோ உதட்டைக் கடித்துக் கொண்டார்.

"அவளுடைய குழந்தைகள் எங்கே? அவர்களையும் கூட்டிப் போயிருக்கிறாளா?" என்று வழக்கமில்லாத வழக்கமாக அமைதி யான குரலில் ஆக்கன்கோ கேட்டார்.

"அவர்கள் இங்கேதான் இருக்கிறார்கள்," என்றாள் முதல் மனைவி நிவோயியின் அம்மா. ஆக்கன்கோ குனிந்து அவளுடைய குடிசைக்குள் எட்டிப்பார்த்தார். ஆஜீயுகோவின் குழந்தைகள் அவருடைய முதல் மனைவியின் குழந்தைகளுடன் உணவருந்திக் கொண்டிருந்தார்கள்.

"அவள் போவதற்கு முன்னர் உன்னை அவர்களுக்குச் சாப்பாடு கொடுக்கச் சொன்னாளா?"

"ஆமாம்,"என்று பொய் சொன்னாள் நிவோயியின் அம்மா, ஆஜீயுகோவின் குற்றத்தைக் குறைக்கும் வகையில்.

அவள் உண்மை சொல்லவில்லை என்று ஆக்கன்கோவிற்குத் தெரியும். ஆஜீயுகோ வரும் வரையில் அவருடைய ஆபியில் காத்திருந்தார். அவள் வந்தவுடன் செம்மையாக அடி கொடுத்தார். அவருடைய கோபத்தில் அது அமைதியின் வாரம் என்பதை மறந்துவிட்டார். பேரச்சத்துடன் அவருடைய முதல் இரண்டு மனைவியரும் அலறிக்கொண்டு வந்து அது புனித வாரம் என்று கெஞ்சினார்கள். ஆனால் ஆக்கன்கோ யாரையாவது அடிக்கும் போது பாதியில் நிறுத்துபவர் இல்லை. தெய்வத்துக்குக் கூடப் பயப்பட மாட்டார்.

ஆக்கன்கோவின் பக்கத்து வீட்டுக்காரர்களுக்கும் அவனுடைய மனைவியின் அலறல் கேட்டது. சுற்றுச்சுவர்களுக்கு அப்பால் இருந்து அவர்கள் என்ன நடந்தது என்று கேட்டார்கள். சிலர் உள்ளேயும் வந்து விட்டார்கள். புனித வாரத்தில் யாரையாவது அடிப்பது இதுவரையில் கேட்டிராதது.

சினுவ அச்சிபி ❖ 35

இருட்டுவதற்கு முன்னர் பூமித் தெய்வமான ஆனியின் பூசாரி எசேனி ஆக்கன்கோவின் ஆபிக்கு வந்தார். ஆக்கன்கோ கோலா பருப்பைக் கொண்டு வந்து பூசாரியின் முன் வைத்தார்.

"உன்னுடைய கோலாப் பருப்பை எடுத்துப் போ. நமது தெய்வங்களிடமும் முன்னோர்களிடமும் மரியாதை இல்லாத ஒருவன் வீட்டில் சாப்பிட மாட்டேன்."

ஆக்கன்கோ தன்னுடைய மனைவி செய்ததை விளக்க முயன்றார். ஆனால் எசேனி அதைக் கவனிக்க மறுத்துவிட்டார். கையில் குட்டையான தடி ஒன்றை வைத்திருந்தார். தனது கருத்தை அழுத்தமாகக் கூறுவதற்காகவே தடியைத் தரையில் அடித்தார்.

ஆக்கன்கோ பேசி முடித்தவுடன் அவர் "நான் சொல்வதைக் கேள். உமோஃபியாவிற்கு நீ புதியவன் இல்லை. தரையில் எதனையும் பயிரிடுவதற்கு முன்னர் ஒருவாரம் யாரும் தனது பக்கத்து வீட்டாரைக் கடிந்துகூடப் பேசக்கூடாது என்று நமது முன்னோர்கள் பணித்திருக்கிறார்கள் என்பது என்னைப் போலவே உனக்கும் தெரியும். பூமியின் தெய்வத்திற்கு மரியாதை செய்யும் விதமாக நாம் அனைவரோடும் சமாதானத்தோடு இருக்கிறோம். அந்தத் தெய்வத்தின் அருள் இல்லையென்றால் பயிர்கள் விளையாது. நீ மிகப் பெரிய தவறைச் செய்துவிட்டாய்," என்றார். பிறகு தனது தடியைத் தரையில் ஓங்கி அடித்தார். "உனது மனைவி தவறு செய்துவிட்டாள். ஆனால் நீ உன்னுடைய ஆபிக்குள் நுழையும் போது அவளுடைய காதலனை அவள் மேல் பார்த்தாலும்கூட நீ அடிக்க கூடாது. அப்படி அவளை அடித்தால் நீ பெரிய தீமையைச் செய்தவனாக ஆகிறாய்." மீண்டும் ஒரு முறை தடியைத் தரையில் அடித்தார். "நீ செய்த இந்தக் குற்றம் நம்முடைய குலத்தையே அழித்துவிடும். நீ அவமானப்படுத்திய பூமி தெய்வம் அவளுடைய வளத்தை நமக்குத் தர மறுத்துவிடுவாள். பிறகு நாம் அழிய வேண்டியதுதான்." இப்போது அவர் தொனி கோபத்திலிருந்து கட்டளைக்கு மாறிற்று. "நாளை ஆனியின் கோவிலுக்கு ஒரு பெண் ஆடு, ஒரு கோழி, ஒரு ஆடை மற்றும் நூறு சோழிகளைக் கொண்டு வர வேண்டும்," என்று கூறிவிட்டு எழுந்து போய்விட்டார். பூசாரி கூறியது போலவே ஆக்கன்கோ செய்தார். கூடவே ஒரு மொந்தைக் கள்ளையும் எடுத்துச் சென்றார். உள்ளுக்குள் அவர் மனம் வருந்தினார். ஆனால் பக்கத்து வீட்டுக்காரர்களிடமெல்லாம் தான் தவறு செய்து விட்டதாகச் சொல்லிக் கொண்டு அலையும் ஆள் இல்லை அவர். எனவே குல தெய்வங்களை அவர் மதிப்பதில்லை என்று மக்கள் பேசிக் கொண்டார்கள். அவருடைய பகைவர்கள் அவருடைய வெற்றியால் அவருக்குத்

தலைக்கு ஏறிவிட்டது என்றார்கள். நன்றாக இறை தின்றுவிட்டு தனது **சி** யையே சண்டைக்கிழுத்த சிறிய இன்கா பறவை என்று அவரைக் குறிப்பிட்டுச் சொன்னார்கள். அமைதி வாரத்தில் எந்த வேலையும் நடைபெறாது. மக்கள் தங்கள் பக்கத்து வீட்டுக்குச் சென்று கள் குடித்தார்கள். இந்த ஆண்டு ஆக்கன்கோ செய்த நிசோ-அனியை*ப் பற்றித்தான் பேசினார்கள். பல ஆண்டுகளில் ஒருவன் புனித அமைதியைக் கெடுத்தது இப்போதுதான் முதல் தடவை. வயதானவர்கள் கூட எப்போதோ ஒரு காலத்தில் நடந்த ஒன்றிரண்டு நிகழ்ச்சிகளைத்தான் நினைவுபடுத்திக் கொள்ள முடிந்தது. அந்தக் கிராமத்தில் வயதில் மூத்தவரான ஆக்டிவஃபி எசியுடு அவருடைய வீட்டிற்கு வந்திருந்த இரண்டு பேரிடம் "இப்போதெல்லாம் நமது குலத்தில் ஆனி அமைதியைக் கெடுத்தவர்களுக்குத் தண்டனை மிக எளிமையானதாக ஆகிவிட்டது" என்று சொல்லிக் கொண்டிருந்தார்.

"இப்படி எல்லாம் இருந்ததில்லை", என்றார் அவர். "அந்தக் காலத்தில் எல்லாம் அமைதியைக் கெடுத்தவர்களைச் சாகும் வரையில் தரையிலேயே இழுத்துக் கொண்டு போவார்கள் என்று அவரிடம் சொன்னதாக என்னுடைய தந்தை சொல்லியிருக்கிறார். ஆனால் இந்தப் பழக்கத்தை நிறுத்திவிட்டார்கள். ஏனென்றால் அமைதியைக் காப்பதற்காக ஏற்படுத்தப்பட்ட ஒன்றே அமைதி யைக் குலைத்து விட்டது."

வந்தவர்களில் இளைஞன் ஒருவன், " சில குலங்களில் அமைதி வாரத்தில் ஒருவர் இறப்பது பழி பாவம் என்று நேற்று ஒருவர் சொன்னார்," என்றான்.

"உண்மை தான்" என்றார் எசியுடு. "ஒபோடோனியில் அது தான் வழக்கம். இந்தக் காலத்தில் ஒருவன் இறந்தால் அவனைத் தரையில் புதைக்க மாட்டார்கள். தீய காட்டில் தூக்கிப் போட்டு விடுவார்கள். இது அந்த மக்கள் கடைப்பிடிக்கும் மோசமான வழக்கம். அவர்களுக்கு அறிவு போதாது. அது தான் அப்படிச் செய்கிறார்கள் புதைக்காமலேயே நிறைய ஆண்களையும் பெண்களையும் தூக்கிப்போட்டு விடுவார்கள். அதனால் என்ன ஏற்படுகிறது? அவர்கள் குலத்தில் புதைக்கப்படாதவர்களின் தீய ஆவிகள் அதிகம். இவை உயிரோடு இருப்பவர்களுக்குத் தீமை செய்கின்றன."

அமைதி வாரத்திற்குப் பிறகு ஒவ்வொருவரும் தங்கள் குடும்பத்துடன் புதரை அகற்றி புதிய தோட்டங்களை உண்டாக் கினார்கள். வெட்டப்பட்ட புதரைக் காயவிட்டு தீ வைத்து

---

* நிசோ அனி - எல்லோராலும் வெறுக்கப்படும் ஒரு மதக் குற்றம்.

விடுவார்கள். புகை மேலே எழும்பும் போது பருந்துகள் எல்லாத் திசைகளிலிருந்தும் வந்து எரியும் தோட்டங்களுக்கு மேல் பறக்கும். அது இரங்கல் தெரிவிக்க வந்தது போல இருக்கும். மழைக்காலம் வரும், அவை போய் விட்டு காய்ந்து போகும் காலத்தில் திரும்ப வரும்.

ஆக்கன்கோ தன்னுடைய விதை சேனைக்கிழங்குகளைத் தயாரிப்பதில் சில நாட்கள் செலவிட்டார். ஒவ்வொரு கிழங் கையும் எடுத்து அது விதைக்கத் தகுந்தது தானா என்று கவனமாகப் பார்த்தார். சில சமயங்களில் ஒரு கிழங்கு பெரியதாக இருந்தால் தனது கூரிய கத்தியால் இலாவகமாக இரண்டாக வெட்டுவார். அவருடைய மூத்த மகனும் அய்க்கமஃபுனாவும் அவருக்கு உதவி செய்தார்கள். குலுக்கையிலிருந்து பெரிய கூடைகளில் சேனைக் கிழங்குகளைக் கொண்டு வந்தார்கள். நானூறு நானூறாக எண்ணி வைத்தார்கள். சில சமயங்களில் ஆக்கன்கோ அவர்கள் இருவரையும் கிழங்குகளைத் தயாரிக்கச் சொல்வார். ஆனால் அவர்கள் என்ன செய்தாலும் குற்றம் கண்டுபிடிப்பார். அதைக் கடுமையாக பயமுறுத்திச் சொல்வார். நிவோயியிடம், "நீ என்ன சமையலுக்குக் கிழங்கு வெட்டுகிறோம் என்று எண்ணிக் கொண்டு இருக்கிறாயா? இந்த அளவில் இன்னொரு கிழங்கை வெட்டினால் உன்னுடைய தாடையைப் பெயர்த்து விடுவேன். நீ என்ன இன்னும் பச்சைக் குழந்தையா? உன் வயதில் எல்லாம் நான் ஒரு தோட்டத்தையே சம்பாதித்து விட்டேன்" என்றார். அய்க்கமஃபுனாவிடம், "நீ பிறந்து வந்த இடத்தில் சேனைக்கிழங்கு பயிரிட மாட்டார்களா?" என்றார்.

சிறுவர்களுக்கு விதைச் சேனைக்கிழங்குகளைத் தயாரிக்கும் கடினமான கலையைக் கற்பதற்கு இன்னும் வயதாகவில்லை என்பது ஆக்கன்கோவிற்கு உள்ளூரத் தெரியும். ஆனால் சிறு வயதிலேயே அவர்கள் படித்துக்கொள்ள வேண்டும் என்று எண்ணினார். சேனைக் கிழங்கு ஆண்மைக்கு அடையாளம். ஒரு அறுவடையிலிருந்து அடுத்த அறுவடை வரையில் தனது குடும்பத்திற்குச் சேனைக் கிழங்கு உண்ணக் கொடுக்க முடியுமானால் அவன் பெரிய ஆள் தான். ஆக்கன்கோ தனது மகன் பெரிய விவசாயியாக, பெரிய ஆளாக வளர வேண்டும் என்று விரும்பினார். ஆனால் அவனிடம் சோம்பல் இருப்பதைப் பார்த்திருக்கிறார். அதைக் கிள்ளி எறிந்து விடுவார்.

"நமது குலத்தில் தலை நிமிர்ந்து நிற்க முடியாத மகன் எனக்கு வேண்டாம். என்னுடைய கைகளாலேயே அவனை நெரித்துக் கொன்று விடுவேன். என்னை முறைத்துப் பார்த்துக் கொண்டு நின்றால் *அமாடியோரோ* உன் தலையை உடைத்து விடும், " என்று கடிந்தார்.

சில நாட்களுக்குப் பிறகு ஒன்றிரெண்டு மழை பெய்து பூமி நனைந்த பிறகு ஆக்கன்கோ தனது குடும்பத்துடன் விதைக் கிழங்குகள், களை வெட்டி, அரிவாளுடன் தோட்டத்திற்குப் போனார். நிலத்தில் வரிசை வரிசையாக மண் குவியல்களில் விதையை நட்டார்கள்.

சேனைக்கிழங்கு பயிர்களுக்கு அரசன்; அதிகம் வேலை வாங்கி விடும். மூன்று நான்கு நிலாக்கள் கடுமையாக உழைக்க வேண்டும். சேவல் கூவியதிலிருந்து கோழிக் குஞ்சுகள் கூட்டிற்குள் அடைவது வரையில் கடினமாகப் பார்க்க வேண்டும். முளைவிட்டவுடன் அவற்றைப் பூமியின் சூட்டிலிருந்து காப்பாற்ற சிசல் இலைகளால் மறைக்க வேண்டும். மழை அதிகமானவுடன் பெண்கள் சோளம், பூசணி, பீன்சுகளை சேனைக்கிழங்கு மேடுகளுக்கு இடையில் பயிரிடுவார்கள். முதலில் சிறிய குச்சிகளை வைத்துக் கிழங்குச் செடியை நிறுத்துவார்கள். பிறகு வளர்ந்த மரக் கிளைகளை வைப்பார்கள். குறிப்பிட்ட நாட்களில் மூன்றுமுறை பெண்கள் களை எடுப்பார்கள். மிக முன்னதாகவோ, காலந் தாழ்த்தியோ செய்யக் கூடாது.

இப்போது மழை முழுவதுமாகப் பெய்யத் தொடங்கி எவ்வளவு கொட்டோ கொட்டோன்று கொட்டியது என்றால், கிராம மழை வருவிப்பவர் தன்னால் குறுக்கிட முடியாதென்று சொல்லிவிட்டார். மழை வருவிப்பவர் கடினமான நாட்களில் தன்னுடைய சக்தியைப் பயன்படுத்தமாட்டார். மிக வறண்ட கலத்தில் மழை கொண்டுவர முயலமாட்டார். முயன்றால் அவருடைய உடல் நலம் பாதித்துவிடும்.

எனவே மழைக் காலத்தின் மத்தியில் இயற்கைக்குக் குறுக்கே நிற்பதில்லை. சில வேளைகளில் பலமான மழையின்போது வானமும் பூமியும் சாம்பல் நிற நீரில் சேருவது போலத் தோன்றும். அப்போது அமாடியோராவின் இடி மேலிருந்து வருகிறதா கீழிருந்து வருகிறதா என்று கூட உறுதியாகக் கூற முடியாது. அந்தக் காலங்களில் உமோஃபியாவின் எண்ணற்ற கூரை வேய்ந்த குடிசைகளில் குழந்தைகள் தங்கள் அம்மா மூட்டி யுள்ள சமையல் நெருப்பைச் சுற்றி உட்கார்ந்து கதை சொல்லிக் கொண்டிருப்பார்கள். அல்லது அவர்களுடைய தந்தையின் ஆபியில் எரியும் கட்டைகளுக்கு முன்னர் அமர்ந்து சோளத்தை பொரித்துத் தின்று கொண்டிருப்பார்கள். கடினமான நடவுக் காலத்திற்கும், அறுவடை மாதத்திற்கும் இடையிலுள்ள சிறிய ஓய்வுக் காலம் அது.

அய்க்கமஃபுனா ஆக்கன்கோவின் குடும்பத்தில் ஒரு உறுப்பினன் போல இருக்கத் தொடங்கி இருந்தான். இன்னும் தன்னுடைய தாயையும், மூன்று வயதுத் தங்கையையும் நினைத்துக்

கொள்வான். சோகமும் மன அழுத்தமும் உள்ள நேரங்களும் இருக்கும். ஆனால் அவனும் நிவோயியும் இணைபிரியா நண்பர்களாக ஆகிவிட்டார்கள். எனவே அப்படிப்பட்ட சோக நினைவுகள் அடிக்கடி வருவதில்லை; ஆழமாகவும் இருப்பதில்லை. அய்க்கமஃபுனாவிற்கு நிறைய நாட்டுப்புறக் கதைகள் தெரியும். நிவோயியிக்குத் தெரிந்த கதைகளைக்கூடப் புதிய மணத்துடன், வேறொரு குலத்தின் உள்ளூர்ச் சுவையுடன் சொல்வான். அந்தக் கால கட்டத்தை நிவோயி மிகத் தெளிவாகத் தனது வாழ்நாள் முழுவதும் நினைவில் வைத்திருந்தான். அய்க்கமஃபுனா ஒரு முறை ஒரு சில முத்துக்களே உள்ள சோளக் கதிருக்கு எகி - அகாடி - நிவாயி* அதாவது கிழவியின் பற்கள் என்பதுதான் சரியான பெயர் என்று சொன்னான். அதைக் கேட்டு இவன் சிரித்தது கூட ஞாபகம் இருந்தது. உடனே நிவோயியின் மனத்தில் ‘உடலா’ மரத்தருகில் வசித்த நிவாயி நினைவுக்கு வந்துவிட்டாள். அவளுக்கு மூன்று பற்கள்தான் இருந்தன. எப்போதும் குழலைப் புகைத்துக் கொண்டிருப்பாள்.

மழை படிப்படியாக குறைந்தது. இப்போது விட்டுவிட்டுத்தான் பெய்தது. வானமும் பூமியும் மீண்டும் பிரிந்து விட்டன. சூரிய ஒளியின் ஊடே அமைதியான தென்றலுக்கு இடையில் சாய் வாகத் தூறல்கள் விழுந்தன. குழந்தைகள் இப்போது வீட்டிற்குள் இருப்பதில்லை. பாட்டுப் பாடிக் கொண்டே வெளியில் ஓடித் திரிந்தார்கள்.

மழை விழுகிறது, சூரியன் ஒளிர்கிறது.
தனியாக ‘நாடி’ சமைத்துச் சாப்பிடுகின்றான்.

நிவோயி யார் இந்த நாடி, ஏன் தானே சமைத்துச் சாப்பிட்டுத் தனியாக இருக்கிறான் என்று கேடடுக் கொள்வான். இறுதியில் நாடி அய்க்கமஃபுனாவின் மிக விருப்பமான கதையில் வரும் நாட்டில் இருக்க வேண்டும் என்று முடிவு செய்தான். அங்கே எறும்பு அரசவையில் ஆட்சி செய்யும், மணல்கள் நாட்டிய மாடும்.

---

* எகி - அகாடி - நிவாயி - கிழவியின் பற்கள்

5

புதிய சேனைக்கிழங்கின் திருநாள் நெருங்கிக் கொண்டிருந்து. உமோஃபியாவில் திருவிழாக் கொண்டாட்டம் களைகட்டிவிட்டது. பூமித் தெய்வமும், எல்லா வளத்திற்கும் ஊற்றுமான ஆனிக்கு நன்றி சொல்லும் திருவிழா. வேறு எந்தத் தெய்வத்தையும் விட ஆனி மக்கள் வாழ்க்கையில் அதிகப்பங்கு வகித்தது. ஒழுக்கம், நடத்தை ஆகியவற்றின் நீதிபதி இந்தத் தெய்வம் தான். இன்னும் ஒரு படி மேலே போனால், பூமியில் புதைக்கப்பட்ட, அவர்களின் குலத்தில் மறைந்த தந்தையர்களோடு அத்தெய்வம் நெருக்கமாக உறவாடிவந்தது.

பூமித் தெய்வத்திற்கும், குலத்தின் முன்னோருடைய ஆவிகளுக்கும் மரியாதை செலுத்த ஒவ்வொரு ஆண்டும் அறுவடைக்கு முன்னர் புதிய சேனைக்கிழங்கின் திருநாள் கொண்டாடப்படுகிறது. இந்தத் தெய்வங்களுக்குப் படைக்காமல் புதிய கிழங்குகளை உண்ண முடியாது. ஆண்களும்,பெண்களும், சிறியவர்களும்,முதியோரும் புதிய சேனைக்கிழங்குத் திருவிழாவை ஆவலோடு எதிர்பார்த்தார்கள். ஏனென்றால் புதிய ஆண்டை-வளத்தின் பருவத்தை அதுதான் தொடங்கும். புதிய ஆண்டை ருசியான புதிய கிழங்கோடு தொடங்க வேண்டும். சென்ற ஆண்டின் சுருங்கிப் போன கிழங்கோடு தொடங்கக் கூடாது. சமையற் பாத்திரங்கள், மர வட்டில்களெல்லாம் சுத்தமாகக் கழுவப்பட வேண்டும். குறிப்பாக கிழங்கை இடிக்கும் மர உரலைக் கழுவ வேண்டும். கிழங்கு ஃபூஃபும் (கிழங்கை மசித்துத் தயாரிக்கும் உணவு) காய்களின் சூப்பும் கொண்டாட்டத்தின்

பிரதான உணவு. அதை எவ்வளவு சமைப்பார்கள் என்றால் ஒரு குடும்பம் எவ்வளவு சாப்பிட்டாலும், அடுத்த கிராமங்களிலிருந்து எத்தனை நண்பர்களையும், உறவினர்களையும் விருந்துக்கு அழைத் திருந்தாலும் மாலையில் நிறைய உணவு மீதி கிடந்து போகும். ஒரு கதை சொல்வார்கள்.ஒரு பணக்காரர் தனது விருந்தினர் முன்னால் ஃபூஃபூவை மலை போலக் குவித்திருந்தாராம். ஒரு பக்கத்தில் உட்கார்ந்திருப்பவர்கள் எதிர்ப் பக்கத்தில் அமர்ந்திருப்பவர்களைப் பார்க்க முடியாது. மாலையில் தான் ஒருவர் தனது மைத்துனரைப் பார்த்தாராம். அவர் உணவிற்குக் காலம் தாழ்த்தி வந்து எதிர்ப்பக்கம் உட்கார்ந்திருக்கிறார். அதன் பிறகுதான் ஒருவரை ஒருவர் வாழ்த்திக் கொண்டு மிச்சம் இருந்த உணவுக்கு மேலேயே கைகுலுக்கிக் கொண்டார்களாம்.

எனவே புதிய சேனைக் கிழங்குத் திருவிழா உமோஃபியா முழுவதும் மகிழ்ச்சி தரும் விழா. ஈபோ மக்கள் சொல்வது போல, வலிமையுள்ள தோளுள்ள ஒவ்வொருவனும் தொலை தூரத்தி லிருந்தும் நிறைய விருந்தினரை அழைக்க வேண்டும். ஆக்கன்கோ எப்போதும் தன்னுடைய மனைவியரின் உறவினர்களை அழைப் பார்.அவருக்கு மூன்று மனைவியராதலால் பெருங்கூட்டம் சேர்ந்து விடும்.

ஆனால் திருவிழாக்கள் என்றால் மற்றவர்களுக்கு இருக்கும் உற்சாகம் ஆக்கன்கோவிற்கு இருக்காது. நன்றாகச் சாப்பிடுவார். உண்மைதான். இரண்டு பெரிய மொந்தைகள் கள் குடிப்பார். ஆனால் திருவிழாவிற்காகப் பலநாட்கள் காத்திருப்பதும், அதைக் கொண்டாடுவதும் அவருக்கு அவ்வளவு பிடிக்காது. அதற்குப் பதில் தனது தோட்டத்தில் வேலை செய்தால் மகிழ்ச்சியாக இருப்பார்.

திருவிழாவிற்கு இன்னும் மூன்று நாட்கள்தான் இருந்தன. ஆக்கன்கோவின் மனைவியர் சுவர்களையும் குடிசைகளையும் செம்மண்ணால் வளுவளுவென்று அவை பளபளக்கும் வரையில் தேய்த்தார்கள். அதன் பிறகு அவற்றில் வெள்ளை, மஞ்சள், பச்சை நிறங்களில் வடிவங்கள் தீட்டினார்கள். பிறகு தங்களின் உடலில் வண்ணம் பூசிக் கொண்டார்கள். அவர்கள் வயிற்றிலும் முதுகிலும் அழகிய வடிவங்கள் வரைந்து கொண்டார்கள். குழந்தைகளும் அலங்கரிக்கப்பட்டார்கள். முக்கியமாக அவர்களுடைய தலைமுடியை அழகிய வடிவங்களில் சிரைத்து விட்டார்கள். மூன்று பெண்களும் விருந்துக்கு அழைக்கப்பட்ட அவர்களுடைய உறவினர்கள் பற்றி உற்சாகமாகப் பேசிக் கொண் டார்கள். குழந்தைகளுக்குக் கொண்டாட்டம்தான். அம்மா வீட்டிலிருந்து வரும் விருந்தினர்கள் செல்லம் கொடுப்பார்கள். அய்க்கமஃபுனாவும் உற்சாகமாக இருந்தான். அவனுடைய

கிராமத்தைவிட இங்கு புதிய சேனைக் கிழங்குத் திருவிழா சிறப்பாக இருப்பதாக அவனுக்குத் தோன்றியது. அவனுடைய கிராமத்தின் நினைவும் மங்கலாகிக் கொண்டே வந்திருக்கிறது.

அப்போது பெரிய புயல் வீசியது. ஆமாம்! அடக்கி வைத்த கோபத்தோடு தனது சுற்றுச் சுவருக்குள் நடந்து கொண்டிருந்த ஆக்கன்கோ திடீரென்று வெடித்துவிட்டார்.

"யார் இந்த வாழையை வெட்டியது?" என்றார். உடனே வீடு முழுவதும் அமைதியாயிற்று.

"இந்த மரத்தை வெட்டியது யார்? எல்லோரும் செவிட்டு ஊமைகளாக ஆகிவிட்டீர்களா?"

வாழை மரம் ஒன்றும் அடியோடு வெட்டப்படவில்லை. நன்றாகத்தான் இருந்தது. ஆக்கன்கோவின் இரண்டாவது மனைவி வாழை மரத்திலிருந்து உணவைப் பொட்டலம் போடுவதற்காக ஒன்றிரண்டு இலைகளை வெட்டியிருக்கிறாள். அவளும் அதைக் கூறினாள். வேறு கேள்வி கேட்காமல் ஆக்கன்கோ அவளை நையப் புடைத்துவிட்டார். அவளும் அவளுடைய ஒரே மகளும் அழ அழ விட்டு விட்டுப் போய்விட்டார். மற்ற இரு மனைவியரும் குறுக்கே வர முயலவில்லை. தூர நின்று, "போதும், ஆக்கன்கோ," என்று கெஞ்சினார்கள்.

கோபம் அடங்கியவுடன் வேட்டையாடப் போக முடிவு செய்தார். அவரிடம் பல நாட்களுக்கு முன்னர் உமோஃபியாவிற்கு வந்த ஒரு கொல்லர் ஒருவர் செய்து கொடுத்த துருப்பிடித்த துப்பாக்கி இருந்தது. ஆக்கன்கோ வீரதீரத்திற்கு பெயர் பெற்றவராக இருந்தாலும் வேட்டைக்காரர் இல்லை. உண்மையில் அவர் ஒரு எலியைக்கூடத் தன் துப்பாக்கியால் சுட்டதில்லை. எனவே அய்க்கமஃபுனாவிடம் துப்பாக்கியை எடுத்து வரச் சொன்னவுடன், அடிவாங்கிய மனைவி 'சுடாத துப்பாக்கி' என்று என்னமோ முணுமுணுத்தாள். பாவம் அவள்; ஆக்கன்கோவிற்கு அவள் சொன்னது கேட்டுவிட்டது. உடனே வேகமாக அறைக்குள் ஓடி கெட்டிக்கப்பட்ட துப்பாக்கியை எடுத்துக் கொண்டு வந்தார். அவள் பயந்து களஞ்சியத்தின் குட்டைச் சுவரில் ஏறிக் கொண்டாள். அவர் துப்பாக்கிக் குதிரையைத் தட்டி விட்டார். அது பலத்த சப்தத்துடன் வெடித்தது. அவருடைய மனைவியும் குழந்தைகளும் ஒரே கதறல். அவர் துப்பாக்கியை கீழே எறிந்து விட்டு குடிசைக்குள் குதித்தார். அங்கே பயந்து நடுங்கிக் கொண்டு அவள் கீழே கிடந்தாள். ஆனால் காயம் எதுவும் இல்லை. ஒரு பெரு மூச்சு விட்டுவிட்டு ஆக்கன்கோ துப்பாக்கியை எடுத்துக் கொண்டு புறப்பட்டார்.

இந்த நிகழ்ச்சிகளைத் தவிர மற்றபடி ஆக்கன்கோவின் வீட்டில்

சினுவ அச்சிபி ❖ 43

புதிய சேனைக் கிழங்குத் திருவிழா கொண்டாட்டமாகத்தான் இருந்தது. அன்று அதிகாலையில் தனது முன்னோருக்குப் புதிய சேனைக் கிழங்கையும், பனை எண்ணையையும் காணிக்கையாக் கொடுத்துத் தன்னையும் தன்னுடைய குழந்தைகளையும், அவர்களுடைய தாய்மாரையும் இந்தப் புத்தாண்டில் பாதுகாக்குமாறு வேண்டிக் கொண்டார்.

நேரம் செல்லச் செல்ல சுற்றி இருந்த மூன்று கிராமங்களிலிருந்தும் அவருடைய மனைவியர் வீட்டு உறவினர்கள் வரத் தொடங்கினார்கள். ஒவ்வொரு குடும்பமும் ஒரு பெரிய கலயத்தில் கள் கொண்டு வந்தது. இரவு வரையில் சாப்பாடும் குடியும்தான். பிறகு ஆக்கன்கோவின் சம்பந்திகள் அவரவர்கள் வீடுகளுக்குத் திரும்பினார்கள்.

புதிய ஆண்டின் இரண்டாவது நாள் ஆக்கன்கோவின் கிராமத்துக்கும் பக்கத்து கிராமங்களுக்கும் இடையில் மல்யுத்தப் போட்டிக்கு ஒதுக்கப்பட்டிருந்தது. மக்கள் விருந்தையும், உறவினர்களோடு உறவாடியதையும் அதிகம் விரும்பினார்களா அல்லது மல்யுத்தத்தை விரும்பினார்களா என்று சொல்ல முடியாது. ஆனால் ஒரு பெண்ணின் மனத்தில் சந்தேகமே இல்லை. அவள்தான் ஆக்கன்கோ சுடமுயன்று தப்பித்த அவருடைய இரண்டாம் மனைவி எக்வஃபி. அவளுக்கு மல்யுத்த போட்டியை விட எந்தக் கொண்டாட்டமும் பிடிக்காது. பல ஆண்டுகளுக்கு முன்னர், நினைவில் இருக்கும் போட்டிகளிலேயே மிகப் பெரிய போட்டியில் ஆக்கன்கோ பூனையைத் தோற்கடித்தாரல்லவா? அப்போதே கிராமத்து அழகி எக்வஃபி அவரிடம் மயங்கி விட்டாள். ஆனால் அப்போது அவரால் திருமணப் பரிசம் கொடுக்க முடியவில்லை. அவ்வளவு ஏழை. அதனால் அவள் அவரைத் திருமணம் செய்ய முடியவில்லை. ஆனால் சில ஆண்டுகளுக்குப் பிறகு தனது கணவனை விட்டு ஆக்கன்கோவுடன் வாழ ஓடி வந்து விட்டாள். இதுவெல்லாம் பல ஆண்டுகளுக்கு முன்னர் நடந்தது. இப்போது அவளுக்கு நாற்பத்து ஐந்து வயது. வாழ்க்கையில் அவள் பல இன்னல்களைச் சந்தித்து விட்டாள். எனினும் முப்பதாண்டுகளுக்கு முன்னர் எப்படி இருந்ததோ அப்படியே இருந்தது மல்யுத்தம் மேலுள்ள அவளுடைய ஆசை.

புதிய சேனைக் கிழங்குத் திருவிழாவின் இரண்டாவது நாள். இன்னும் நடுப்பகலாக ஆகவில்லை. எக்வெஃபியும் அவளது ஒரே மகள் எசின்மாவும் பானையிலுள்ள தண்ணீர் கொதிப்பதற்காக அடுப்புமுன் உட்கார்ந்திருந்தார்கள். எக்வெஃபி வெட்டிய கோழி மரவட்டிலில் இருந்தது. தண்ணீர் கொதிக்கத் தொடங்கியவுடன் அடுப்பிலிருந்து பானையை லாவகமாகத்

தூக்கி கொதிக்கும் நீரைக் கோழி மேல் ஊற்றினாள். காலிப் பானையை பிரிமணையில் வைத்தாள். கைகளைப் பார்த்தாள், புகையில் கருத்துப் போயிருந்தன. எசின்மாவிற்கு அவளுடைய அம்மா அடுப்பிலிருந்து சுடும் பானையை வெறும் கைகளாலேயே தூக்குவது எப்போதும் ஆச்சரியம்தான்.

"எக்வெஃபி, ஆட்கள் வளர்ந்தவுடன், நெருப்பு அவர்களைச் சுடாதாமே உண்மையா?" என்று கேட்டாள். மற்ற குழந்தைகளைப் போலில்லாமல் எசின்மா தனது தாயைப் பெயர் சொல்லிக் கூப்பிட்டாள்.

"ஆமாம்", என்றாள் எக்வெஃபி. அவளுக்கு விளக்கம் சொல்ல நேரமில்லை. அவளுடைய மகளுக்குப் பத்து வயதுதான். ஆனால் வயதுக்கு மீறிய அறிவு.

"ஆனால் நிவோயியின் அம்மா அன்றைக்குச் சூடான சூப் பானையைக் கீழே போட்டு விட்டாள். அது உடைந்து விட்டது."

எக்வெஃபி, கோழியைத் திருப்பிப் போட்டு இறக்கைகளைப் பிடுங்கத் தொடங்கினாள்.

"எக்வெஃபி," என்றாள், இறக்கைகளைப் பிடுங்குவதில் அம்மாவுடன் சேர்ந்து கொண்டே, " என்னுடைய கண் இமை துடிக்கிறது."

"அப்படியானால் நீ அழப் போகிறாய்," என்றாள் அம்மா.

"இல்லை. இதோ இந்தக் கண் இமை; மேல் இமை," என்றாள் எசின்மா.

"அப்படியானால் நீ எதையோ பார்க்கப் போகிறாய்."

"என்ன பார்க்கப் போகிறேன்?"என்று கேட்டாள்.

"எனக்கு எப்படித் தெரியும்?" எக்வெஃபி தன் மகள் தானாகவே புரிந்து கொள்ளட்டும் என்று விட்டு விட்டாள்.

"ஓ...ஓ, எனக்குத் தெரியும் என்னவென்று — மல்யுத்தப் போட்டி," என்றாள் எசின்மா கடைசியில்.

இப்போது கோழி சுத்தமாகிவிட்டது. எக்வெஃபி அதனுடைய அலகைப் பிடுங்கப் பார்த்தாள். முடியவில்லை. பிறகு தனது மணையிலிருந்து திரும்பி அலகை நெருப்பில் சிறிது நேரம் வாட்டினாள். பிறகு இழுத்தவுடன் வந்துவிட்டது.

"எக்வெஃபி," என்று சத்தம் வேறொரு குடிசையிலிருந்து கேட்டது. அது நிவோயியின் அம்மா, ஆக்கன்கோவின் முதல் மனைவி.

“என்னையா கூப்பிட்டே,” என்றாள் எக்வெஃபி பதிலுக்கு. வெளியிலிருந்து யாரும் அழைத்தால் இப்படித்தான் பதில் சொல்ல வேண்டும். “ஆமாம்,” என்று சொல்ல மாட்டார்கள். ஏதாவது தீய ஆவி கூப்பிட்டிருக்கும் என்று பயம்.

“கொஞ்சம் எசின்மாவிடம் நெருப்புக் கொடுத்து விடுவாயா?” அவளுடைய குழந்தைகளும் அய்க்கமஃபுனாவும் ஓடைக்குப் போய்விட்டார்கள்.

எக்வெஃபி சில கங்குகளை ஓர் உடைந்த சட்டியில் போட்டுக் கொடுத்தாள். எசின்மா நன்றாகக் கூட்டிச் சுத்தம் செய்யப் பட்டிருந்த வளாகத்திற்குள் நடந்து நிவோயியின் அம்மாவிடம் சென்றாள்.

“நன்றி, நிமா,” என்றாள் அவள். அவள் புதிய கிழங்குகளை தோலுரித்துக் கொண்டிருந்தாள். பக்கத்துக் கூடையில் பச்சைக் காய்களும், பீன்சும் இருந்தன.

“நான் நெருப்பு மூட்டவா?” என்றாள் எசின்மா.

“நன்றி, எசிக்போ,” என்றாள். எசின்மாவை எப்போதும் அவள் ‘எசிக்போ’ என்றுதான் கூப்பிடுவாள். ‘எசிக்போ’ என்றால் ‘நல்ல பெண்’ என்று பொருள்.

எசின்மா வெளியே போய் பெரிய விறகு கட்டிலிருந்து சில குச்சிகளைக் கொண்டு வந்தாள். அவற்றைத் தன் குதிகாலை வைத்துச் சிறு துண்டுகளாக உடைத்தாள். பிறகு ஊதி ஊதி நெருப்பு உண்டாக்க முயன்றாள்.

நிவோயியின் அம்மா கிழங்குகளை உரிப்பதை நிறுத்திவிட்டு அண்ணாந்து பார்த்து “ஊதி ஊதி உன் விழி பிதுங்கி விடப் போகிறது. விசிறியால் வீசு,” என்றாள். எழுந்து பரணில் செருகியிருந்த விசிறியை எடுத்து அவளிடம் கொடுத்தாள். அவள் எழுந்தவுடன், சேட்டை பண்ணும் ஆட்டுக் குட்டி கிழங்குத் தோலைத் தின்று கொண்டிருந்தது. கிழங்கிலேயே வாயை வைத்து விட்டது. இரண்டு வாய் கடித்துவிட்டு ஆட்டுக் கொட்டிலுக்குள் அசைபோட ஓடி விட்டது. நிவோயியின் அம்மா அதைத் திட்டிவிட்டு மீண்டும் தோல் சீவ உட்கார்ந்து விட்டாள். இப்போது அடுப்பில் இருந்து புகையாக வந்தது. அவள் விசிறி விசிறி எரிய வைத்தாள். நிவோயியின் அம்மா அவளுக்கு நன்றி கூறினான். எசின்மாவும அவளுடைய அம்மா வீட்டிற்குச் சென்றாள்.

அப்போது, தொலைவிலிருந்து முரசுகள் ஒலிக்கும் சப்தம் கேட்கத் தொடங்கியது. கிராம விளையாட்டுத் திடலான இலோவிலிருந்து முரசொலி வந்தது. ஒவ்வொரு கிராமத்திலும்

ஒரு இலோ* இருக்கும். கிராமத்தைப் போலவே அதுவும் பழமை யானது. அங்குதான் முக்கிய சடங்குகளும் நடனங்களும் நடக்கும். இப்போது வந்த முரசொலி மல்யுத்த நடனத்திற்குரியது. வேகமான மெல்லிசை கொண்டாட்டத்தைச் சுமந்து காற்றில் வந்தது.

ஆக்கன்கோ தொண்டையைக் கனைத்துக் கொண்டு முரசுத் தாளத்திற்கேற்ப பாதங்களை அசைத்தார். அவருடைய இளமைக் காலத்திலிருந்து இந்த முரசொலி கேட்டவுடன் அவருக்கு உள்ளத்துக்குள் நெருப்பு கொளுந்துவிடும். வெறி கொண்டு யாரையாவது அடக்க வேண்டும் போலத் துடிக்கும். பெண்மேல் வெறி ஏற்படுவது போல இருக்கும்.

"நாம் மல்யுத்தத்திற்குப் போக நேரமாகிவிடப் போகிறது," என்று எசின்மா அம்மாவிடம் கூறினாள்.

"பொழுது சாய்ந்த பின்தான் தொடங்கும்."

"முரசை அடிக்கத் தொடங்கிவிட்டார்கள்."

"ஆமாம். முரசை அடிப்பதை மதியமே தொடங்கி விடுவார்கள். ஆனால் சூரியன் மறைவது வரையில் போட்டி தொடங்காது. போய் உங்கள் அப்பா சேனைக் கிழங்கு கொண்டு வந்திருக்கிறாரா என்று பார்."

"கொண்டு வந்துவிட்டார். நிவோயியின் அம்மா சமைக்க ஆரம்பித்துவிட்டார்."

"ஓடிப் போய் நம்முடையதைக் கொண்டுவா சீக்கிரம். நான் சமைக்க வேண்டும். இல்லாவிட்டால் போட்டிக்கு நேரமாகிவிடும்."

எசின்மா குலுக்கையை நோக்கி ஓடிக் குட்டைச் சுவரிலிருந்து இரண்டு கிழங்குகளைக் கொண்டு வந்தாள்.

எக்வெஃபி வேகமாகக் கிழங்குகளை உரித்தாள். ஆட்டுக் குட்டி முகர்ந்து பார்த்துக் கொண்டே வந்து தோலைத் தின்றது. அவள் கிழங்குகளை வெட்டி கோழிக் கறியையும் சேர்த்து குழம்பு தயாரிக்கத் தொடங்கினாள்.

அப்போது வளாகத்திலிருந்து யாரோ, அழுவது கேட்டது. நிவோயியின் தங்கை ஆபியாகெலி மாதிரி இருந்தது.

"ஆபியாகெலியா அழுகிறாள்?" என்று எக்வெஃபி முற்றத்திற்கு அப்பாலிருந்த நிவோயியின் அம்மாவிடம் கேட்டாள்.

---

* இலோ - ஊர் மைதானம். விளையாட்டு போட்டிகள் கூட்டங்கள் நடைபெறும் இடம்.

சினுவ அச்சிபி ❖ 47

“ஆமாம். அவள் தண்ணீர்க் குடத்தை உடைத்துவிட்டாள் போலிருக்கிறது,” என்றாள், பதிலுக்கு.

இப்போது அழுகைச் சப்தம் அருகில் கேட்டது. இப்போது நிறையக் குழந்தைகள் அவர்களுடைய வயதுக்கேற்ப பானைகளைச் சுமந்து கொண்டு வரிசையாக வந்தார்கள். அய்க்கமஃபுனா பெரிய பானையைத் தூக்கிக் கொண்டு முதலில் வந்தான். அவனுக்குப் பின்னால் நிவோயியும், அவனுக்குப் பின்னால் அவனுடைய இரண்டு தம்பிகளும் வந்தார்கள். ஆபியாகெலி கடைசியில் வந்தாள், தண்ணீரோடு. அவளுடைய கையில் துணிச் சும்மாடு வைத்திருந்தாள்.

“என்ன நடந்தது?” என்று அவள் அம்மா கேட்டாள். ஆபியா கெலி தன் சோகக் கதையைச் சொன்னாள். அவளுடைய அம்மா அவளைச் சமாதானப்படுத்தி அவளுக்குப் புதிதாக வேறொரு பானை வாங்கித் தருவதாகச் சொன்னாள்.

நிவோயியின் தம்பிகள் அவர்கள் அம்மாவிடம் உண்மையாக என்ன நடந்ததென்று கூற ஆரம்பித்தார்கள். அய்க்கமஃபுனா அவர் களை முறைத்துப் பார்த்தான். அவர்கள் அடங்கி விட்டார்கள். உண்மையில் நடந்தது என்னவென்றால் ஆபியாகெலி தலையில் தனது பானையை வைத்துக் கொண்டு இன்யங்கா செய்து கொண்டிருந்தாள். பானையைத் தலையில் வைத்துக் கொண்டே தனது கைகளை முன்னால் மடித்துக் கொண்டு பெரிய பெண் போல இடுப்பை ஆட்டினாள். தலையிலிருந்த பானை கீழே விழுந்தவுடன் அவள் உரக்கச் சிரித்தாள். வீட்டிற்கு அருகில், இராகோ மரத்திற்குப் பக்கத்தில் வந்த பிறகுதான் அழத் தொடங்கினாள்.

இன்னும் முரசு ஒலித்துக் கொண்டிருந்தது. அந்தச் சப்தம் கிராமத்திற்கு அப்பால் எங்கிருந்தோ வரவில்லை. அதனுடைய நெஞ்சுத் துடிப்பு காற்றில், சூரிய ஒளியில், மரங்களில்கூட படர்ந்து வந்தது. கிராமம் முழுவதையும் உற்சாகப் படுத்திவிட்டது.

எக்வெஃபி குழம்பில் அவளுடைய கணவனின் பங்கைக் கரண்டியில் மோந்து ஒரு கிண்ணத்தில் போட்டாள். எசின்மா அதை எடுத்துக் கொண்டு அவருடைய ஆபிக்குச் சென்றாள்.

ஆக்கன்கோ தன்னுடைய ஆட்டுத் தோலில் உட்கார்ந்து தனது முதல் மனைவியின் உணவைச் சாப்பிட்டுக் கொண்டிருந்தார். ஆபியாகெலி அவளுடைய அம்மாவின் குடிசையிலிருந்து கொண்டு வந்திருந்தாள். எசின்மா அவளுடைய அம்மா தந்த கிண்ணத்தை அவர் முன் வைத்து விட்டு அபியாகெலியுடன் சென்று அமர்ந்தாள்.

"பெண்ணைப் போல உட்கார்," என்று ஆக்கன்கோ கத்தினார். எசின்மா தனது கால்கள் இரண்டையும் ஒன்றாகச் சேர்த்து நீட்டிக் கொண்டாள்.

சிறிது நேரம் கழித்து, "அப்பா, மல்யுத்தம் பார்க்கப் போகலாமா?" என்று எசின்மா கேட்டாள்.

"ஆமாம், நீயும் வருகிறாயா?" என்றார் அவர்.

"ஆமாம்." கொஞ்சம் பேசாமல் இருந்து விட்டு, "உன்னுடைய நாற்காலியைத் தூக்கிக்கொண்டு வரவா?" என்றாள்.

"வேண்டாம், அது பையன்கள் வேலை", ஆக்கன்கோவிற்கு எசின்மாவை மிகவும் பிடிக்கும். அவள் தன்னுடைய அம்மாவைப் போலவே இருந்தாள். அம்மா அந்தக் காலத்தில் கிராம அழகி அல்லவா? ஆனால் அவருடைய அன்பு எப்போதாவதுதான் வெளியே தெரியும்.

"ஆபியாகெலி அவளுடைய பானையை உடைத்து விட்டாள்," என்றாள் எசின்மா.

"ஆமாம். அவள் என்னிடம் சொல்லிவிட்டாள்,"என்றார் ஆக்கன்கோ சாப்பிட்டுக் கொண்டே.

"அப்பா, சாப்பிடும் போது பேசக் கூடாது. பிறகு வேறு வழியாகப் போய்விடும்," என்றாள் அபியாகெலி.

"உண்மைதான. கேட்டயா எசின்மா? ஆபியாகெலியை விட மூத்தவள் நீ. ஆனால் அவளுக்கு உன்னைவிட அறிவு அதிகம்."

அவர் தன்னுடைய இரண்டாவது மனைவியின் கிண்ணத்தி லிருந்து சாப்பிட்டார். ஆபியாகெலி முதல் கிண்ணத்தை எடுத்துக் கொண்டு அவளுடைய அம்மாவின் குடிசைக்குப் போனாள். அடுத்து நகெச்சி மூன்றாவது பாத்திரத்துடன் வந்தாள். அவள் ஆக்கன்கோவின் மூன்றாவது மனைவியுடைய மகள்.

தூரத்தில் முரசுச் சத்தம் கேட்டுக் கொண்டிருந்தது.

6

ஆண்கள் பெண்கள் குழந்தைகள் - மொத்த கிராமமுமே இலோவில் திரண்டு விட்டது. விளையாட்டுத்திடலின் மையத்தை விட்டு விட்டு வட்டமாகச் சுற்றி நின்றார்கள் மக்கள். கிராமப் பெரியவர்களும், வயதில் மூத்தவர்களும் தங்கள் மகன்கள் அல்லது அடிமைகள் கொண்டு வந்த தங்களது பலகையில் அமர்ந்திருந்தார்கள். ஆக்கன்கோ அவர்களில் ஒருவர். மற்றவர்கள் எல்லாம் நின்று கொண்டிருந்தார்கள். முதலில் வந்தவர்கள் மட்டும் மரத்தூண்களின் மேல் கட்டைகளை வைத்து அமைக்கப் பட்டிருந்த மேடைகளில் இடம் பிடித்துக் கொண்டார்கள்.

மல்யுத்த வீரர்கள் இன்னும் வரவில்லை. கொட்டு அடிப் பவர்கள் மட்டும் அடித்துக் கொண்டிருந்தார்கள். அவர்களும் பார்வையாளர்களின் பெரிய வட்டத்திற்கு முன்னால் பெரியவர் களைப் பார்த்து அமர்ந்து இருந்தார்கள். இவர்களுக்குப் பின்னால் பழமையான இலவம் பஞ்சு மரம் இருந்தது. அது புனிதமானது, நல்ல குழந்தைகளின் ஆவிகள் பிறப்பதற்காகக் காத்துக் கொண்டு அந்த மரத்தில் இருக்கும். சாதாரண நாட்களில் குழந்தை வேண்டுகிற இளம் பெண்கள் அதன் நிழலில் உட்கார்ந்திருப்பார்கள்

இந்த மாதிரி சமயங்களில் ஒழுங்கைக் கவனித்துக் கொண்டி ருந்த இளைஞர்கள் அங்குமிங்கும் ஓடிக்கொண்டும் தங்களுக் குள்ளும், இரண்டு மல்யுத்த அணிகளின் தலைவர்களோடும் அப்போதைக்கு அப்போது ஆலோசனை செய்து கொண்டும் இருந்தார்கள். மல்யுத்த அணிகள் வட்டத்திற்கு வெளியில்

கூட்டத்திற்குப் பின்னால் நின்று கொண்டிருந்தன.

அவ்வப்போது இரண்டு இளைஞர்கள் பனை ஓலைகளின் குருத்துக்களை வைத்துக் கொண்டும் வட்டத்தைச் சுற்றி வந்து, தரையில் அடித்துக் கொண்டும், ஆட்கள் நகராமல் இருந்தால் காலில் அறைந்து கொண்டும் கூட்டத்தை பின்னால் தள்ளிக் கொண்டிருந்தார்கள்.

கடைசியாக இரண்டு அணிகளும் நடனமாடிக்கொண்டு வட்டத்திற்குள் வந்தன. கூட்டம் கைதட்டி ஆர்ப்பரித்தது. கொட்டுகளும் வேகமாக முழங்கின. இளைஞர்கள் பனை ஓலை யுடன் வேகமாகச் சுற்றி வந்தார்கள். முதியவர்கள் கொட்டுச் சத்தத்திற்குத் தலையை ஆட்டிக் கொண்டு, அந்தக் காலத்தில் மல்யுத்தப் போட்டி நடந்த நாட்களை நினைவு கூர்ந்தார்கள்.

பதினைந்து பதினாறு வயதுச் சிறுவர்களுடன் போட்டி தொடங்கியது. இரண்டு அணியிலும் மூன்று சிறுவர்களே இருந்தார்கள். அவர்கள் உண்மையான வீரர்கள் இல்லை. அவர்கள் முன்னோடிகள் தான். சிறிது நேரத்திலேயே இரண்டு இணைகளின் போட்டி முடிந்து விட்டது. ஆனால் மூன்றாவது இணையின் போட்டியின் போது பெரிய சலசலப்பே ஏற்பட்டது. வழக்கமாக வெளியில் உற்சாகம் காட்டாத முதியவர்கள் எழுந்து உட்கார்ந்தார்கள். இரண்டு போட்டிகளையும் விட இது வேக மாக முடிந்து விட்டது. ஆனால் இதுபோன்ற மல்யுத்தத்தை வெகு சிலரே இதற்கு முன்னர் பார்த்திருப்பார்கள். இரண்டு சிறுவர்களும் நெருங்கி வந்தவுடன் ஒருவன் ஏதோ செய்தான். என்ன வென்று யாரும் விவரிக்க முடியாது, ஏனென்றால் மின்னல் போல வேகமாக நடந்தது. இன்னொருவன் தரையில் மல்லாக்கக் கிடந்தான். கூட்டம் ஆரவாரித்தது, கை தட்டியது. சிறிது நேரம் கொட்டுச் சப்தம் கூட கேட்கவில்லை. ஆக்கன்கோ எழுந்து வேகமாக உட்கார்ந்து விட்டார். வெற்றி பெற்ற சிறுவனுடைய அணியிலிருந்து மூன்று இளைஞர்கள் ஓடிவந்து அவனைத் தோளில் தூக்கி வைத்துக் கொண்டு ஆரவாரிக்கும் கூட்டத்தின் நடுவில் நடனமாடிக் கொண்டே போனார்கள். அச்சிறுவன் யாரென்று எல்லோருக்கும் தெரியும். அவன் பெயர் மாடுகா. ஆபியெரிக்காவின் மகன்.

கொட்டடிப்போர் உண்மையான போட்டி தொடங்குவதற்கு முன்னால் சிறிது நேரம் ஓய்வு எடுத்துக் கொண்டார்கள். அவர் களின் உடல் எல்லாம் வியர்வையில் பளபளத்தது. விசிறியை எடுத்து வீசிக் கொண்டார்கள். சிறிய பானையிலிருந்து தண்ணீர் குடித்து, கோலா பருப்புகளைத் தின்றார்கள். மீண்டும் சாதாரண மனிதர்களாக அவர்களுக்குள்ளும் அருகிலிருந்தவர்களோடும் பேசிச் சிரித்துக் கொண்டார்கள். சுற்றிலும் விரைப்பாக இருந்த

நிலை மாறி கொஞ்சம் நெகிழ்ச்சி ஏற்பட்டது. கொட்டின் மேல் விரைப்பாக இழுத்துக்கட்டப்பட்ட தோலின் மீது தண்ணீர் ஊற்றியது போல இருந்தது. இப்போது தான் மக்கள் தங்களைச் சுற்றி நின்றவர்களைப் பார்த்துக் கொண்டார்கள். முதல் முறையாக அருகில் அமர்ந்திருந்த அல்லது நின்று கொண்டிருந்த வர்களைப் பார்த்தார்கள்.

“நீயா, எனக்கு இது வரையில் தெரியவில்லை” என்றாள் எக்வெஃபி, அவள் அருகில் போட்டியின் ஆரம்பாத்திலிருந்தே தோளோடு தோள் உரசிக் கொண்டிருந்த பெண்ணிடம்.

“உன்னைக் குற்றம் சொல்ல முடியாது,” என்றாள் அந்தப் பெண். “இவ்வளவு கூட்டத்தை நான் பார்த்ததே இல்லை. ஆக்கன்கோ உன்னைக் கொல்லப் பார்த்தாராமே, உண்மையா?”

“உண்மைதான் தோழி, அந்தக் கதையைச் சொல்ல வாய் எழும்பவில்லை”.

“உன்னுடைய சி விழித்துக் கொண்டிருக்கிறது, அன்புத்தோழி. என்மகள் எசின்மா எப்படி இருக்கிறாள்?”

“கொஞ்ச நாளாக நன்றாகத்தான் இருக்கிறாள், இருப்பாள் போலிருக்கிறது.”

“நானும் அப்படித்தான் நினைகிறேன். இப்போது அவளுக்கு வயதென்ன?”

“பத்து வயதாகப் போகிறது”

“அப்போ பிழைத்து இருப்பாள். ஆறு வயதுக்கு முன்னால் இறக்காவிட்டால் பிழைத்துக் கொள்வார்கள்,”

“பிழைத்துக் கொள்வாள் என்று வேண்டிக் கொள்கிறேன்,” என்றாள் எக்வெஃபி பெருமூச்சுடன்.

அவள் பேசிக்கொண்டிருந்த பெண் பெயர் சியலோ. மலை கள் மற்றும் குகைகளின் அக்பாலாவின் பூசாரி. சாதாரண வாழ்க்கையில் சியலோ ஒரு விதவை. இரண்டு குழந்தைகள் அவளுக்கு உண்டு. அவளும் எக்வெஃபியும் தோழிகள். இரு வருக்கும் பொதுவான கூடாரம் சந்தையில் உள்ளது. அவளுக்கு எக்வெஃபியின் ஒரே மகளான எசின்மாவை மிகவும் பிடிக்கும். அவளை எனது மகள் என்று தான் அழைப்பாள். அடிக்கடி மீன் கேக் வாங்கி எசின்மாவிற்குக் கொடுக்க எக்வெஃபியிடம் கொடுப்பாள். சாதாரண வாழ்க்கையில் சியலோவைப் பார்க்கும் யாரும் அக்பாலாவின் ஆவி அவளிடம் இருக்கும் போது குறி சொல்பவள் இவள் தானா என்று நம்ப மாட்டார்கள்.

கொட்டுக்காரர்கள் மீண்டும் குச்சியைக் கையிலெடுத்தார்கள்.

சுற்றுப்புறம் அதிர்ந்தது. இழுத்துக் கட்டிய தோல் நாண் போல விரைப்பானது.

போட்டி நடைபெறும் திடலில் இரண்டு அணிகளும் நேருக்கு நேர் நின்றன. ஒரு அணியிலிருந்து ஒரு இளைஞன் நடனமாடி நடுவில் வந்து சண்டை போட விரும்புகிறவனைக் காண்பித்தான், இருவரும் நடனமாடிக் கொண்டு மத்தியில் வந்து ஒதுங்குவார்கள்.

ஒவ்வொரு அணியிலும் பன்னிரெண்டு பேர் இருந்தார்கள். ஒரு அணியிலிருந்து அடுத்த அணிக்கு சவால் போகும்.இரண்டு நடுவர்கள் போட்டியாளர்களைச் சுற்றி சுற்றி வந்தார்கள். இரண்டு பேரும் சமமாக இருந்தால் போட்டியை நிறுத்தி விடுவார்கள். இப்படி ஐந்து போட்டிகள் நின்று விட்டன. ஆனால் மிகவும் கிளர்ச்சியூட்டும் நேரம் ஒருவன் கீழே தள்ளப்படும் போது தான். அப்போது கூட்டம் ஒரே குரலாகக் கத்தியது. சுற்று வட்டாரக் கிராமங்களுக்கு எல்லாம் கேட்டது.

கடைசிப் போட்டி இரண்டு அணிகளின் தலைவர்களுக்கு இடையே நடந்தது. ஒன்பது கிராமங்களிலும் அவர்கள் சிறந்த மல்லர்கள். இந்த ஆண்டு யார் யாரை வீழ்த்தப் போகிறார்கள் என்று ஆவலோடு கூட்டம் காத்திருந்தது. சிலர் ஆக்கஃகோ சிறந்த மல்யுத்த வீரன் என்றார்கள். மற்றவர்கள் இகாசூதான் சிறந்தவன் என்றார்கள். சென்ற ஆண்டு இருவரில் யாரும் மற்றவனை வீழ்த்தவில்லை. நடுவர்கள் வழக்கத்தை விட அதிக நேரம் கூடக் கொடுத்துப் பார்த்தார்கள். இருவரும் ஒரே மாதிரியான யுத்தியைக் கடைப்பிடித்தார்கள். ஆகவே அடுத்தவனின் திட்டத்தை முன்கூட்டியே யூகித்து விடுவார்கள். அதே மாதிரி இந்த ஆண்டும் நடக்கலாம்.

போட்டி ஆரம்பிக்கும் போது பொழுது சாயத் தொடங்கி விட்டது. கொட்டுகள் பைத்தியம் பிடித்தது போல அலறின. மக்களும் அப்படித்தான். போட்டியிடும் இளைஞர் இருவரும் வட்டத்திற்குள் நடனமாடியபடி நுழைந்தவுடன் கூட்டம் முன்பு தள்ளிக் கொண்டு முன்னேறியது. பனை ஓலைகள் அவர்களைப் பின்னுக்குத் தள்ள முடியாமல் பயனற்றுப் போயின.

இகாசு தனது வலக்கையை நீட்டினான். ஆக்கஃபோ அதனைப் பிடித்தான். இருவரும் நெருங்கினார்கள். கடுமையான போட்டி. இகாசு தனது வலது குதிகாலை ஆக்கஃகோவின் பின்னால் கொண்டு போய் கெட்டிக்காரத்தனமான 'இகே' பாணியால் அவனைக் கீழே தள்ள முயன்றான். ஆனால் அவன் என்ன திட்டமிடுகிறான் என்று அடுத்தவனுக்குத் தெரியும். கூட்டம் சுற்றி நின்று கொட்டடிப்போர்களையே மூழ்கடித்து விட்டது.

வேகமாக ஒலித்த தாளம் வெறும் அர்த்தமற்ற சப்தமாக இல்லை இப்போது. மக்களின் இதயத் துடிப்பாக இருந்தது.

மல்லர்கள் இருவரும் அடுத்தவனின் பிடியில் அப்படியே நின்றார்கள். அவர்களுடைய புயங்களிலும், தொடைகளிலும், முதுகிலும் தசை புடைத்து நின்றது. சமமான போட்டி போலத் தோன்றிற்று. இரண்டு நடுவர்களும் இரண்டு மல்லர்களையும் பிரித்து விட அருகில் சென்று கொண்டிருந்தார்கள். அப்போது இகாசு ஒரு முழங்காலில் நின்று எதிரியைத் தலைக்கு மேல் தூக்கிப் போட முயன்றான். ஆனால் தவறான யுத்தி அது. ஆமாயோராவின் மின்னல் போல ஆக்கஃபோ தனது வலது காலைத் தூக்கி எதிரியின் தலைக்கு மேல் கொண்டு வந்தான். கூட்டம் இடி முழக்கம் போல ஆரவாரித்தது. ஆக்கஃபோவை அவனுடைய ஆதரவாளர்கள் தோளுக்கு மேல் தூக்கி வீட்டுக்குக் கூட்டிப் போனார்கள். அவனைப் பாராட்டிப் பாடினார்கள். இளம் பெண்கள் தாளம் போட்டார்கள்.

எங்கள் கிராமத்தோடு யார் மல்லுக்கு நிற்பார்?
ஆக்கஃபோ எங்கள் ஊருக்காக நிற்பான்.
அவன் நூறு ஆண்களை வீழ்த்தினானா?
அவன் நானூறு பேரை வீழ்த்திவிட்டான்.
அவன் நூறு பூனைகளை வீழ்த்தினானா?
அவன் நானூறு பூனைகளை வீழ்த்தி விட்டான்.
எங்களுக்காகச் சண்டைபோட அவனை அனுப்புங்கள்.

7

அய்க்கமஃபுனா ஆக்கன்கோவின் வீட்டில் மூன்று ஆண்டுகளாக இருந்தான். உமோஃபியாவின் பெரியவர்கள் அவனைப் பற்றி மறந்து விட்டிருந்தார்கள் போலத் தோன்றியது. மழைக் காலத்தில் வளரும் சேனைக்கிழங்கு நாற்றுப் போல அவனும் வேகமாக வளர்ந்தான். புதிய குடும்பத்தில் அவன் முழுவதுமாக ஒன்றிக் கொண்டான். நிவோயியிக்கு அவன் மூத்த சகோதரன் போல இருந்தான். தொடக்கத்திலிருந்தே அந்தச் சிறுவனிடம் ஒரு நெருப்பைத் தூண்டி விட்டவன் போல இருந்தான். நிவோயி வயது வந்தவன் போலத் தன்னை நினைத்துக் கொள்வதற்கு அய்க்கமஃபுனா உதவினான். முன்னெல்லாம் அவனுடைய அம்மாவின் குடிசையில் மாலையில் இருப்பார்கள். ஆனால் இப்போது ஆக்கன்கோவோடு அவருடைய ஆபியில் உட்கார்ந்திருப்பார்கள். அல்லது அவர் மாலைக் கள்ளைப் பனைமரத்திலிருந்து இறக்குவதைப் பார்த்துக் கொண்டிருப்பார்கள். மரக்கட்டையைப் பிளப்பது, உணவை இடிப்பது போன்ற கடினமான ஆண்களின் வேலைகளுக்கு அவனுடைய அம்மாவோ, அப்பாவின் மற்ற மனைவியரோ அவனை அனுப்புவது நிவோயிக்கு மிகவும் பிடிக்கும். ஆனால் தம்பி அல்லது தங்கை மூலம் அப்படிச் செய்தி வந்ததென்றால், நிவோயி கடுப்பாக இருப்பது போல நடிப்பான்; பெண்களைப் பற்றியும் அவர்கள் தரும் தொந்தரவுகள் பற்றியும் முணுமுணுப்பான்.

ஆக்கன்கோவிற்கு அவனுடைய மகனின் வளர்ச்சி பற்றி உள்ளூர மகிழ்ச்சி தான். எல்லாம் அய்க்கமஃபுனாவினால்

தான் என்று அவருக்குத் தெரியும். அவர் இறந்து அவருடைய முன்னோர்களிடம் சேர்ந்த பிறகு வீட்டை நிர்வகிக்கத் தகுந்தவன் போலத் திடமாக நிவோயி வளர வேண்டும் என்று விரும்பினார். பணக்காரன் ஆகி, தன்னுடைய களஞ்சியத்தில் முன்னோர்களுக்குப் படைக்கத் தேவையானதைச் சேர்த்து வைக்க வேண்டும் என்று அவர் எதிர்பார்த்தார். ஆகவே அவன் பெண்களைப் பற்றி கடுகடுப்பாய் முணுமுணுக்கும் போது அவர் மகிழ்ச்சியே அடைந்தார். அது காலம் வரும்போது வீட்டுப் பெண்களை அடக்கி ஆள்வான் என்று காட்டியது. எவ்வளவு தான் ஒருவன் பணக்காரனாக இருந்தாலும் அவன் பெண்களையும், குழந்தைகளையும் (குறிப்பாக பெண்களை) ஆள முடியவில்லை என்றால் அவன் உண்மையில் ஆண்மகன் இல்லை. ஒரு பாட்டு இருக்கிறது. அதில் வரும் மனிதனுக்குப் பத்து மனைவிகள். ஆனால் அவனுடைய ஃபூஃபூவிற்குத் தேவையான சூப் இல்லை.

எனவே ஆக்கன்கோ அவருடைய ஆபியில் பையன்கள் உட்கார்ந்திருப்பதை ஊக்குவித்தார். அவர்களுக்கு வன்முறையும், இரத்தப்பலியும் நிறைந்த ஆண்களுக்கான நாட்டுப்புறக் கதைகளைக் கூறுவார். ஆண்மையோடும் வன்முறையோடும் இருப்பது நல்லது என்று நிவோயிக்குத் தெரியும். எனினும் அவனுக்கு அவனுடைய அம்மா சொல்கிற கதைகளே பிடிக்கும். இன்னும் அவள் தனது குழந்தைகளுக்கு அந்த கதைகளைக் கூறுவாள். ஆமையும் அதனுடைய குறுக்கு வழிகளும், 'எனகி—நிடி—ஆபா' என்ற பறவை உலகையே மல்யுத்தப் போட்டிக்கு அழைத்துப் பூனையால் வீழ்த்தப்பட்டது முதலான கதைகளை அவள் கூறுவாள். பூமிக்கும் வானத்திற்கும் இடையே நடந்த கதையை அவள் அடிக்கடி சொல்வாள். அது நிவோயியிக்கு நினைவில் இருந்தது. பூமிக்கும் வானத்திற்கும் நடந்த சண்டையில் வானம் ஏழு ஆண்டுகளுக்கு மழையை நிறுத்தி வந்தது. பயிர்கள் வாடி விட்டன. இறந்தவர்களைப் புதைக்கக் கூட முடியவில்லை. ஏனென்றால் இறுகிப் போன நிலத்தைத் தோண்ட முடியாமல் மண்வெட்டிகளும் உடைந்து விட்டன. கடைசியாக வானத்திடம் கெஞ்சி மக்களின் துன்பத்தைப் பற்றி பாடி அதன் மனதை இளக வைக்கக் கழுகை அனுப்பினார்கள். நிவோயியின் அம்மா அந்தப் பாடலைப் பாடிய போதெல்லாம் பூமியின் தூதான கழுகு இரக்கம் வேண்டிப் பாடுகின்ற அந்தக் காட்சிக்கு அவன் கொண்டு செல்லப்பட்டான். கடைசியாக வானம் இரக்கப்பட்டு, கழுகிடம் மழையை கோகோ-சேனைக் கிழங்கு

---

* எனகி - நிடி - ஆபா - ஒரு வகைப் பறவை

இலைகளில் பொதிந்து கொடுத்தது. ஆனால் அது வீட்டிற்குப் பறந்து வந்தபோது அதன் நகம், இலைகளைக் கிழித்து மழை விழுந்தது. அதற்கு முன்னர் பெய்யாத அளவு மழை கொட்டியது. கழுகினால் செய்தியைக் கொண்டு வந்து சேர்க்க முடியாத அளவிற்கு மழை. எனவே வேறொரு தூரத்து நாட்டிற்குப் பறந்து போனது. அங்கு ஒரு நெருப்பைப் பார்த்தது. அருகில் போன போது ஒரு மனிதன் பலி கொடுப்பதைப் பார்த்தது. அங்கே குளிர் காய்ந்து குடலையெல்லாம் தின்றது.

இந்த மாதிரி கதைகள் தான் நிவோயியிக்குப் பிடிக்கும். ஆனால் இப்போது அவை முட்டாள் பெண்களுக்கும் குழந்தை களுக்கும் தான் ஏற்றவை என்று அவனுக்குத் தெரியும். அவனுடைய தந்தை அவன் ஓர் ஆண்மகனாக இருக்க வேண்டும் என்று விரும்பினார் என்பதும் அவனுக்குத் தெரியும். ஆகவே பெண்கள் கதைகளில் அவனுக்கு அக்கறை இல்லாதது போல் நடித்தான். அவன் அப்படி நடந்தது அவன் தந்தைக்குப் பிடித்தது என்றும் கண்டு கொண்டான். இப்போதெல்லாம் அவர் அவனைத் திட்டுவதும் இல்லை, அடிப்பதுமில்லை. எனவே நிவோயியும் அய்க்கமஃபுனாவும் பழங்குடி மக்களின் போர்களைப் பற்றிய ஆக்கன்கோவின் கதைகளைக் கேட்பார்கள். அல்லது பல ஆண்டுகளுக்கு முன்னர் அவர் தனது எதிரியை மடக்கி, தன்னுடைய முதல் மனிதத் தலையைக் கொண்டு வந்தது பற்றிய கதைகளைக் கேட்பார்கள். பழங்கதைகளை அவர் அவர்களுக்குச் சொல்லும்போது இருளில் மங்கலான வெளிச்சத்தில் பெண்கள் சமையல் முடிப்பதற்காக காத்துக் கொண்டு உட்கார்ந்திருப்பார்கள். சமையலை முடித்தவுடன் ஒவ்வொரு மனைவியும் ஃபூஃபூவையும் சூப்பையும் கிண்ணங் களில் கணவருக்குக் கொண்டு வருவார்கள். எண்ணெய் விளக்கை ஏற்றி ஒவ்வொரு கிண்ணத்திலிருந்தும் ஆக்கன்கோ ருசி பார்த்துவிட்டு, இரண்டு பங்குகளை நிவோயியிக்கும், அய்க்கம ஃபுனாவிற்கு கொடுப்பார்.

இவ்வாறு நிலாக்களும், பருவங்களும் கழிந்தன. அப்போது வெட்டுக்கிளிகள் வந்தன. பல ஆண்டுகளாக இப்படி நடக்கவில்லை. வெட்டுக்கிளிகள் ஒரு தலைமுறைக்கு ஒருமுறை தான் வரும் என்று பெரியவர்கள் கூறினார்கள். பிறகு ஏழு ஆண்டுகளுக்குத் தொடர்ந்து வரும். அதன் பிறகு ஒரு தலைமுறைக்கு மறைந்து விடும். தூர தேசத்திலுள்ள அவற்றின் குகைகளுக்குத் திரும்பப் போய்விடும். அங்கே அவை குட்டை மனிதர்களால் பாதுகாக்கப்படும். ஒரு தலைமுறைக்குப் பிறகு அந்த மனிதர்கள் குகையைத் திறக்க வெட்டுக்கிளிகள் உமோஃபியாவிற்கு வரும்.

வெட்டுக்கிளிகள் குளிர்ந்த, உலர்ந்த புயற்காற்று வீசும் பருவத்தில், அறுவடைகள் எல்லாம் முடிந்த பிறகு வந்து, தோட்டத்திலுள்ள புல்லை எல்லாம் தின்று விடும்.

ஆக்கன்கோவும் இரண்டு சிறுவர்களும் வீட்டில் சுற்றுச்சுவரின் வெளிப்பக்கத்தில் வேலை செய்து கொண்டிருந்தார்கள். அறுவடைக்குப் பிறகு வரும் எளிதான வேலைகளில் இதுவும் ஒன்று. அடுத்த மழைகாலத்தில் சுவர்களைக் காப்பதற்காக பனைமர மட்டைகள் மற்றும் இலைகளைக் கொண்டு தடித்த மறைப்பைச் செய்தார்கள். ஆக்கன்கோ வெளிச்சுவரிலும் சிறுவர்கள் உட்சுவர்களிலும் வேய்ந்தார்கள். சுவரின் மேற்பக்கத்தில் துளைகள் இருந்தன. அவற்றின் வழியாக ஆக்கன்கோ டை-டையை (கயிறை) நுழைத்தார். சிறுவர்கள் அதை மர ஆப்புகளில் சுற்றித் திரும்பவும் அவரிடம் கொடுத்தார்கள். இப்படி சுவரோடு மட்டைகளும், இலைகளும் சேர்த்துக் கட்டப்பட்டன. பெண்கள் எல்லாம் புதர்களுக்கு விறகெடுக்கச் சென்றார்கள். குழந்தைகள் அடுத்த வீடுகளில் சென்று விளையாடிக் கொண்டிருந்தன. வறண்ட காற்று அடித்துக் கொண்டிருந்தது. தூக்கத்தை ஏற்படுத்துவது போல மந்தம். ஆக்கன்கோவும் சிறுவர்களும் மௌனமாக வேலை செய்து கொண்டிருந்தார்கள். புது பனை ஓலையை மேலே ஏற்றும் போதோ, காய்ந்த இலைகளில் நடக்கும்போதோ அந்த அமைதி குலைந்தது.

அப்போது தான் திடீரென்று உலகின் மேல் நிழல் கவிழ்ந்தது. கனத்த மேகத்தின் பின்னால் சூரியன் மறைந்துவிட்டது போலத்தோன்றிற்று. ஆக்கன்கோ தனது வேலையை விட்டு விட்டு அண்ணாந்து பார்த்தார். காலமில்லாத காலத்தில் மழையா என்று எண்ணினார். ஆனால் உடனே எல்லாத் திசைகளிலிருந்தும் மகிழ்ச்சி ஆரவாரம். மத்தியான உறக்கத்தில் தலை சாய்ந்திருந்த உமோஃபியா சுறுசுறுப்பானது.

“வெட்டுக்கிளிகள் இறங்குகின்றன,” என்று மகிழ்ச்சி சத்தம். ஆண்களும் பெண்களும் குழந்தைகளும் தங்கள் விளையாட்டையும் வேலையையும் விட்டு விட்டு வெளியே வந்தார்கள். அதிகம் பேர் பார்த்திராததொரு காட்சி. வெட்டுக்கிளிகள் பலப்பல ஆண்டுகளாக வந்ததில்லை. முன்னால் முதியவர்கள்தான் பார்த்திருக்கிறார்கள்.

முதலில் சின்னச் சின்னக் கூட்டங்கள் தான் வந்தன. அவை நிலைமை எப்படி இருக்கிறது என்று பார்க்க வந்த தூதுவர்கள். பிறகு கீழ் வானத்தில் மெள்ள கரும் மேகம் உமோஃபியாவை நோக்கி நகர்ந்து வந்து கொண்டிருந்தது. விரைவிலேயே பாதி வானத்தை மூடிவிட்டது. கனமான பூச்சிக் கூட்டத்தில் ஆங்கே ஆங்கே தோன்றும் ஒளிக் கண்கள். ஒரு பிரம்மாண்டமான

காட்சி; சக்தியும் அழகும் நிறைந்த காட்சி.

எல்லோரும் வெளியே வந்து விட்டார்கள். மிகுந்த மனக் கிளர்ச்சியுடன் பேசிக் கொண்டார்கள். அன்றைய இரவு வெட்டுக்கிளிகள் உமோஃபியாவில் தங்க வேண்டும் என்று வேண்டிக் கொண்டார்கள். வெட்டுக்கிளிகள் உமோஃபியாவிற்கு வந்து பல ஆண்டுகள் ஆனாலும் அவை தின்பதற்கு நன்றாக இருக்கும் என்று உள்ளுணர்வால் அறிந்திருந்தார்கள். அவை ஒரு மரம் விடாமல், ஒரு புல் விடாமல் அமர்ந்திருந்தன. கூரைகளிலும், தரைகளிலும் கூடாரமிட்டன. பெரிய மரக்கிளைகள் கூட அவற்றின் சுமை தாங்காமல் ஒடிந்து விழுந்தன. அந்தப் பகுதி முழுவதும் பசிமிக்க வெட்டுக்கிளிகள் கூட்டத்தினால் மண் சிவப்பு நிறமாயிற்று.

பலர் கூடைகளை எடுத்துக் கொண்டு அவற்றைப் பிடிக்க ஓடினார்கள். ஆனால் பெரியவர்கள் இரவு வரையில் பொறுக்குமாறு ஆலோசனை கூறினார்கள். அவர்கள் கூறியது சரியாக இருந்தது. பூச்சிகள் புதர்களில் இரவில் அமர்ந்தன. அவற்றின் இறகுகள் பனியில் நனைந்தன. உமோஃபியா முழுவதும் வறண்ட சூறைக் காற்றைப் பொருட்படுத்தாமல் வெளியில் வந்தது. ஒவ்வொரு பைகளிலும் பானைகளிலும் பூச்சிகளை நிரப்பினார்கள். அடுத்தநாள் அவற்றை மண்பானைகளில் போட்டுப் பொரித்து நன்றாக உலர்ந்து மொறுமொறுப்பாக ஆகும் வரை வெய்யிலில் காய வைத்தார்கள். பல நாட்கள் இந்த அபூர்வ உணவைப் பனை எண்ணெயுடன் உண்டார்கள்.

ஆக்கன்கோ தனது ஆபியில் அய்க்கமஃபுனா, நிவோயியுடன் உட்கார்ந்து மகிழ்ச்சியாகக் கொரித்துக் கொண்டும், கள்ளைக் குடித்துக் கொண்டும் இருந்தார். அப்போது ஆக்புயிஃபி எசுயுடு வந்தார். உமோஃபியா பகுதியில எசுயுடு வயதில் மூத்தவர். அவர் காலத்தில் பயமறியாத பெரிய வீரராகத் திகழ்ந்தவர். குலத்தில் அவருக்கு மிக மரியாதை உண்டு. அவர் சாப்பிட மறுத்து விட்டு ஆக்கன்கோவோடு ஏதோ பேச அவரை வெளியே அழைத்துச் சென்றார். அவர்கள் வெளியே போகும் போது, முதியவர் தனது கோலை ஊன்றிக் கொண்டு நடந்தார். மற்றவர்கள் கேட்க முடியாத அளவு தூரமாகப் போனவுடன், அவர் ஆக்கன்கோவிடம் கூறினார்:

"அந்த பையன் உன்னை அப்பா என்று அழைக்கிறான். அவனுடைய சாவில் நீ தலையிடாதே" ஆக்கன்கோவிற்கு வியப்பு. ஏதோ அவர் சொல்ல முயன்றார். ஆனால் முதியவர் தொடர்ந்தார்:

"ஆமாம் உமோஃபியா அவனைக் கொல்ல முடிவு செய்து

விட்டது. மலைகள் மற்றும் குகைகளின் தெய்வம் அருள்வாக்கு சொல்லி விட்டது. வழக்கப்படி அவனை உமோஃபியாவிற்கு வெளியே கூட்டிச்சென்று கொன்று விடுவார்கள். நீ அதில் சேர்ந்துவிடக் கூடாது என்பது எனது விருப்பம். அவன் உன்னை அப்பா என்று அழைக்கிறான்."

அடுத்த நாள் காலையில் உமோஃபியாவின் ஒன்பது கிராமங் களிலிருந்தும் மூப்பர்கள் கூட்டம் ஆக்கன்கோவின் வீட்டிற்கு வந்தது. அவர்கள் தணிந்த குரலில் பேசத் தொடங்குமுன், அய்க்கமஃபுனாவும், நிவோயியும் வெளியே அனுப்பப்பட்டார்கள். அவர்கள் அதிக நேரம் தங்கவில்லை. ஆனால் அவர்கள் சென்ற பிறகு ஆக்கன்கோ நெடு நேரம் தனது தாடையைக் கைகளினால் தாங்கிக் கொண்டு அமர்ந்திருந்தார். அன்று மாலை அய்க்கமஃபுனாவிடம் அடுத்த நாள் அவனுடைய வீட்டிற்கு கூட்டிப் போவதாகத் தெரிவித்தார். இதை ஒட்டுக்கேட்ட நிவோயி கதறி அழத் தொடங்கிவிட்டான். உடனே அவனை ஆக்கன்கோ அடித்து நொறுக்கிவிட்டார். அய்க்கமஃபுனாவை பொறுத்தவரையில் அவனுக்கு ஒன்றும் புரியவில்லை. அவனுடைய சொந்த வீடு தூரத்தில் மங்கலாகத் தெரிந்தது. அவனுக்கு அவன் அம்மா, தங்கை நினைவாகவே இருந்தது. அவர்களைப் பார்ப்பது மகிழ்ச்சியாகத் தான் இருக்கும். ஆனால் அவர்களைப் பார்க்கப் போவதில்லை என்று அவனுக்கு எப்படியோ தோன்றியது. முன்னர் ஆட்கள் தணிந்த குரலில் அவனுடைய தந்தையோடு பேசியது நினைவு வந்தது. அதுவே இப்போது திரும்ப நடப்பது போலத் தோன்றிற்று.

பிறகு, நிவோயி அவனுடைய அம்மாவின் குடிசைக்குச் சென்று அவளிடம் அய்க்கமஃபுனா அவனுடைய வீட்டிற்குப் போவதாகச் சொன்னான். உடனே அவள் மிளகை இடித்துக் கொண்டிருந்த உரலைக் கீழே போட்டுவிட்டு, தனது கைகளை நெஞ்சில் கட்டிக் கொண்டு, "பாவம், குழந்தை," என்று சொல்லிப் பெருமூச்சு விட்டாள்.

அடுத்த நாள் ஒரு பானைக் கள்ளுடன் ஆட்கள் வந்தார்கள். ஏதோ குலக் கூட்டத்திற்குப் போவது போல, அல்லது அடுத்த கிராமத்திற்குச் செல்லப் போவது போல நன்றாக உடை உடுத்திக் கொண்டு வந்தார்கள். அவர்கள் ஆடையை வலது கட்கத்தின் வழியாக போட்டிருந்தார்கள். தங்கள் ஆட்டுத் தோல் பைகளையும், உரையிலுள்ள வெட்டுக்கத்தியையும் வலது தோளில் தொங்க விட்டிருந்தார்கள். ஆக்கன்கோவின் வளாகத்தில் மயான அமைதி. சிறிய குழந்தைகளுக்குக் கூடத் தெரிந்திருந்தது. நாள் முழுவதும் நியோயி அவனுடைய அம்மா வின் குடிசையில் உட்கார்ந்திருந்தான். அவனுடைய கண்களில்

கண்ணீர் துளிர்த்தது.

பயணத்தின் தொடக்கத்தில் உமோஃபியாவின் ஆண்கள் வெட்டுக்கிளிகளைப் பற்றியும், பெண்கள் பற்றியும், தங்களோடு வர மறுத்த பெண் மனம் கொண்ட ஆண்களைப் பற்றியும் பேசிக் கொண்டு நடந்தார்கள். ஆனால் உமோஃபியாவின் எல்லைகள் நெருங்க நெருங்க அமைதியானார்கள்.

சூரியன் தலை உச்சியில் இருந்தது.காய்ந்த மணல் பாதை அதில் புதைந்து கிடந்த அனலைக் கக்கத் தொடங்கி விட்டது. சுற்றியிருந்த காடுகளிலிருந்து பறவைகள் கத்திக் கொண்டிருந்தன. ஆண்கள் மண்ணில் கிடந்த காய்ந்த சருகுகளின் மேல் நடந்தார்கள்.

மற்றபடி அமைதி. பிறகு தூரத்திலிருந்து எக்வியின் சப்தம் மெல்லக் கேட்டது. காற்றில் மிதந்து போயிற்று. தொலைவிலுள்ள குலத்தின்அமைதி நடனம்.

'இது ஓசோ நடனம்' என்று தங்களுக்குள் பேசிக் கொண்டார்கள். ஆனால் யாருக்கும் அது எங்கிருந்து வருகிறது என்று தெரியவில்லை. சிலர் எசிமிலி என்றும் மற்றவர்கள் அபேமி அல்லது அனின்டா என்றும் கூறினார்கள். சிறிது நேரம் விவாதித்து விட்டு அமைதி ஆனார்கள். இனம் புரியாத நடனம் காற்றில் எழுந்து ஓய்ந்தது. எங்கோ ஒருவன் இசையுடனும், நடனத்துடனும், பெரிய விருந்தோடும் பட்டம் எடுத்துக் கொண்டிருக்கிறான்.

ஒற்றையடிப்பாதை இப்போது காட்டின் நடுவில் ஒரு குறுகிய கோடு போல ஆகிவிட்டது. கிராமங்களைச் சுற்றியிருந்த மரங்களும், புதர்களும் போய் இப்போது ராட்சத மரங்களும்,பெரிய கொடிகளும் நிறைந்து காணப்பட்டன. இவை கோடாரியும், நெருப்பும் தொடாமல் தொடக்கத்தில் இருந்தது போலவே இருந்தன. சூரியன் இலைகள், கிளைகள் ஊடே நுழைந்து மணல் பாதையில் வெளிச்சமும் நிழலுமான அழகுக் கோலத்தை வரைந்தது.

அய்க்கமஃபுனா யாரோ தன்பின்னால் தணிந்த குரலில் பேசுவதைக்கேட்டு வேகமாகத் திரும்பினான். தணிந்த குரலில் பேசியவன் இப்போது சப்தமாக மற்றவர்களைத் துரிதப்படுத்தினான்.

"இன்னும் நெடுந்தூரம் போக வேண்டியதிருக்கிறது," என்றான் அவன்... பிறகு அவனும் இன்னொருவனும் முன்னால் வேகமாக நடந்தார்கள்.

இப்படி உமோஃபியாவின் மனிதர்கள் தங்களுடைய உரை போட்ட வெட்டுக் கத்தியுடன் நடந்து போனார்கள்.

அய்க்கமஃபுனா தன் தலையில் கள்பானையைச் சுமந்துகொண்டு அவர்கள் மத்தியில் நடந்தான். முதலில் அவனுக்கு ஒரு மாதிரி யாக இருந்தது. ஆனால் இப்போது பயப்படவில்லை. ஆக்கன்கோ அவன் பின்னால் நடந்து வந்தார். ஆக்கன்கோ தனது தந்தை இல்லை என்று அவனால் நினைத்துக் கூடப் பார்க்க முடியவில்லை. அவனுடைய உண்மையான அப்பாவிடம் அவன் அன்பு வைத்திருக்கவில்லை. இப்போது மூன்றாண்டுகளுக்குப் பிறகு அவர் தொலை தூரத்திற்குப் போய்விட்டிருந்தார். ஆனால் அவனுடைய அம்மாவும், அவனுடைய மூன்று வயதுத் தங்கையும்... இப்போது அவளுக்கு மூன்று வயது இல்லை; ஆறு. இப்போது அவளை அவனால் அடையாளம் கண்டு கொள்ள முடியுமா? இப்போது அவள் பெரிய பெண்ணாக வளர்ந்திருப்பாள். இவனைப் பார்த்தவுடன் இவனுடைய அம்மா எவ்வளவு மகிழ்ச்சியடைவாள்! தன்னை இவ்வளவு நன்றாகப் பார்த்துக் கொண்டு இப்போது திரும்பக் கூட்டி வந்ததற்கு ஆக்கன்கோவிற்கு நன்றி சொல்வாள். இத்தனை ஆண்டுகளில் அவனுக்கு நடந்ததை எல்லாம் சொல்லச் சொல்லிக் கேட்பாள். அவனுக்கு எல்லாமே நினைவில் இருக்குமா? அவளிடம் நிவோயி பற்றியும், அவனுடைய அம்மா பற்றியும், வெட்டுக்கிளிகள் பற்றி யும் கூறுவான்.. திடீரென்று ஒரு நினைவு வந்தது, அவனுடைய அம்மா இறந்திருப்பாள். இந்த எண்ணத்தை மனத்திலிருந்து அகற்ற முயன்றான்; முடியவில்லை. அவன் சிறுவனாக இருந்த போது இது மாதிரியான விஷயங்களைக் கையாள்வது போலவே இதற்கும் முடிவுகட்ட முயன்றான். அந்தப் பாட்டு அவனுக்கு இன்னும் நினைவு இருந்தது.

எசி,எலினா,எலினா
சாலா
எசி இலிக்வா யா
இகவாபா அக்வா ஆலிக்ஹோலி
எபி டன்டா நெச்சி எசி
எபி யுசுசு நெட்டே எக்வு
சாலா

இதனை மனத்திற்குள்ளே பாடிக்கொண்டு அந்தத் தாளப்படி நடந்தான். பாடல் அவனது வலது காலை எடுத்து வைக்கும் போது முடிந்தால், அவனுடைய அம்மா உயிரோடு இருப்பாள். அது இடது காலில் முடிந்தால் இறந்திருப்பாள். இல்லை, அவள் சாகவில்லை; சுகமில்லை அவ்வளவு தான். மீண்டும் பாடினான். இப்போது இடது காலில் முடிந்தது. ஆனால் இரண்டாவது முறையைக் கணக்கில் எடுத்துக் கொள்ளக் கூடாது. முதற்குரல் சுக்வுவிற்கு அல்லது கடவுளின் வீட்டிற்குச் சென்றுவிடும். இது

குழந்தைகளுக்குப் பிடித்தமான பழமொழி. மீண்டும் குழந்தை யாகிவிட்டது போல அய்க்கமஃபுனா உணர்ந்தான். அவனுடைய அம்மாவைப் பார்க்க வீட்டிற்குப் போகிறோம் என்ற எண்ணமாக இருக்க வேண்டும்.

அவனுக்குப் பின்னாலிருந்த ஒருவன் தொண்டையைக் கனைத்தான். அய்க்கமஃபுனா திரும்பிப் பார்த்தான். அவன் திரும்பிப் பார்க்காமல் முன்னால் போகுமாறு சொன்னான். கட்டைக்குரலில் அவன் பேசியபோது அய்க்கமஃபுனாவின் முதுகுத் தண்டு வரையில் பயம் பரவியது. அவன் தலையில் சுமந்து வந்த பானையைப் பிடித்திருந்த கை நடுங்கியது. ஏன் ஆக்கன்கோ பின்னால் வருகிறார்? அய்க்கமஃபுனாவின் கால்கள் செயலிழந்து போயின. திரும்பிப் பார்க்கப் பயம்.

தொண்டையைக் கனைத்தவன் தனது வெட்டுக்கத்தியை உருவி ஓங்கினான். ஆக்கன்கோ வேறு பக்கம் திரும்பிக் கொண் டார். அவனுக்கு வெட்டியது கேட்டது. பானை மண்ணில் விழுந்து உடைந்தது. “அப்பா, என்னைக் கொன்று விட்டார்கள்,” என்று சொல்லிக்கொண்டே அய்க்கமஃபுனா அவரை நோக்கி ஓடிவந்தான். அவனுடைய அலறல் அவருக்குக் கேட்டது. பயத் தில் ஆக்கன்கோ கத்தியை உருவி அவனை வெட்டிப் போட்டார். கோழை என்று மற்றவர்கள் தன்னை நினைத்து விடுவார்கள் என்று பயம்.

அன்றிரவு அவனுடைய தந்தை வீட்டிற்குள் நுழைந்தவுடன் அய்க்கமஃபுனாவைக் கொன்றுவிட்டார்கள் என்று நிவோயியிற்குத் தெரிந்து விட்டது. எதுவோ ஒன்று அவனுள்ளே இற்றுப் போய்விட்டது, இழுத்துக்கட்டப்பட்ட வில்லில் நாண் அறுபடுவது போல. அவன் அழவில்லை; அப்படியே இடிந்து போய்விட்டான். கொஞ்ச நாளைக்கு முன்னர் கூட, சென்ற அறுவடைக்காலத்தில் இதே போன்ற உணர்ச்சி ஏற்பட்டது. எல்லாக் குழந்தைகளுக்கும் அறுவடைக் காலம் பிடிக்கும். சிறிய கூடையில் ஒரு சில சேனைக்கிழங்குகளைத் தூக்கிக் கொண்டு போகக் கூடிய குழந்தைகள் கூட பெரியவர்களுடன் தோட்டத் திற்குப் போவார்கள். அவர்களால் கிழங்குகளைத் தோண்டுவதில் உதவி செய்ய முடியாவிட்டாலும் அவர்கள் விறகுகளைப் பொறுக்குவார்கள். அங்கேயே பொரித்துச் சாப்பிடுவார்கள். வறுத்த சேனைக் கிழங்கைச் சிகப்பு பனை எண்ணெயில் ஊற வைத்துத் திறந்தவெளியில் சாப்பிடுவது வீட்டில் சாப்பிடும் எதையும்விட இனிப்பாக இருக்கும். சென்ற அறுவடையின்போது அப்படி தோட்டத்திலிருந்து ஒருமுறை வரும்போதுதான் நிவோயியிக்கு ஏதோ ஒன்று உள்ளத்தில் அறுந்து போனது.

தூரத்துத் தோட்டத்திலிருந்து சேனைக்கிழங்குக் கூடைகளுடன் நீரோடையைக் கடந்து வந்து கொண்டிருந்த போதுதான் அடர்ந்த காட்டிலிருந்து சிசு ஒன்று அழுகின்ற குரல் கேட்டது.

இதுவரையில் பேசிக்கொண்டு வந்து கொண்டிருந்த பெண்களிடம் திடீரென்று அமைதி. வேகமாக நடக்கத் தொடங்கினார்கள். இரட்டைக் குழந்தைகளை மண் பானைகளில் வைத்துக் காட்டில் எறிந்து விடுவார்கள் என்று நிவோயி கேள்விப்பட்டிருக்கிறான். இனம் தெரியாத பயம் அவனைப் பிடித்துக் கொண்டது. தலை வீங்கிவிட்டது போல ஒரு உணர்வு, இரவில் தனியாகப் போகிறவர் வழியில் கெட்ட ஆவியைக் கடந்து போனது போல. மீண்டும் அதே போன்ற உணர்வு, அய்க்கமஃபுனா கொல்லப்பட்ட அன்றிரவு அவனுடைய அப்பா உள்ளே நுழைந்த போதும் ஏற்பட்டது.

8

அய்க்கமஃபுனாவின் மரணத்திற்குப் பிறகு ஆக்கன்கோ சாப்பிடவே இல்லை. காலையிலிருந்து இரவு வரை கள் குடித்துக் கொண்டிருந்தார். அவருடைய கண்கள், எலியை வாலைப் பிடித்து தரையில் அடித்தால் அதனுடைய கண்கள் சிகப்பாகவும், கொடூரமாகவும் இருப்பது போல இருந்தன. தன்னுடைய மகன் நிவோயியை அழைத்து ஆபியில் தன்னுடன் உட்காரச் சொன்னார். ஆனால் சிறுவன் அவருக்குப் பயந்து அவர் கண் அயர்ந்தவுடன் வெளியே நழுவி விட்டான்.

அன்றிரவு அவர் தூங்கவில்லை. அய்க்கமஃபுனாவைப் பற்றி நினைக்காமல் இருக்க முயன்றார். ஆனால் அவர் மறக்க முயல முயல அவனைப் பற்றிய சிந்தனை ஓடியது. ஒருமுறை படுக்கை யிலிருந்து எழுந்து தனது வளாகத்தில் நடந்தார். ஆனால் அவர் மிகுந்த வலிமை இழந்தவர் போல உணர்ந்தார். கால்கள் நடக்க முடியவில்லை. குடித்து விட்டிருந்த அரக்கன் கொசுவின் கால்களைக்கொண்டு நடப்பது போல இருந்தது. அவ்வப்போது குளிர் நடுக்கம் தலையிருந்து தொடங்கிக் கால் வரையில் பரவிற்று.

மூன்றாம் நாள் தன்னுடைய இரண்டாம் மனைவி எக்வெஃபி யிடம் வாழைக்காய் வருவல் செய்யச் சொன்னார். அவளும் அவருக்குப் பிடித்தமான வகையில் மீனுடன் தயாரித்தாள்.

"நீங்கள் இரண்டு நாட்கள் தூங்கவே இல்லை," என்று அவளுடைய மகள் எசின்மா உணவு கொண்டு வரும்போது கூறினாள். "இதை முழுவதும் சாப்பிடுங்கள்," என்றாள். அவள்

கீழே உட்கார்ந்து கால்களை நீட்டிக் கொண்டாள். ஆக்கன்கோ எதையோ நினைத்துக் கொண்டே சாப்பிட்டார். "இவள் பையனாக இருந்திருக்க வேண்டும்," என்று அவருடைய பத்து வயது மகளைப் பார்த்துக் கொண்டே நினைத்துக் கொண்டார். மீன்துண்டு ஒன்றை அவளுக்குத் தந்தார்.

"போய் கொஞ்சம் குளிர்ந்த தண்ணீர் கொண்டுவா" என்றார். எசின்மா மீனைச் சாப்பிட்டுக் கொண்டே வெளியே ஓடி அவளுடைய அம்மாவின் குடிசையிலிருந்த மண்பானையிலிருந்து ஒரு கிண்ணம் தண்ணீர் கொண்டு வந்தாள்.

ஆக்கன்கோ கிண்ணத்தை வாங்கித் தண்ணீர் குடித்தார். வாழைக்காய்த் துண்டுகளைத் தின்று விட்டுத் தட்டுகளைத் தள்ளி வைத்து விட்டார்.

"என்னுடைய பையை எடுத்து வா," என்றார். எசின்மா குடிசையின் ஒரு மூலையிலிருந்த அவருடைய ஆட்டுத் தோல் பையைக் கொண்டு வந்தாள். அதற்குள் தனது பொடி டப்பியைத் தேடினார். அது ஒரு நீண்ட பை. அவர் தனது கை முழுவதையும் நீட்டித் துளாவ வேண்டியிருந்தது. பொடிடப்பாவோடு வேறு பொருட்களும் இருந்தன. குடிப்பதற்கான கொம்பும், தண்ணீர்க் குடுவையும் அவர் தேடியபோது ஒன்றோடு ஒன்று மோதிக் கொண்டன. பொடிடப்பாவை எடுத்து முழங்காலில் இரண்டு தட்டுத்தட்டிவிட்டு தனது இடது உள்ளங்கையில் சிறிது பொடியை எடுத்துக் கொண்டார். அப்போதுதான் பொடியை எடுக்கக் கரண்டியை வெளியே எடுக்கவில்லை என்பது நினைவிற்கு வந்தது. மறுபடியும் பைக்குள் தேடி ஒரு சிறிய தந்தத்தினாலான கரண்டியை எடுத்தார். அதில் பொடியை எடுத்து மூக்கில் வைத்துக் கொண்டார்.

எசின்மா தட்டை ஒரு கையிலும் காலித் தண்ணீர்க் கோப்பையை இன்னொரு கையிலும் எடுத்துக்கொண்டு அவளுடைய தாயின் குடிசைக்குப் போனாள். "இவள் பையனாகப் பிறந்திருக்க வேண்டும்," என்று மீண்டும் தனக்குள் கூறிக்கொண்டார். அவருடைய மனம் அய்க்கமஃபுனாவை நினைத்து நடுக்கம் கண்டது. ஏதாவது வேலை இருந்து செய்தால் அந்த நினைவு போய்விடும். ஆனால் அறுவடைக்கும் அடுத்த நடவுக்காலத்துக்கும் இடையிலான ஓய்வு நாட்களில் ஆண்கள் செய்யக் கூடிய வேலையெல்லாம், சுற்றுச்சுவர்களில் புதிய பனை ஓலைகளை வேய்வது தான். ஆக்கன்கோ அந்த வேலையை ஏற்கனவே முடித்து விட்டார். வெட்டுக்கிளிகள் வந்தன அல்லவா? அன்றே அந்த வேலையை முடித்து விட்டார். அப்போது அவர் சுவரின் ஒருபக்கத்திலும், அய்க்கமஃபுனாவும் நிவோயியும் அடுத்த பக்கத்திலும் வேலை செய்தார்கள்.

“எப்போது நீ பயந்து நடுங்கும் கிழவியானாய்?” என்று தன்னையே கேட்டுக் கொண்டார். “போரில் பெரிய வீரன் என்று ஒன்பது கிராமங்களிலும் பெயரெடுத்த நீயா இப்படி? ஏற்கனவே சண்டையில் ஐந்து பேரைக் கொன்ற ஒருவன் இன்னொரு பையனை அதனோடு சேர்த்துக் கொண்டதற்கு இப்படி இருக்கலாமா? ஆக்கன்கோ, நீ இப்போது உண்மையிலேயே ஒரு பெண்ணாக ஆகிவிட்டாய்,” என்றார்.

உடனே எழுந்து தனது ஆட்டுத் தோல்பையைத் தோளில் போட்டுக் கொண்டு தனது நண்பர் ஆபியெரிக்காவைப் பார்க்கச் சென்று விட்டார்.

ஆபியெரிக்கா தனது ஆபியின் வெளியே ஆரஞ்சு மரத்தின் நிழலில் அமர்ந்து பனை ஓலைகளைக் கொண்டு கிடுகுகள் பின்னிக் கொண்டிருந்தார். ஆக்கன்கோவும் ஆபியெரிக்காவும் வாழ்த்துக்களைக் கூறிக் கொள்ள ஆபியெரிக்கா நண்பரை தனது ஆபிக்குள் கூட்டிச் சென்றார்.

“கிடுகைப் பின்னியவுடன் நானே உங்களைப் பார்க்க வரலாம் என்றிருந்தேன்,” என்றார் தனது தொடையில் ஒட்டியிருந்த மணலைத் தட்டி விட்டுக் கொண்டே.

“சுகமா?”என்றார் ஆக்கன்கோ.

“ஆமாம்,” என்று விடையளித்தார் ஆபியெரிக்கா. “என்னுடைய மகளைப் பெண் கேட்டு இன்று வருகிறார்கள். பரிசுத் தொகையை இன்று முடிவு செய்யலாம் என்று நினைக்கிறேன். நீங்களும் இருக்க வேண்டும்.”

அப்போது ஆபியெரிக்காவின் மகன் மடுக்கா வெளியிலிருந்து ஆபிக்குள் வந்தான். ஆக்கன்கோவை வணங்கிவிட்டு வளாகத் திற்குத் திரும்பினான்.

“வா,வந்து எனக்குக் கை கொடு,”என்றார் ஆக்கன்கோ அவனிடம். “உன்னுடைய மல்யுத்தம் அன்று எனக்கு மிக்க மகிழ்ச்சியைக் கொடுத்தது.” சிறுவனும் புன்முறுவல் பூத்து ஆக்கன் கோவிடம் கை கொடுத்துவிட்டு வளாகத்திற்குள் சென்றான்.

“நிறைய சாதிக்கப் போகிறான்,” என்றார் ஆக்கன்கோ. “அவனைப் போல ஒரு மகன் இருந்தால் நான் மகிழ்ச்சி அடை வேன். எனக்கு நிவோயியைப் பற்றிக் கவலை. பொடியாக்கிய ஒரு கோப்பைச் சேனைக் கிழங்கு கூட அவனை மல்யுத்தத்தில் கீழே தள்ளி விடும் - அவனுடைய இரண்டு தம்பிகளும் பரவாயில்லை. ஆனால், ஆபியெரிக்கா, என்னுடைய மகன்கள் என்னைப் போலவே இல்லை. வயதான வாழை மரம் சாகும், பக்கக் கன்றுகள் எங்கே போகும்? எசின்மா பையனாகத் பிறந்திருந்தால்

எனக்கு மகிழ்ச்சியாக இருந்திருக்கும். அவளுக்கு நல்ல உற்சாகம் உண்டு."

"நீ தேவையில்லாமல் கவலைப்படுகிறாய். அவர்கள் இன்னும் குழந்தைகள் தானே," என்றார் ஆபியெரிக்கா.

"நிவோயி கல்யாணம் செய்தால் குழந்தை பெற்றுவிடுவான் அத்தனை வயதாகிறது. அவன் வயதில் நான் எனது தேவைகளை எல்லாம் பார்த்துக் கொண்டேன். அவனுக்கு வயதாகவில்லை என்று கூறாதீர்கள், நண்பரே. சேவலாக வளரப் போகும் குஞ்சைப் பொறித்தவுடனேயே தெரிந்து கொள்ளலாம். அவன் ஆண்மகனாக வளர வேண்டுமென்று என்னால் முடிந்ததை எல்லாம் செய்து விட்டேன். அவனுடைய அம்மாவைப் போல இருக்கிறான்."

"அவனுடைய தாத்தாவைப் போல," என்று ஆபியெரிக்கா நினைத்துக் கொண்டார். வெளியில் சொல்லவில்லை. அதே எண்ணம் ஆக்கன்கோ மனத்திலும் ஓடியது. ஆனால் அந்த ஆவியைத் துரத்துவது எப்படி என்று அவர் பாடம் படித்து வைத்திருந்தார். எப்போதெல்லாம் அவருடைய தந்தையின் வலுவின்மையும், தோல்வியும் அவருடைய நினைவுக்கு வந்து துன்புறுத்தினவோ, அப்போதெல்லாம் அவர் தன்னுடைய வலிமையையும் வெற்றியையும் நினைத்துக் கொள்வார். இப்போதும் அப்படிதான் செய்தார். அண்மையில் அவர் தனது ஆண்மையைக் காட்டியது மனத்துக்கு வந்தது.

"அந்தச் சிறுவனை கொல்வதற்கு நீங்கள் எங்களோடு வர ஏன் மறுத்தீர்கள் என்பது எனக்குப் புரியவில்லை," என்று ஆபியெரிக்காவிடம் கேட்டார்.

"ஏனென்றால் எனக்கு வர விருப்பமில்லை," என்று விடை யளித்தார் ஆபியெரிக்கா கடுப்போடு. "எனக்கு வேறு வேலை இருந்தது."

"நீங்கள் பேசுவதைப் பார்த்தால் அவன் சாகவேண்டுமென்று குறிசொல்பவரின் அதிகாரத்தையும் முடிவையையும் கேள்வி கேட்டது போலத் தெரிகிறதே!"

"இல்லை. நான் ஏன் கேட்க வேண்டும்? ஆனால் குறிசொல் பவர் அதனுடைய முடிவை என்னை நிறைவேற்றுமாறு சொல்ல வில்லையே!"

"ஆனால் யாராவது ஒருத்தர் செய்துதானே ஆக வேண்டும்! எல்லோருமே இரத்தத்திற்குப் பயந்திருந்தால் அப்புறம் அது நடைபெறாமல் போய்விட்டிருக்கும். அப்புறம் குறிசொல்பவர் என்ன செய்வார் என்று நினைக்கிறீர்கள்?"

"ஆக்கன்கோ, நான் இரத்தத்திற்குப் பயப்படுபவன் இல்லை என்று உனக்குத் தெரியும். அப்படி யாராவது உன்னிடம் சொன்னால் அவன் பொய் சொல்கிறான். நான் உனக்கு ஒன்று கூறுகிறேன், நண்பா. நானாக இருந்தால், வீட்டிலேயே இருந்திருப்பேன். நீ செய்தது பூமிக்குப் பிடிக்காது. இந்த மாதிரி செயலுக்கெல்லாம் தெய்வம் மொத்தக் குடும்பங்களையும் அழித்து விடும்."

"பூமி அதன் தூதுவருக்கு நான் பணிந்ததற்காக என்னைத் தண்டிக்க முடியாது. ஒரு குழந்தையின் உள்ளங்கையில் அவனுடைய அம்மா வைக்கின்ற சூடான கிழங்கு அவன் விரல்களைச் சுடுவதில்லை" என்றார் ஆக்கன்கோ.

"உண்மைதான்," என்று ஒத்துக்கொண்டார் ஆபியெரிக்கா. "ஆனால் குறிசொல்பவர் என் மகன் கொல்லப்பட வேண்டுமென்று சொன்னால் நான் மறுத்துச் சொல்லவும் மாட்டேன். அதைச் செய்வது நானாகவும் இருக்கமாட்டேன்."

ஆஃபோயிடு மட்டும் அப்போது வராதிருந்தால் அவர்கள் இப்படியே விவாதித்துக் கொண்டிருப்பார்கள். அவருடைய பளபளக்கும் கண்களிலிருந்து அவர் ஏதோ முக்கியமான செய்தி வைத்திருக்கிறார் என்று தெரிந்தது. ஆனால் அதை உடனே சொல்ல வைப்பது மரியாதையாக ஆகாது. ஆபியெரிக்கா அவரிடம் உடைத்த கோலாப்பருப்பைக் கொடுத்தார். ஆஃபோயிடு அதை மெதுவாகத் தின்று கொண்டே வெட்டுக்கிளிகளைப் பற்றிப் பேசினார். கோலாவைத் தின்று முடித்தவுடன் அவர் சொன்னார்;

"இந்தக் காலத்தில் நடப்பவை எல்லாம் வினோதமாக இருக்கின்றன."

"என்ன நடந்தது ?" என்று கேட்டார் ஆக்கன்கோ.

"உங்களுக்கு ஆக்புயுஃபி நிடுலுவைத் தெரியுமா?" என்று கேட்டார் ஆஃபோயிடு.

"ஈரே கிராமத்து ஆக்புயுஃபி நிடுலு தானே?"என்றார்கள் ஆபியெரிக்காவும் ஆக்கன்கோவும்.

"இன்று காலை அவர் இறந்துவிட்டார்," என்றார் ஆஃபோயிடு.

"அதிலென்ன வினோதமிருக்கிறது? அவர் ஈரே கிராமத்திலேயே மிக வயதானவர்" என்றார் ஆபியெரிக்கா.

"நீங்கள் சொல்வது சரிதான்" என்று ஆஃபோயிடு ஒத்துக்கொண்டார். "ஆனால் அவருடைய சாவைப்பற்றி

உமோஃபியாவிடம் சொல்ல ஏன் கொட்டுச் சத்தம் கேட்கவில்லை என்று நீங்கள் யேசித்துப் பார்க்க வேண்டும்."

"ஏன்?" என்றார்கள் இருவரும்.

"அங்குதான் ஆச்சரியம் இருக்கிறது. கையில் குச்சியோடு நடப்பாளே அவனுடைய முதல் மனைவி, அவளைத் தெரியும் அல்லவா?"

"ஆமாம், அவளுக்கு ஆசோயிமெனா என்று பெயர்."

"ஆமாம்" என்றார் ஆஃபியோடு. "ஆசோயிமெனாவிற்கு அதிக வயதாகி விட்டது. அவளால் நிடுலுவை அவருடைய நோயின் போது கவனித்துக் கொள்ள முடியவில்லை என்று உங்களுக்குத் தெரியும். அவருடைய இளைய மனைவிகள் தான் கவனித்துக் கொண்டார்கள். இன்று காலை அவர் இறந்துவிட்ட போது அவர்களில் ஒருவர் ஆசோயிமெனாவின் குடிசைக்குப் போய் அவளிடம் சொன்னாள். அவளும் பாயிலிருந்து எழுந்து, தடியை எடுத்துக் கொண்டு ஆபிக்கு நடந்து வந்தாள். ஆபி வாசலில் முழங்காலில் இருந்து கைகளால் தாங்கிக் கொண்டு நின்று பாயில் கிடத்தப்பட்டிருந்த தனது கணவனை "ஆக்புயுஃபி நிடுலு", என்று மூன்று முறை பெயர் சொல்லி அழைத்து விட்டுத் தனது குடிசைக்குப் போய்விட்டாள். கடைசி மனைவி உடலைக் குளிப்பாட்டும் போது கூட இருப்பதற்காகக் கூப்பிடச் சென்றாள். அங்கே அவள் பாயில் செத்துக் கிடந்தாள்."

"இது உண்மையில் ஆச்சர்யம் தான்" என்றார் ஆக்கன்கோ. "நிடுலுவின் அடக்கத்தை அவனுடைய மனைவியைப் புதைக்கும் வரைத் தள்ளிப் போடுவார்கள்."

"அதனால்தான் உமோஃபியாவிற்குச் சொல்ல கொட்டு அடிக்கவில்லை."

"நிடுலுவும் ஆசோயிமெனாவும் ஒரே மனம் உடையவர்கள் என்று கூறுவார்கள். நான் சிறுவனாக இருக்கும் போது அவர் களைப் பற்றி ஒரு பாட்டு இருந்ததாக ஞாபகம். மனைவியிடம் சொல்லாமல் அவர் எதையும் செய்ய முடியாது," என்றார் ஆபியெரிக்கா.

"எனக்கு அது தெரியாது," என்றார் ஆக்கன்கோ, "அவர் இளமையில் வலிமையுள்ளவர் என்று நான் நினைத்தேன்."

"அவர் வலிமையானவர் தான்," என்றார் ஆஃபோயிடு.

ஆக்கன்கோ சந்தேகத்தோடு தலையாட்டினார்.

"அந்தக்காலத்தில் போருக்கு உமோஃபியாவை நடத்திச் சென்றது அவர்தான்," என்றார் ஆபியெரிக்கா.

ஆக்கன்கோ மீண்டும் பழையபடியே ஆகிவிட்டார். ஏதாவது ஒரு வேலை அவரது மனதுக்கு வேண்டும்; அவ்வளவுதான். வேலை அதிகமாக இருக்கும் நடவுக் காலத்திலோ அறுவடைக் காலத்திலோ அவர் அய்க்கமஃபுனாவைக் கொன்றிருந்தால் இவ்வளவு மோசமாக இருந்திருக்காது. அவர் வேலையிலேயே கவனமாக இருந்திருப்பார். ஆக்கன்கோ சிந்திக்கிறவர் இல்லை; வேலை செய்கிறவர். வேலையில்லாத போது பேசுவது நல்லது.

ஆஃபோயிடு போனவுடன், ஆக்கன்கோ தனது ஆட்டுத் தோல் பையை எடுத்துக் கொண்டு புறப்பட்டார்.

"பிற்பகலுக்கு என்னுடைய பனைமரங்களில் கள்ளிறக்க வேண்டும்" என்றார்.

"உங்களுடைய உயரமான மரங்களை யார் இறக்குவது?"என்று ஆபியெரிக்கா கேட்டார்.

"உமுசிலிக்கி," என்று விடையளித்தார் ஆக்கன்கோ.

"சில நேரங்களில் ஓசோ பட்டத்தை ஏன் எடுத்தோம் என்றிருக்கிறது. கள்ளிறக்குகிறேன் என்ற பெயரில் இந்த இளைஞர்கள் பனை மரங்களைச் கொல்வது எனது இதயத்தைக் காயப் படுத்துகிறது" என்றார் ஆபியெரிக்கா.

"உண்மைதான்," என்று ஆக்கன்கோ ஒத்துக்கொண்டார். "நாட்டின் சட்டத்திற்குக் கீழ்ப்படிய வேண்டியதிருக்கிறது."

"எப்படி இந்தச் சட்டம் வந்தது என்று எனக்குத் தெரியவில்லை" என்றார் ஆபியெரிக்கா. "பல குலங்களில் பட்டம் எடுத்தவர் பனை மரத்தில் ஏறுவதைத் தடுப்பதில்லை. இங்கேயோ அவர் உயரமான மரங்களில் ஏறக்கூடாது. ஆனால் தரையில் நின்று கொண்டு குட்டையான மரங்களில் கள்ளிறக்கலாமாம். டிமர்கானாவின் கதை போல இருக்கிறது. அவருக்கு நாய் மாமிசம் சமூகத்தடை ஆதலால் நாய்க்கறியைச் சாப்பிடக் கத்தியைத் தரமாட்டாராம். ஆனால் தனது பல்லால் கடித்துக் கொள்வாராம்."

"எனினும் நம்முடைய குலம் ஓசோ பட்டத்தை மிக உயர்வாகக் கருதுவது நல்லது என்று எனக்குத் தோன்றுகிறது. நீங்கள் சொல்கிற மற்ற குலங்களில் எல்லாம் 'ஓசோ' மிகக் கீழானது. பிச்சைக்காரன் கூட அதை எடுக்கிறான்," என்றார் ஆக்கன்கோ.

"நான் வேடிக்கைக்குச் சொன்னேன்," என்றார் ஆபியெரிக்கா.

"அபேமியிலும் அனின்டாவிலும், இந்தப்பட்டம் இரண்டு

சோழிகளுக்கும் கீழ்தான் மதிக்கப்படுகிறது. ஒவ்வொருவனும் பட்டத்தின் நூலைக் கணுக்காலில் கட்டிக் கொள்கிறான். திருடப் போனாலும் அதைத் தொலைத்துவிடாமல் கவனமாக இருப் பான்."

"அவர்கள் ஓசோவின் பெயரையே கெடுத்து விட்டார்கள்," என்றார் ஆக்கன்கோ எழுந்து கொண்டே.

"என்னுடைய மாமனார் வீட்டுக் குடும்பம் வரும் நேரம் ஆகிவிட்டது," என்றார் ஆபியெரிக்கா.

"நானும் சீக்கிரம் வந்து விடுகிறேன்," என்றார் பொழுதைப் பார்த்துக் கொண்டே.

ஆக்கன்கோ திரும்பி வந்த போது ஆபியெரிக்காவின் குடிசையில் ஏழு ஆண்கள் இருந்தார்கள். மாப்பிள்ளை இருபத்தைந்து வயது இளைஞன். அவனுடன் அவனுடைய அப்பாவும், சித்தப்பாவும் வந்திருந்தார்கள். ஆபியெரிக்காவின் பக்கம் அவருடைய இரண்டு அண்ணன்களும், அவருடைய பதினாறு வயது மகன் மடுகாவும் இருந்தார்கள்.

"ஆகுயிகியின் அம்மாவிடம் சொல்லி இன்னும் கொஞ்சம் கோலா பருப்பு அனுப்பச்சொல்" என்று ஆபியெரிக்கா தன் மகனிடம் கூறினார். மின்னல் போல மடுகா உள்ளே ஓடினான். அவன் போனவுடன் அவனைப் பற்றிப் பேச ஆரம்பித்தார்கள். அவன் கத்திபோலக் கூர்மையானவன் என்று அனைவரும் ஒத்துக் கொண்டார்கள்.

"அதிகப்படியாகவே கூர்மையானவனாக இருக்கிறானோ என்று சில சமயங்களில் நினைக்கிறேன்," என்றார் ஆபியெரிக்கா, கொஞ்சம் உள்ளூரப் பெருமையுடன். "அவன் நடப்பதில்லை. எப்போதும் ஏதோ அவசரத்தில் இருப்பது போல ஓடுகிறான். ஏதா வது ஒரு வேலைக்கு அனுப்பினோமென்றால் பாதிச்செய்தியைக் காதில் வாங்குவதற்கு முன்னரே பறந்து விடுகிறான்."

"நீயும் அப்படித்தான் இருந்தாய்," என்றார் அவருடைய அண் ணன். "நம் மக்கள் சொல்வது போல, 'தாய்ப்பசு புல்லைத்தின்றால் அதனுடைய வாயையே பார்த்துக் கொண்டிருக்குமாம் கன்றுகள்,' மடுகா உன்னுடைய வாயையே கவனித்துக் கொண்டி ருக்கிறான்."

அவர் பேசிக் கொண்டிருக்கும் போதே மடுகா தன்னுடைய தங்கை ஆகுயிகியுடன் வந்து விட்டான். அவள் ஒரு மரத் தட்டில் மூன்று கோலாப் பருப்புக்களையும் மிளகையும் கொண்டு வந்தாள். தட்டை அவளுடைய அப்பாவின்

72 ❖ சிதைவுகள்

அண்ணனிடம் கொடுத்து விட்டு வரப்போகிற மாப்பிள்ளை மற்றும் அவனுடைய உறவினர்களுடன் வெட்கத்தோடு கை குலுக்கினாள். அவளுக்குப் பதினாறு வயது. திருமணத்திற்குச் சரியான பருவம். அவளுடைய வருங்கால மாப்பிள்ளையும், உறவினர்களும் அவளை மேலும் கீழுமாகப் பார்த்தார்கள். அவள் அழகாகவும், பருவம் அடைந்தவளாகவும் இருக்கிறாளா என்று கவனித்து நோக்கினார்கள்.

அவளுடைய தலையலங்காரம் தலை உச்சியில் ஒரு முடிச்சில் முடிந்தது. அவள் உடலில் மரத்தூள் பூசியிருந்தாள். ஊலியினால் வரையப்பட்ட கறுப்புக் கோலங்கள் உடல் முழுவதும் காணப் பட்டன. கழுத்தில் கறுப்பு அணிகலன் மூன்று சுருளாக அவள் மார்புகளுக்கு மேல் தொங்கியது. அவள் கைகளில் சிகப்பு, மஞ் சள் வளையல்கள், இடுப்பில் நான்கைந்து வரிசையாக ஜிகிடா* என்ற ஒட்டியாணம்.

அவள் எல்லோருடனும் கை குலுக்கியவுடன், அல்லது எல்லோரும் குலுக்கக் கையை நீட்டிய பிறகு அவளுடைய அம்மாவின் குடிசைக்கு சமையலில் உதவப் போய்விட்டாள்.

“உன்னுடைய ஜிகிடாவை முதலில் கழற்று,” என்று சுவரில் சாய்த்துவைத்திருந்த உரலை எடுக்க நெருப்பருகில் தன்மகள் போனபோது அவளுடைய அம்மா எச்சரித்தாள். “ ஜிகிடாவும் நெருப்பும் நண்பர்களில்லை என்று நான் தினமும் சொல்கிறேன். நீ கேட்பதில்லை. உன்னுடைய காதுகளை அலங்காரம் செய்வதற்குத் தான் வளர்த்து வைக்கிறாய், கேட்பதற்கில்லை. ஒருநாளைக்கு உன் இடுப்பிலுள்ள ஜிகிடாவில் நெருப்புப் பிடிக்கப் போகிறது. அப்போது தெரிந்து கொள்வாய்.”

ஆகுயிகி குடிசையின் ஓர் ஓரத்திற்குப் போய் தன்னுடைய ஒட்டியாணத்தை எடுக்கத் தொடங்கினாள். இதை மிக கவனமாகவும், மெதுவாகவும் செய்ய வேண்டும். ஒவ்வொரு நூலையும் தனித்தனியாக எடுக்க வேண்டும். இல்லையென்றால் அது அறுந்து அதில் கோத்திருந்த ஆயிரக்கணக்கான சிறு வளையங்கள் விழுந்துவிடும். அப்புறம் அவற்றை மீண்டும் கோக்க வேண்டும். அதனால் அவள் நூலை ஒவ்வொன்றாகத் தனது உள்ளங்கையால் கீழ்நோக்கித் தேய்த்தாள். அது அவள் பின்புறத்தைக் கடந்து தரையில் அவள் காலடியில் விழுந்தது.

ஆபியிலுள்ள ஆண்கள் ஆகுயிகியின் மாப்பிள்ளை கொண்டு வந்த கள்ளைக் குடிக்கத் தொடங்கினார்கள். நல்ல கள், காட்ட

---

* ஜிகிடா - இடுப்பில் அணியும் பாசி அணி.

மாக இருந்தது. மது, நுரைத்து வெளியில் வராமலிருக்கக் கலையத்தின் வாயில் நுங்கைக் கட்டியிருந்தாலும், வெள்ளை நுரை நிறைந்து வெளியில் சிந்தியது.

"இந்த கள்ளை இறக்கியவன் கெட்டிக்காரன்," என்றார் ஆக்கன்கோ.

இபி என்ற மாப்பிள்ளை பெரிதாகப் புன்முறுவல் பூத்து, தனது தந்தையிடம் "கேட்டீர்களா?" என்றான். பிறகு மற்றவர்களிடம், "நான் நன்றாகக் கள் இறக்குவேன் என்பதை இவர் ஒப்புக் கொள்ளவே மாட்டார்," என்றார்.

அவன் தந்தை உசிக்பு, "இவன் கள் இறக்குகிறேன் என்று என்னுடைய மூன்று நல்ல பனைமரங்களைக் கொன்று விட்டான்," என்றார்.

"அது ஐந்து ஆண்டுகளுக்கு முன்னால் நடந்தது. நான் கள் இறக்கப் படித்ததற்கு முன்னர் நடந்தது," என்றான் இபி கள்ளை ஊற்றிக் கொண்டே. முதல் கொம்பை நிறைத்துத் தனது தந்தைக்குக் கொடுத்தான். பிறகு மற்றவர்களுக்கு ஊற்றிக் கொடுத்தான். ஆக்கன்கோ தனது ஆட்டுத் தோல் பையிலிருந்து தனது பெரிய கொம்பை வெளியிலெடுத்து, தூசியிருக்கு மாதலால் நன்றாக ஊதி விட்டு, இபியிடம் கள்ளை நிரப்பக் கொடுத்தார்.

ஆண்கள் குடிக்கும் போது அவர்கள் எதற்காகக் கூடியிருக் கிறார்களோ அதை விட்டு விட்டு மற்றவற்றை பற்றி எல்லாம் பேசிக் கொண்டிருந்தார்கள். மாப்பிள்ளை கொண்டு வந்த கலையம் தீர்ந்த பிறகு தான் அவனுடைய தந்தை தொண்டையைக் கனைத்துக் கொண்டு தாங்கள் வந்த நோக்கத்தை அறிவித்தார்.

அடுத்து ஆபியெரிக்கா சிறிய விளக்குமாற்றுக் குச்சிகள் கொண்ட கட்டை அவரிடம் கொடுத்தார். உசிக்பு அவற்றை எண்ணினார்.

"முப்பது இருக்கிறதா," என்றார்.

ஆபியெரிக்கா ஆமோதித்துத் தலையாட்டினார்.

"இப்போது தான் விசயத்திற்கு வருகிறோம்," என்றார் உசிக்பு. பிறகு தனது அண்ணனிடமும், மகனிடமும், "நாம் வெளியில் சென்று பேசுவோம்." என்றார். மூவரும் எழுந்து வெளியில் போனார்கள் பிறகு திரும்பிவந்து உசிக்பு குச்சிகள் கட்டை ஆபியெரிக்காவிடம் திருப்பிக் கொடுத்தார். அவர் அவற்றை எண்ணினார். முப்பதுக்குப் பதிலாக பதினைந்து தான் இருந்தன. அவர் தன்னுடைய அண்ணன் மாசகியிடம் அதைக் கொடுத்தார். அவரும் அதை எண்ணி விட்டுக் கூறினார். "நாங்கள் முப்பதுக்குக்

74 ❖ சிதைவுகள்

கீழே போகாது என்று நினைத்தோம். ஆனால் நான் சொன்னது போல, 'நான் உனக்காகக் கீழே விழுந்தால், நீ எனக்காக கீழே விழ வேண்டும்'; இது விளையாட்டு. "திருமணமும் விளையாட்டாகத் தான் இருக்க வேண்டும், சண்டையாக இருக்கக் கூடாது.ஆகவே நாங்கள் விழுகிறோம்." அவர் பதினைந்து குச்சிகளில் இன்னும் ஐந்து சேர்த்து உசிக்புவிடம் கட்டைக் கொடுத்தார்.

இப்படியாக ஆகுயிகியின் திருமணப் பரிசு இருபது மூடை சோழிகளாக இறுதி செய்யப்பட்டது. இரண்டு பக்கங்களும் ஒரு ஒப்பந்தத்திற்கு வரப் பொழுது சாய்ந்து விட்டது.

"முடிந்து விட்டது என்று ஆகுயிகியின் அம்மாவிடம் சொல்," என்று ஆபியெரிக்கா தன் மகன் மாடுகாவிடம் கூறினார். உடனே அந்த பெண் ஃபூஃபூவை ஒரு பெரிய கிண்ணத்தில் எடுத்துக் கொண்டு உள்ளே வந்தாள்.ஆபியெரிக்காவின் இரண்டாவது மனைவி சூப் பானையையும், மாடுகா கள் கலையத்தையும் கொண்டு வந்தார்கள்.

ஆண்கள் குடித்துக் கொண்டு, தங்கள் பக்கத்து ஊர்க்காரர் களின் பழக்கங்களை பற்றிப் பேசினார்கள்.

"இன்று காலையில் தான் நானும் ஆக்கன்கோவும் அபாமியைப் பற்றியும் அனின்பாவைப் பற்றியும் பேசிக் கொண்டிருந்தோம் அங்கே பட்டம் எடுத்தவர்கள் பனை மரம் ஏறக்கூடாது. தங்கள் மனைவிகளுக்கு ஃபூஃபூ இடித்துத் தரக் கூடாது," என்றார் ஆபியெரிக்கா.

"அவர்களுடைய பழக்கங்களெல்லாம் தலை கீழாக இருக்கும். அவர்கள் மணப்பெண் பரிசை நாம் செய்வது போலக் குச்சிகளை வைத்துச் செய்ய மாட்டார்கள். சந்தையில் மாட்டையோ, ஆட்டையோ வாங்குவது போலப் பேரம் பேசுவார்கள்"

"இது ரொம்ப மோசம்," என்றார் ஆபியெரிக்காவின் அண்ணன். "ஆனால் ஓரிடத்தில் நல்லதாக இருப்பது இன்னொரு இடத்தில் கெட்டதாக இருக்கும். உமுன்சோவில், பேரம் பேச மாட்டார்கள். விளக்குமாற்றுக் குச்சிகளைக் கூடப்பயன்படுத்த மாட்டார்கள். மணமகன் சோழிகளைப் பை பையாகக் கொண்டு வருவான். பெண் வீட்டுக் காரர்கள் போதும் என்று சொல்லும் வரையில் கொண்டு வர வேண்டும். இது அவ்வளவு நல்ல வழக்கம் இல்லை. ஏனென்றால் கடைசியில் சண்டையில் முடிகிறது."

"உலகம் பெரியது, சில இடங்களில் ஒருவனுடைய குழந்தைகள் அவனுடைய மனைவிக்கும் அவளுடைய குடும்பத்துக்கும் தான் சொந்தம் என்று கேள்விப்பட்டிருக்கிறேன்," என்றார்

ஆக்கன்கோ.

"அப்படி இருக்க முடியாது," என்றார் மாச்சி. "குழந்தைகள் உண்டாகும் போது பெண் ஆண்மேல் படுப்பாள் என்று சொல் வீர்கள் போலிருக்கிறதே."

"இது வெள்ளைக்காரர்களின் கதை போல இருக்கிறது. அவர்கள் இந்தச் சுண்ணாம்புக் கட்டியைப் போல இருப்பார்கள் என்று சொல்கிறார்கள்," என்றார் ஆபியெரிக்கா. ஒரு சுண்ணாம்புக் கட்டியை எடுத்துக் காட்டினார். ஒவ்வொருவரும் தங்கள் ஆபியில் ஒரு சுண்ணாம்புக் கட்டியை வைத்திருப்பார்கள். அவர்கள் கோலா பருப்புகளைச் சாப்பிடுவதற்கு முன்னர் தரையில் வரிகள் வரைவார்கள். "இந்த வெள்ளைக் காரர்களுக்கு கட்டைவிரல்கள் இருக்காது என்று சொல்கிறார்கள்,"

"நீங்கள் அவர்களைப் பார்த்ததில்லையா?" என்று கேட்டார் மாச்சி.

"நீங்கள் பார்த்தீர்களா?" என்றார் ஆபியெரிக்கா

"இங்கு ஒருவர் அடிக்கடி போகிறார்," என்றார் மாச்சி.

"அவன் பெயர் அமாடி"

அமாடியைப் பற்றித் தெரிந்தவர்கள் சிரித்தார்கள். அவன் ஒரு தொழு நோயாளி. தொழு நோயாளியைக் குறிக்க மரியாதையான சொற்கள் 'வெள்ளைத் தோல்'.

9

மூன்று இரவுகளுக்குப் பிறகு ஆக்கன்கோ அன்றுதான் உறங்கினார். நடு இரவில் விழித்துக் கொண்டார். அவருடைய மனம் கடந்த மூன்று நாட்கள் பற்றியும் அசை போட்டது. ஆனால் அவருக்கு ஒன்றும் தெரியவில்லை. ஏன் இப்படித் தான் மனவேதனையடைந்தோம் என்று எண்ணினார். இரவில் ஏற்பட்ட கனவு ஏன் அவ்வளவு பயங்கரமானதாக இருந்தது என்று பகலில் ஒருவர் எண்ணுவது போல இருந்தது. நன்றாக நீட்டிப் படுத்துக் கொண்டார். தூங்கும் போது தொடையில் கொசுக் கடித்து விட்டது. அதனைச் சொரிந்து கொண்டார். இன்னொரு கொசு வலது காதைச் சுற்றி அழுது கொண்டிருந்தது. காதில் ஒரு அறை விட்டார். இறந்து போயிருக்கும். ஏன் கொசுக்கள் காதை நோக்கியே வருகின்றன? இவர் சிறுவனாக இருந்த போது அவருடைய அம்மா ஒரு கதை சொல்லியிருந்தார். எல்லாப் பெண்களின் கதைகள் போல அதுவும் முட்டாள் தனமாக இருந்தது. அவருடைய அம்மா சொன்ன கதை இது தான்: கொசு காதிடம் தன்னை மணம் செய்துகொள்ளுமாறு கேட்டது. அதைக் கேட்ட காது அடக்கமுடியாத சிரிப்புடன் தரையில் விழுந்து விட்டது. "எத்தனை காலத்திற்கு நீ இன்னும் உயிரோடு இருக்கப் போகிறாய்? நீ ஏற்கனவே எலும்புக் கூடு போல இருக்கிறாய்," என்று சொன்னது காது. அவமானப்பட்டுக் கொசு போய் விட்டது. காதுப் பக்கம் போகும்போதெல்லாம், தான் இன்னும் உயிரோடு இருப்பதாக அதனிடம் கூறியது.

ஆக்கன்கோ பக்கவாட்டில் திரும்பித் தூங்கத் தொடங்கி

விட்டார். காலையில் யாரோ கதவைத் தட்டியவுடன் தான் விழித்தார்.

"யாரது?" என்றார். எக்வெஃபியாகத் தான் இருக்க வேண்டும். அவருடைய மூன்று மனைவிகளில் எக்வெஃபிக்குத்தான் அவருடைய கதவைத் தட்டுகிற அளவிற்குத் துணிச்சல் இருந்தது.

"எசின்மா இறந்து கொண்டிருக்கிறாள்." அவள் குரல் அவளுடைய வாழ்க்கையின் சோகத்தைப் பிழிந்தது போல இருந்தது.

ஆக்கன்கோ துள்ளி எழுந்து கதவுத் தாழ்ப்பாளைத் தள்ளிக் கொண்டு எக்வெஃபியின் குடிசைக்குள் ஓடினார்.

எசின்மா படுக்கையில் நடுங்கிக் கொண்டு படுத்திருந்தாள்.

பக்கத்தில் அவளுடைய அம்மா மூட்டிய நெருப்பு எரிந்து கொண்டிருந்தது.

"இது இபா*" என்று சொல்லிவிட்டு ஆக்கன்கோ தன்னுடைய வெட்டுக் கத்தியை எடுத்துக் கொண்டு புறப்பட்டு விட்டார், புதர்களுக்குள் சென்று இபாவிற்கான மருந்தைச் சேர்க்க. இலைகள், புற்கள், மரப்பட்டைகளைச் சேகரித்தார்.

எக்வெஃபி தன்னுடைய மகளுடைய அருகில் மண்டியிட்டு உட்கார்ந்திருந்தாள். அவ்வப்போது கொதிக்கும் நெற்றியைத் தன்னுடைய உள்ளங்கையால் தொட்டுப் பார்த்துக் கொண்டாள்.

எசின்மா அவளுடைய அம்மாவிற்கு ஒரே பெண். அவளுக்கு உலகமே மகள் தான். பெரும்பாலும் அவளுடைய அம்மா என்ன உணவு தயாரிக்க வேண்டும் என்று எசின்மா தான் சொல்வாள். எக்வெஃபி அவளுக்கு முட்டை கூடச் சில வேளைகளில் கொடுப்பாள். குழந்தைகளுக்குக் கொடுக்க மாட்டார்கள். ஏனென்றால் அது போன்ற உணவு அவர்களைத் தூண்டி விடும். ஒரு நாள் எசின்மா முட்டை சாப்பிட்டுக் கொண்டிருந்த போது, ஆக்கன்கோ தன்னுடைய குடிசையிலிருந்து திடீரென்று வந்து விட்டார். அவருக்கு மிகுந்த அதிர்ச்சியாகிவிட்டது.எக்வெஃபி மீண்டும் மகளுக்கு முட்டை கொடுப்பதைப் பார்த்தால் அவளை அடித்து நொறுக்கி விடுவதாகச் சொன்னார். ஆனால் எசின்மா கேட்ட எதையும் மறுக்க முடியாது. அவளுடைய அப்பா திட்டிய பிறகு அவளுக்கு முட்டை மேல் ஆசை இன்னும் அதிகமானது.மேலும் அவள் இரகசியமாகத் தின்பதை அவள் மிகவும் விரும்பினாள். அவளுடைய அம்மா அவளைப் படுக்கை

---

* இபா - காய்ச்சல்.

அறைக்குள் கூட்டிச் சென்று கதவை அடைத்துக் கொள்வாள்.

மற்ற குழந்தைகள் போல எசின்மா தனது தாயை நி என்று அழைப்பதில்லை. அவளை அவளுடைய பெயரான எக்வெஃபி என்று சொல்லியே கூப்பிட்டாள். அவர்களுக்கு இடையே தாய் மகள் என்ற உறவு மட்டும் இல்லை. சமவயதினரின் நட்பு உறவும் இருந்தது. இப்படிப் படுக்கை அறையில் இரகசியமாக முட்டை தின்பது போன்ற நிகழ்ச்சிகள் அதனை உறுதியாக்கின.

எக்வெஃபி வாழ்க்கையில் மிகவும் துன்பத்தைப் பட்டு விட்டாள். அவளுக்குப் பத்துக் குழந்தைகள் பிறந்து ஒன்பது குழந்தைப் பருவத்திலேயே இறந்து விட்டன. பெரும்பாலும் மூன்று வயதுவரை கூட இருக்காது. அவள் ஒவ்வொரு குழந்தையாகப் புதைக்கும் போது அவளுடைய சோகம் விரக்தியாக மாறிவிட்டது. குழந்தைகள் பிறப்பது ஒரு பெண்ணுக்கு மிகப்பெரிய புகழ். ஆனால் அதுவே அவளுக்கு எந்த நம்பிக்கையையும் தராத, துயரமிக்க வலியாகி விட்டது. ஏழு சந்தை வாரங்களுக்குப் பிறகு நடக்கும் பெயர் சூட்டும் விழா ஒரு வெற்றுச் சடங்காகி விட்டது. அவளுடைய மீளாச் சோகமும் விரக்தியும் அவள் தன்னுடைய குழந்தைகளுக்கு இட்ட பெயரில் வெளிப்பட்டன. ஒரு பெயர் சோக ஓலமான 'ஆன்வும்பிக்கோ' என்பது. அதற்கு 'சாவே, நான் உன்னை வேண்டுகிறேன்' என்று பொருள். ஆனால் சாவு அதைக் கவனித்ததாகத் தெரியவில்லை. ஆன்வும்பிக்கோ பதினைந்தாவது மாதத்திலேயே இறந்துவிட்டது: அடுத்தது பெண். ஆசோபிமினா என்று பெயரிட்டாள் 'இப்படி மீண்டும் நடக்காமல் இருக்கட்டும் என்று பொருள்.' குழந்தை பதினோறாவது மாதத்தில் இறந்துவிட்டது. அடுத்த இரண்டு குழந்தைகளும் இறந்துவிட்டன. எக்வெஃபி இப்போது துணிந்து விட்டாள். அடுத்த குழந்தைக்கு ஆன்வுமா என்று பெயர் சூட்டினாள். 'சாவே, சாவு விருப்பப்படி செய்யப்படும்' என்று அழைத்தாள். சாவும் அதன் விருப்பப்படி வந்து விட்டது.

எக்வெஃபியின் இரண்டாவது குழந்தை இறந்த பிறகு, ஆக்கன்கோ மருத்துவரிடம் சென்றார். அவர் தான் ஆஃபா என்று சொல்பவரின் பூசாரி. அவரிடம் என்ன தவறு நடந்தது என்று கேட்டார். அவர் குழந்தை ஒரு ஆக்பஞ்சி* என்றார். கெட்ட குழந்தை, இறந்தவுடன் தாயின் கருவினுள் சென்று மீண்டும் பிறக்கும்.

* ஆக்பஞ்சி - குழந்தை இறந்து மீண்டும் தாயிடம் வந்து மீண்டும் பிறந்து இறப்பது. ஆக்பஞ்சிக் குழந்தையை இறக்காமல் வளர்ப்பது முடியாது. அதனுடைய இயிஉவாவை எடுத்து அழிக்க வேண்டும். அப்போது தான் தங்கும்.

"உன்னுடைய மனைவி அடுத்துக் கருவுற்றவுடன் அவளை அவளுடைய குடிசையில் படுக்கச் செய்யாதே. அவளுடைய வீட்டாரோடு போய் இருக்கட்டும். அப்படிச்செய்தால் அவளு டைய கெட்ட ஆவியைத் தவிர்த்து விடலாம். பிறப்பு, சாவு என்ற தீய சூழற்சியை உடைத்து விடலாம்," என்றார் அவர்.

எக்வெஃபி அவர் கூறியபடியே செய்தாள். அவள் கருவுற்றவுடன் இன்னொரு கிராமத்தில் வசித்த அவளுடைய வயதான தாயுடன் போய் இருந்தாள். அங்குதான் அவளுடைய மூன்றாவது மகன் பிறந்தான். எட்டாம் நாளிலேயே அவனுக்கு சுன்னத் செய்தார்கள். பெயர் சூட்ட மூன்று நாள் இருக்கும் வரையில் தன் வீட்டிலேயே இருந்தாள். அந்தக் குழந்தைக்குத்தான் ஆன்வும் பிக்கோ என்று பெயர்.

ஆன்வும்பிக்கோ இறந்த போது அவனைச் சரியான முறையில் புதைக்கவில்லை. ஆக்பஞ்சியைப் பற்றி அதிகமான அனுபவமும் புகழும் பெற்றிருந்த வேறொரு மருத்துவரை ஆக்கன்கோ அழைத்திருந்தார். அவர் பெயர் அகாக்பியு உயன்வா. அவர் நல்ல உயரம். நீண்ட தாடி, வழுக்கைத் தலை. நிறம் அவ்வளவு கறுப்பு இல்லை. கண்கள் சிவப்பு நெருப்பு உமிழும். அவரிடம் யோசனை கேட்டு வருபவர்களிடம் பேசும் போதெல்லாம் பல்லை நெறுநெறுவென்று கடிப்பார். அவர் ஆக்கன்கோவிடம் இறந்த குழந்தை பற்றிச் சில கேள்விகள் கேட்டார். துக்கம் கேட்பதற்காக வந்திருந்த பக்கத்து வீட்டாரும், உறவினர்களும் அவர்களைச் சுற்றி நின்றனர்.

"எந்தச் சந்தை நாள் பிறந்தான்?" என்று அவர் கேட்டார்.

"ஆயி*," என்று பதில் கூறினார் ஆக்கன்கோ.

"இன்று காலையில் இறந்து விட்டதா?"

"ஆம்" என்று விடையளித்த ஆக்கன்கோ அப்போதுதான் குழந்தை பிறந்த அதே சந்தை நாளில்தான் குழந்தை இறந்து விட்டான் என்பதை உணர்ந்தார். இந்த ஒற்றுமையைப் பக்கத்து வீட்டாரும், உறவினர்களும் தங்களுக்குள் இது முக்கியமானது என்று பேசிக் கொண்டார்கள்.

"உன்னுடைய மனைவியுடன் எங்கே படுக்கிறாய்? உன் ஆபியிலா, அவளுடைய குடிசையிலா?" என்று கேட்டார் மருத்துவர்.

"அவளுடைய குடிசையில்."

---

* ஆயி – நான்கு சந்தை நாட்களின் ஒன்று.

“இனிமேல் அவளை உன் ஆபிக்கு அழைத்துக் கொள்.”

பிறகு மருத்துவர் குழந்தைக்காகத் துக்கம் அனுசரிக்கக் கூடாது என்று கட்டளை இட்டார். கூர்மையான சவரக்கத்தியைத் தனது இடது தோள்மேல் தொங்கவிட்டிருந்த ஆட்டுத் தோல் பையிலிருந்து வெளியில் எடுத்தார். அதைக் கொண்டு குழந்தையை உருத்தெரியாமல் செய்தார். பிறகு குழந்தையின் காலைப் பிடித்துத் தரையில் இழுத்துக் கொண்டே தீய காட்டில் புதைக்க எடுத்துச் சென்றார். இப்படிச் செய்ததால் அது திரும்ப வர இருமுறை யோசிக்கும். அப்படியே அது பிடிவாதக்காரக் குழந்தையாக இருந்தால் திரும்பிவரும் போது இப்படி உருத்தெரியாமல் சிதைத்ததன் அடையாளத்தைத் தாங்கி வரும். ஒரு விரல் இருக்காது. அல்லது மருத்துவர் வெட்டிய இடத்தில் கறுப்புக் கோடு இருக்கும்.

ஆன்வும்பிக்கோ இறந்த பிறகு எக்வெஃபி மிகவும் நொந்து போனாள். அவளுடைய கணவரின் மூத்த மனைவிக்கு மூன்று பையன்கள். நன்றாகத் திடமாக இருக்கிறார்கள். அவளுக்கு மூன்று மகன்கள் தொடர்ச்சியாகப் பிறந்தவுடன் ஆக்கன்கோ அவர்கள் வழக்கப்படி கடா வெட்டினார். எக்வெஃபிக்கு அவளிடம் வருத்தம் இல்லை; நல்ல எண்ணமே இருந்தது. ஆனால் அவள் தனது **சி** பற்றி எவ்வளவு வருத்தம் கொண்டிருந்தாள் என்றால் பிறருடைய மகிழ்ச்சியில் கலந்து கொள்ள முடியவில்லை. ஆகவே மூன்று மகன்கள் பிறந்ததை விருந்தோடும் பாட்டோடும் நிவோயியின் அம்மா கொண்டாடிய போது எக்வேஃபி மட்டும் தான் சோகமான முகத்தோடு இருந்தாள். இதனை அவளுடைய கணவரின் மனைவி கெட்ட எண்ணம் என்று எடுத்துக் கொண்டாள். எக்வெஃபியின் துயரம் வெளியில் பரவாமல் அவளுடைய ஆன்மாவிற்குள்ளே தான் சென்றது என்றும், பிறருடைய நல்ல நிலைக்காக அவள் அவர்களைக் குறை சொல்லவில்லை என்றும், தனக்கு நல்லதையே செய்யாத தனது தீய **சி**யைத் தான் நொந்து கொள்கிறாள் என்றும் அவளுக்கு எப்படித் தெரியும்?

கடைசியாக எசின்மா பிறந்தாள். கொஞ்சம் உடல் நலக் குறைவோடு இருந்தாலும் அவள் உயிர் வாழ வேண்டுமென்று தீர்மானித்து விட்டதாகத் தெரிந்தது. முதலில் எக்வெஃபி அவளை மற்ற குழந்தைகளை ஏற்றுக் கொண்டது போலவே சுரத்தில்லாமல் ஏற்றுக் கொண்டாள். ஆனால் அவள் நான்கு, ஐந்து, ஆறு வயதிலும் உயிரோடு இருந்தவுடன் அவளுடைய தாய்க்கு மீண்டும் அன்பு திரும்பியது. அவளை எப்படியாவது காப்பாற்றிவிட வேன்றுமென்று முழுமூச்சுடன் இறங்கினாள். எசின்மாவும் அப்போதைக்கப்போது நல்ல உடல்நலத்துடன்,

புதிய கள் போன்ற சக்தியுடன் உற்சாகமாகக் குதித்துத் திரிந்தாள். அப்போதெல்லாம் அவளுக்கு இனி ஆபத்தில்லை என்று தோன்றும். ஆனால் திடீரென்று நோய் வரும். அவள் ஒரு ஆக்பஞ்சி என்று எல்லோருக்கும் தெரியும். அப்படிப் பட்டவர்களுக்குத்தான் நோயும் உடல் நலமும் திடீர் திடீர் என்று வரும். எனினும் அவள் இத்தனை ஆண்டுகள் இருந்து விட்டாள். இருக்கலாம் என்று தீர்மானித்து விட்டாள் போலும். சில ஆக்பஞ்சிகள் பிறப்பு இறப்பு என்று மாறிமாறி வருவதற்குச் சோர்வடைந்து போய் விடும். அல்லது தாயின் மேல் இரக்கப்பட்டு நின்று விடும். எசின்மா இருப்பாள் என்று எக்வெஃபி உள்ளுக்குள்ளேயே நம்பிக் கொண்டாள். அவள் நம்பிக்கை வைத்திருந்தாள். ஏனென்றால் அந்த நம்பிக்கை மட்டும் தான் அவளுக்கு வாழ்க்கையில் ஒரு அர்த்தத்தைக் கொடுத்தது. இந்த நம்பிக்கை சென்ற ஆண்டு ஒரு மருத்துவர் எசின்மாவின் இயி - வுவா*த் தோண்டி எடுத்த பிறகு இன்னும் உறுதியானது. அவள் உயிர் பிழைத்துக் கொள்வாள் என்று அப்போது எல்லோருக்கும் தெரியும். ஏனென்றால் ஆக்பஞ்சே உலகத்தோடு அவளுக்கிருந்த கட்டு அறுந்து விட்டது. எக்வெஃபியின் நம்பிக்கையும் அதிகமானது. எனினும் அவளுடைய மகள் பற்றிய பதற்றம் அவளுக்கு இருந்து கொண்டே இருந்தது. எனவே பயத்தை முழுவதுமாக அவளால் நீக்க முடியவில்லை. தோண்டி எடுக்கப்பட்ட இயி-வுவா உண்மையானதுதான் என்று அவள் நம்பினாலும், சில கெட்ட குழந்தைகள் பொய்யான ஒன்றைத் தோண்டி எடுக்க மக்களைத் தவறாக வழி நடத்திவிடும் என்பதை அவளால் தள்ளிவிடவும் முடியவில்லை.

ஆனால் எசின்மாவின் இயி-வுவா உண்மையானதாகத்தான் தோன்றியது. அது ஒரு அழுக்குத் துணியில் கட்டிய வளுவளுப்பான கூழாங்கல். இது போன்ற விஷயங்களில் அதிக ஆற்றல் உள்ளவர் என்று அவர்கள் குலத்தில் புகழ்பெற்ற அதே ஆகாக்பியூ தான் இதையும் தோண்டி எடுத்தார். முதலில் அவரோடு ஒத்துழைக்க எசின்மா விரும்பவில்லை. அது எதிர்பார்த்தது தான். ஆக்பஞ்சே எதுவும் தன்னுடைய இரசியங்களை எளிதில் வெளிவிடாது. மேலும் பெரும்பாலானவை மிகச் சிறு வயதிலேயே, அவற்றைக் கேள்வி கேட்பதற்கு முன்னரே இறந்துவிடும்; எனவே இரகசியம் வெளிப்படாது.

"உன்னுடைய இயி-வுவா-ஐ எங்கே புதைத்தாய்?" என்று ஆகாக்பியூ எசின்மாவைக் கேட்டார். அப்போது அவளுக்கு ஒன்பது

---

* இயி - வுவா - ஆக்பஞ்சேக்கும் ஆவி உலகிற்கும் தொடர்பு உண்டாக்கும் ஒரு சிறப்பு வகைக் கல். இயி உவாவைக் கண்டுபிடித்து அழித்தால் தான் குழந்தை இறக்காது.

வயது. அப்போதுதான் அவள் நோயிலிருந்து மீண்டிருந்தாள்.

"இயி-வுவா என்றால் என்ன?" என்று அவள் பதிலுக்குக் கேட்டாள்.

"உனக்கு அது என்னவென்று தெரியும். எங்கேயோ அதை நீ புதைத்து வைத்திருக்கிறாய். அப்போதுதான் இறந்து உனது தாயைக் கொடுமைப்படுத்தத் திரும்ப வரமுடியும்."

எசின்மா அவளுடைய அம்மாவைப் பார்த்தாள். அம்மா வின் கண்கள் கவலையோடு கெஞ்சலோடு அவள் மேல் பதிந்திருந்தன.

"கேள்விக்கு உடனே பதில் சொல்," என்று பக்கத்தில் நின்ற ஆக்கன்கோ கர்ஜித்தார். குடும்பம் முழுவதும், பக்கத்து வீட்டுக் காரர்களும் இருந்தார்கள்.

"என்னிடம் விட்டு விடுங்கள்,"என்று மருத்துவர் ஆக்கன் கோவிடம் உறுதியோடு சொன்னார். எசின்மாவிடம் திரும்பி, 'உன்னுடைய இயி—வுவாவை எங்கு புதைத்தாய்?"என்று கேட்டார்.

"குழந்தைகளைப் புதைக்கும் இடத்தில்," என்று பதிலளித்தாள். அமைதியாகப் பார்த்துக் கொண்டிருந்த சுற்றியிருந்தார்கள் தங்களுக்குள் முணு முணுத்துக் கொண்டார்கள்.

"வா, என்னுடன் வந்து அந்த இடத்தைக் காட்டு," என்றார் மருத்துவர் எசின்மா ஆகாக்பியூ பின்தொடர வழிகாட்டிக் கொண்டு போனாள். கூட்டமும் தொடர்ந்தது. ஆகாபியூக்குப் பின்னால் ஆக்கன்கோவும், எக்வெஃபியும் போனார்கள். பிரதான சாலைக்கு வந்தவுடன் எசின்மா ஓடைக்குப் போவதற்குப் போல இடப்பக்கம் திரும்பினாள்.

"குழந்தைகளைப் புதைக்கும் இடம் என்றல்லவா சொன்னாய்?" என்று கேட்டார் மருத்துவர்.

"இல்லை," என்றாள் எசின்மா. இப்போது அவர்கள் மத்தியில் தான் முக்கியமானவள் என்று காட்டுவது போல இருந்தது. சில சமயங்களில் வேகமாக நடந்தாள். சில சமயங்களில் திடீரென்று நின்றாள். கூட்டமும் அமைதியாகப் பின்தொடர்ந்தது. நீரோடை யிலிருந்து தண்ணீர்க் குடங்களைத் தலையில் சுமந்துவந்த ஆண்களும் பெண்களும் என்ன நடக்கிறது என்று பார்த்தார்கள். ஆனால் ஆகாக்பியூவைப் பார்த்த உடன் இது ஆக்பஞ்சே பற்றியது என்று ஊகித்துக் கோண்டார்கள். மேலும் அவர்களுக்கு எக்வெஃபியையும் அவளுடைய மகளையும் நன்கு தெரியும்.

பெரிய உடாலா மரத்திற்கு வந்தவுடன் எசின்மா இடப்

பக்கம் திரும்பி புதருக்குள் போனாள். கூட்டமும் அவளைப் பின்தொடர்ந்தது. சின்ன உருவமாக இருந்ததால் மரங்களுக்கும் கொடிகளுக்கும் இடையே புகுந்து மற்றவர்களை விட வேகமாக எசின்மா போனாள். காய்ந்த இலைகளின் மேலும் குச்சிகளின் மேலும் நடந்த ஓசையும் கேட்டன. கிளைகளை ஓரமாகத் தள்ளிவிட்டதால் புதர் உயிர் பெற்றது. எசின்மா உள்ளே உள்ளே போய்க் கொண்டே இருந்தாள். கூட்டமும் அவளுடன் சென்றது. பிறகு திடீரென்று திரும்பிச் சாலையை நோக்கி நடந்தாள். எல்லோரும் அவளை நடக்கவிட்டுப் பின் தொடர்ந்தார்கள்.

“ஒன்றுமில்லாததற்கு இவ்வளவு தூரம் எங்களைக் கூட்டி வந்திருந்தால் உனக்கு அடிதான் கிடைக்கும்,” என்று ஆக்கன்கோ பயமுறுத்தினார்.

“அவளை விட்டு விடுங்கள் என்று சொல்லி இருக்கிறேன் அல்லவா? இவர்களை எப்படி நடத்துவது என்று எனக்குத் தெரியும்,” என்றார் ஆகாக்பியூ.

எசின்மா சாலைக்கு வந்து இடப்பக்கமும் வலப்பக்கமும் பார்த்து வலப்பக்கம் திரும்பினாள். கடைசியாக வீட்டிற்கு வந்து சேர்ந்தார்கள்.

“இயி—வுவா வை எங்கு புதைத்து வைத்தாய்?” என்று ஆகாக்பியூ கேட்டார். எசின்மா அவளுடைய தந்தையின் ஆபிக்கு வெளியே நின்று விட்டிருந்தாள். ஆகாக்பியூ குரல் மாறவில்லை. அமைதியாக உறுதியாக இருந்தது.

“அந்த ஆரஞ்சு மரத்திற்கு அருகில்,” என்றாள் எசின்மா.

“இதை ஏன் சொல்லவில்லை, ஆகலோகோலியின் கெட்ட பெண்ணே!” என்றார் ஆக்கன்கோ கோபத்துடன். மருத்துவர் அவரைக் கண்டு கொள்ளவில்லை.

“இங்கே வந்து சரியான இடத்தைக் காட்டு,” என்றார் அமைதியாக. மரத்தருகே வந்தவுடன் “ இங்குதான்,” என்றாள்.

“எந்த இடத்தில் என்று உன் விரலால் காட்டு,” என்றார் ஆகாக்பியூ.

தன்னுடைய விரலால் ஒரு இடத்தைக் காட்டி,” இங்குதான்,” என்றாள், மழைக்காலத்தில் கேட்கும் இடியைப் போல முணு முணுத்துக் கொண்டு அருகே நின்றார் ஆக்கன்கோ.

“ஒரு மண்வெட்டியைக் கொண்டு வாருங்கள்,” என்றார் ஆகாக்பியூ.

எக்வெஃபி மண்வெட்டியைக் கொண்டு வருவதற்கு முன்னரே, அவர் தன்னுடைய ஆட்டுத்தோல் பையையும், மேலாடையையும்

தனியே வைத்து விட்டு கோவணத்தோடு நின்றார். எசின்மா சொன்ன இடத்தில் தோண்டத் தொடங்கினார். குழி ஆழமாக ஆகிக்கொண்டிருப்பதைப் பக்கத்து வீட்டுக்காரர்கள் வேடிக்கை பார்த்துக் கொண்டார்கள். மேலிருந்த கறுப்பு மண்ணுக்குக் கீழே சிகப்பு மண் வந்தது. அதைக் கொண்டுதான் பெண்கள் குடிசையின் சுவரையும் தரையையும் மெழுகுவார்கள். ஆகாக்பியூ அமைதியாக வேலை செய்து கொண்டிருந்தார். பளபளக்கும் முதுகில் வியர்வை. ஆக்கன்கோ குழிக்குப் பக்கத்தில் நின்று கொண்டிருந்தார். அவர் ஆகாக்பியூவிடம் கொஞ்சம் ஓய்வு எடுக்கச் சொன்னார். தான் தோண்ட முன்வந்தார். ஆனால் அவர் களைப்பாக இல்லை என்று சொல்லிவிட்டார்.

எக்வெஃபி உள்ளே சேனைக் கிழங்கு சமைக்கச் சென்றாள். அவளுடைய கணவர் அதிகமாக கிழங்குகள் கொண்டு வந்திருந்தார். மருத்துவருக்கும் உணவு தரவேண்டும். எசின்மாவும் அவளுடைய அம்மாவுக்கு காய்களைத் தயாரிப்பதில் உதவி செய்யச் சென்று விட்டாள்.

“நிறையப் பச்சைக் காய் இருக்கிறது,” என்றாள் அவள்.

“பானை முழுவதும் கிழங்கு இருப்பதைப் பார்க்கவில்லையா?” என்று எக்வெஃபி கேட்டாள். “சமைத்த பிறகு இலைகள் சிறியதாக ஆகிவிடும் என்பது உனக்குத் தெரியுமல்லவா?”

“ஆமாம். அதனால்தான் பாம்புப்பல்லி அதனுடைய தாயைக் கொன்று விட்டது .”

“சரி தான்,” என்றாள் எக்வெஃபி.

“அவன் தன்னுடைய அம்மாவிடம் ஏழு கூடைக் காய்களைச் சமைக்கக் கொடுத்தானாம். கடைசியில் மூன்று தான் இருந்ததாம். அதனால் அவன் அவளைக் கொன்று விட்டான்,”

“கதை அப்படி முடியாது.”

“ஓஹோ,” என்றாள் எசின்மா. “எனக்கு இப்போது ஞாபகம் வருகிறது. அவன் இன்னொரு கூடை காய்கள் கொண்டு வந்து அவனே சமைத்தான். இப்போதும் மூன்று தான் இருந்தது. அதனால் தன்னையே கொன்றுகொண்டான்.”

ஆபிக்கு வெளியே ஆகாக்பியுவும், ஆக்கன்கோவும் எசின்மா எங்கே இயி-வுவாவைப் புதைத்திருக்கிறாள் என்று கண்டு பிடிக்கக் குழியைத் தோண்டிக் கொண்டிருந்தார்கள். பக்கத்து வீட்டுக்காரர்கள் சுற்றி உட்கார்ந்து பார்த்துக் கொண்டிருந்தார்கள். குழி ஆழமாகி விட்டது. தோண்டுபவர் கூட மேலே தெரியவில்லை. அவர் தூக்கிப் போடுகின்ற செம்மண்ணைத்தான் பார்த்தார்கள். அது மேலே குவிந்து கொண்டே போயிற்று. ஆக்கன்கோவின் மகன்

நிவோயி குழியின் ஓரத்தில் நின்று பார்த்துக் கொண்டிருந்தான். அவனுக்கு எதையும் விட்டுவிடக் கூடாது.

ஆக்கன்கோவிடமிருந்து மண்வெட்டியை வாங்கி ஆகாக்பியூ தோண்டினார். வழக்கம் போல அமைதியாக வேலை செய்தார். ஆக்கன்கோவுடைய மனைவியரும், பக்கத்து வீட்டுக்காரர்களும் பேசிக் கொண்டிருந்தார்கள். குழந்தைகளுக்கு ஆர்வம் குறைந்து விட்டது; விளையாடப் போய் விட்டார்கள்.

திடீரென்று சிறுத்தையின் வேகத்தில் ஆகாக்பியூ குதித்து மேலே வந்தார்.

"பக்கத்தில் வந்து விட்டது. நான் உணர முடிகிறது," என்றார்.

உடனே பரபரப்பு. உட்கார்ந்திருந்தவர்கள் எல்லாம் துள்ளி எழுந்து விட்டார்கள்.

"உங்கள் மனைவியையும், குழந்தைகளையும் கூப்பிடுங்கள்," என்று அவர் ஆக்கன்கோவிடம் கூறினார். ஆனால் அதற்குள் எக்வெஃபியும், எசின்மாவும் சப்தம் கேட்டு வெளியே ஓடி வந்தார்கள்.

ஆகாக்பியூ மீண்டும் குழிக்குள் குதித்தார். பார்வையாளர்கள் இப்போது சுற்றி நின்று கொண்டார்கள். மண்ணை இன்னும் கொஞ்சம் தோண்டியவுடன் இயி-வுவாவைத் தொட்டுவிட்டார். மிகக் கவனமாக அதை மண்வெட்டியால் தூக்கி மேலே எறிந்தார். அதை எறிந்த போது பயந்து போய் சில பெண்கள் ஓடிப் போனார்கள். ஆனால் சீக்கிரமே திரும்பி வந்தார்கள். எல்லோரும் கந்தல் துணியைக் கொஞ்சம் தூரத்திலிருந்தே பார்த்தார்கள். ஆகாக்பியூ வெயியே வந்து ஒரு வார்த்தையும் பேசாமல் பார்வையாளர்களையும் பார்க்காமல் தன்னுடைய ஆட்டுத்தோல் பையை எடுத்து இரண்டு இலைகளை எடுத்து மென்றார். அவற்றை விழுங்கியவுடன், கந்தல் துணியைத் தனது இடது கையில் எடுத்து அதனைப் பிரித்தார். அதிலிருந்து வளுவளுப்பான கூழாங்கல் விழுந்தது. அதை அவர் எடுத்துக் கொண்டார்.

"இது உன்னுடையதா?" என்று எசின்மாவிடம் கேட்டார்.

அவளும் " ஆம்," என்று பதிலளித்தாள். பெண்கள் எல்லாம் மகிழ்ச்சியில் ஆரவாரித்தனர். ஏனென்றால் கடைசியில் எக்வெஃபி யின் தொந்தரவுகள் எல்லாம் முடிவுக்கு வந்து விட்டன.

இவை எல்லாம் ஓராண்டிற்கு முன்னால் நடந்தவை. அதி லிருந்து எசின்மா நோய்வாய்ப் படவில்லை. ஆனால் இப்போது திடீரென்று இரவில் குளிர் வந்துவிடுகிறது. எக்வெஃபி அவளை

கணப்பருகே கொண்டு வந்து தரையில் பாயை விரித்துப் படுக்க வைத்தாள். பிறகு நெருப்பை மூட்டினாள். ஆனால் எசின்மா மிகவும் நடுங்கினாள். அவளுடைய பக்கத்தில் உட்கார்ந்து அவளுடைய கொதிக்கும் நெற்றியைத் தனது உள்ளங்கையால் தொட்டுப்பார்த்துக் கொண்டே ஆயிரம் முறை வேண்டிக் கொண்டாள். அவளுடைய கணவரின் மனைவியர் இது ஒன்றுமில்லை இபா தான் என்று சொன்னாலும் அவள் கேட்கவில்லை.

ஆக்கன்கோ புதர்களிலிருந்து தனது இடது தோளில் புல், இலைகள், வேர்கள், மருந்துப் பட்டைகள் ஆகியவற்றைச் சுமந்து கொண்டு வந்தார். அவர் எக்வெஃபியின் குடிசைக்கு போய் அவற்றைக் கீழே போட்டு உட்கார்ந்தார்.

"ஒரு பானை கொண்டு வா. குழந்தையை ஒன்றும் செய்யாதே. விட்டுவிடு," என்றார்.

எக்வெஃபி பானை கொண்டு வரப் போனாள். ஆக்கன்கோ தான் கொண்டுவந்த கட்டிலிருந்து நல்லனவற்றைத் தகுந்த விகிதத்தில் தேர்வு செய்து அவற்றை வெட்டினார். அவற்றைப் பானையில் போட்டார். எக்வெஃபி தண்ணீர் ஊற்றினாள். கிண்ணத்திலிருந்த தண்ணீரைப் பாதி ஊற்றிய பிறகு "போதுமா?" என்று கேட்டாள்.

"இன்னும் கொஞ்சம் ஊற்று... கொஞ்சம் என்று சொன்னேன். செவிடா நீ?" என்று அவளிடம் உறுமினார்.

அவள் பானையை அடுப்பில் வைத்தாள். ஆக்கன்கோ தன்னுடைய வெட்டுக் கத்தியை எடுத்துக் கொண்டு தன்னுடைய ஆபிக்குப் போனார்.

"நீ பானையைக் கவனமாகப் பார்த்துக் கொள். அதிகமாகக் கொதிக்க விட்டு விடாதே. கொதித்தால் அதன் சக்தி போய்விடும்," என்று சொல்லிக் கொண்டே போனார். அவர் தனது குடிசைக்குப் போன பிறகு, எக்வெஃபி நோயுற்ற குழந்தையைப் பார்ப்பது போல மருந்துக் கலையத்தைக் கவனமாய் பார்த்துக் கொண்டாள். அவளுடைய கண்கள் எசின்மாவைப் பார்க்கும்; உடனே பானைக்குத் தாவும்.

மருந்து போதுமான அளவு வெந்து விட்டது என்று உணர்ந்து ஆக்கன்கோ திரும்பி வந்தார். அதனைப் புரட்டிப் பார்த்து சரியாக இருக்கிறது என்று தெரிந்து கொண்டார்.

"எசின்மாவுக்கு ஒரு தாழ்வான பலகை கொண்டு வா. அதோடு அழுத்தமான பாயும் வேண்டும்" என்றார்.

அடுப்பிலிருந்து பானையை இறக்கிப் பலகையின் முன்னர்

வைத்தார். பிறகு எசின்மாவை எழுப்பி பலகையில் உட்கார வைத்தார். பானையையும் அவளையும் அழுத்தமான பாயால் போத்தினார். மூச்சை முட்டும் நீராவியிலிருந்து தப்பித்துக் கொள்ள எசின்மா முண்டினாள். ஆனால் அவளை அழுத்திப் பிடித்துக் கொண்டார்கள். அவள் அழத் தொடங்கி விட்டாள்.

பாயை எடுத்த போது வியர்வையில் அவள் நனைந்திருந்தாள். எக்வெஃபி அவளைத் துணியால் துடைத்தாள். எசின்மா பாயில் படுத்துச் சிறிது நேதத்தில் தூங்கிப் போய் விட்டாள்.

10

சூரியனின் வெப்பம் குறைந்த வேளையில், உடலில் வலியை ஏற்படுத்துவது நின்று விட்ட போது, கிராமத்து இலாவில் பெருங்கூட்டம் கூடத் தொடங்கிவிட்டது. பெரும்பாலான சமூகச் சடங்குகள் இந்த நேரத்தில் தான் தொடங்கும். மதிய உணவிற்குப் பிறகு சடங்கு தொடங்கும் என்று சொல்லப் பட்டாலும், சூரியனின் வெப்பம் குறைந்த பிறகு தான் தொடங்கும் என்று எல்லோருக்கும் தெரியும்.

கூட்டம் கூடியிருந்ததை வைத்துப்பார்த்தால் சடங்கு ஆண் களுக்கு உரியது என்பது வெளிச்சம். பல பெண்கள் இருந்தார்கள். அவர்கள் வெளி ஆட்கள் போல ஓரத்தில் நின்று பார்த்தார்கள். பட்டம் எடுத்த ஆண்களும், முதியோரும் தங்கள் பலகைகளில் அமர்ந்து வழக்கு ஆரம்பிப்பதற்காக காத்திருந்தார்கள். அவர்களுக்கு முன்னர் பலகைகள் வரிசையாக இருந்தன. அவற்றில் ஒருவரும் உட்காரவில்லை. ஒன்பது பலகைகள் இருந்தன. பலகைகளுக்கு அப்பால் தள்ளி, மரியாதை தரும் வகையில், கொஞ்சம் தொலைவில் இரண்டு குழுக்கள் நின்றன. அவர்கள் முதியவர்களைப் பார்த்தவாறு நின்றார்கள். ஒரு குழுவில் மூன்று ஆண்களும், இன்னொன்றில் மூன்று ஆண்களும் ஒரு பெண்ணும் இருந்தார்கள். அந்தப் பெண் பெயர் முக்பஃபோ. அவளுடன் நின்ற மூன்று பேரும் அவளுடைய சகோதரர்கள். இன்னொரு குழுவில் அவளுடைய கணவன் உசோவுலுவும் அவனுடைய உறவினர்களும் இருந்தார்கள். முக்பஃபோவும், அவளுடைய சகோதரர்களும் சிலைகள் போல் நின்றார்கள்.

அவர்கள் முகங்களில் கடுகடுப்பு. உசோவுலுவும், அவனுடைய உறவினரும் தங்களுக்குள் இரகசியம் பேசிக் கொண்டிருந்தார்கள். அவர்கள் முணுமுணுப்பது போலத் தோன்றியது. ஆனால் அவர்கள் குரலை உயர்த்தித்தான் பேசிக் கொண்டிருந்தார்கள். ஏதோ சந்தை போல இருந்தது. தூரத்தில் இருந்து கேட்கும் போது குமுறல்கள் காற்றில் மிதந்து வந்தது போலக் கேட்டது.

இரும்பு மணி அடித்தது. உடனே கூட்டத்தில் ஒரு எதிர்பார்ப்பு. எல்லோரும் எக்வுக்வு* வீட்டைப் பார்த்தார்கள். கோம், கோம், கோம், கோம் என்று மணி அடித்தது. குழல் ஒன்று உச்ச ஒலியில் வாசித்தது. அதன் பின்னால் எக்வுக்வுவின் கரகரப்பான குரல்கள், பயமுறுத்துவதாக இருந்தன. ஏதோ அலை அடித்தது போலப் பெண்களும் குழந்தைகளும் பின்னால் தள்ளப்பட்டார்கள். ஒரு நிமிடம் ஒரே களேபரம். பிறகு சரியாயிற்று. அவர்கள் ஏற்கனவே தூரத்தில் தான் நின்றார்கள். ஏதாவது ஒரு எக்வுகவு அவர்களை நோக்கி வந்தாலும் அவர்கள் ஓடிப்போக நிறைய இடம் இருந்தது.

கொட்டு மீண்டும் முழங்கியது. குழல் ஊதியது. எக்வுக்வு வீட்டில் ஒரே சப்தம். கிடுகிடுக்க வைக்கும் ஒலிகள்: 'அருஆயிம் டி டி டி டி டேய்' ஒலி மைதானத்தையே நிரப்பிற்று. முன்னோர்களின் ஆவிகள் பூமியிலிருந்து எழுந்து வந்து தங்களைத் தாங்களே ஆவிமொழியில் வாழ்த்திக் கொண்டன. அவர்களுடைய எக்வுக்வு வீடு கூட்டத்தை விட்டுத் தள்ளி காட்டைப் பார்த்து இருந்தது. கூட்டம் வீட்டின் பின்புறத்தைத் தான் பார்க்க முடிந்தது. அவ்வப்போது அதன் பின்பகுதியில் தேர்ந்தெடுக்கப்பட்ட பெண்கள் வண்ணக் கோலங்கள் வரைவார்கள். ஆனால் இந்த பெண்கள் வீட்டின் உள்ளே பார்த்ததில்லை. எந்த பெண்ணும் பார்க்க முடியாது. ஆண்களின் மேற்பார்வையில் அவர்கள் வெளிச் சுவர்களைச் சுரண்டி வண்ணம் பூசுவார்கள். உள்ளே என்ன இருக்கிறது என்று கற்பனை செய்தால் அதைக்கூட அவர்கள் தங்களுக்குள்ளேயே வைத்துக் கொள்வார்கள். குலத்தின் மிக சக்தி வாய்ந்த மிக இரகசியமான சடங்கு பற்றி எந்தப் பெண்ணும் எந்தக் கேள்வியும் கேட்டதில்லை.

அரு ஆயிம் டி டி டி டி டேய்! என்ற ஒலி நெருப்புக் கொழுந்து போல மூடிய இருள் குடிசையிலிருந்து வெளிவந்தது. முன்னோர்களின் ஆவிகள் வெளியே வந்து விட்டன. இப்போது மணி ஓசை தொடர்ந்து கேட்டது. இந்தக் குழப்பத்தில் குழலின் ஒலி கிரீச்சிட்டு மிதந்து வந்தது.

---

* எக்வுக்வு - ஊரின் முன்னோர் ஒருவருடைய ஆவியாக வேடம் தரித்தவர்.

பிறகு எக்வுக்வு தோன்றியது. பெண்களும் குழந்தைகளும் கத்திக் கொண்டு ஓடத் தொடங்கினார்கள். இது தானாகவே நடந்தது. எக்வுக்வு வந்தவுடன், எந்தப் பெண்ணும் ஓடி விடுவாள். இன்று இனத்தின் ஒன்பது பெரிய முகமூடி அணிந்த ஆவிகளில் ஒன்று வந்தது பயங்கரமான காட்சியாக இருந்தது. முக்பஃபோவும் கூட ஓடப் பார்த்தாள். ஆனால் அவளுடைய சகோதரர்கள் அவளை பிடித்து வைத்துக் கொண்டார்கள்.

குலத்தின் ஒவ்வொரு கிராமத்துக்கும் ஒவ்வொரு எக்வுக்வு உள்ளது. மொத்தம் ஒன்பது எக்வுக்வுகள். அவர்களுடைய தலைவருக்குப் பெயர் தீய காடு. அவருடைய தலையிலிருந்து புகை வந்து கொண்டிருந்தது.

உமோஃபியாவின் ஒன்பது கிராமங்களும் அவர்கள் குலத்தின் முதல் தந்தையின் ஒன்பது மகன்களிலிருந்து பிறந்தவை. தீய காடு உமுயெருவின் கிராமத்தின் சார்பானது. உமுயெரு என்றால் எருவின் குழந்தைகள் என்று பொருள். ஒன்பது மகன்களின் மூத்தவர் எரு.

"உமோஃபியா க்வெனு,"என்று தலைமை தாங்கி வந்த எக்வுக்வு தன்னுடைய பனங்கயிறு கட்டப்பட்ட தோள்களை உயர்த்திக் கத்தியது. இனத்தின் மூத்தோர்கள் 'யா'என்று மறு மொழி கூறினர்.

" உமோஃபியா க்வெனு"
" யா"
"உமோஃபியா க்வெனு"
" யா"

பிறகு தீய காடு தனது கிலுகிலுப்பை போட்ட கோலின் நுனியைத் தரையில் செருகினார். அது ஆடி ஏதோ உலோகம் உயிர்பெற்றுத் துடிப்பது போலக் கலகலத்தது. அவர் காலியாக இருந்த முதல் பலகையில் அமர்ந்தார். மற்ற எட்டுப் பேரும் வரிசையாக மூப்பின் அடிப்படையில் உட்கார்ந்தார்கள்.

ஆக்கன்கோவின் மனைவியர், இரண்டாவது எக்வுக்வு, ஆக்கன்கோ குதித்து நடப்பது போல நடந்து சென்றதைக் கவனித்திருப்பார்கள். மற்ற பெண்களும்கூடப் பார்த்திருப்பார்கள். மேலும் எக்வுக்வுவின் பின் வரிசையில் அமர்ந்திருந்த பட்டம் எடுத்தவர்கள், மூத்தோர் வரிசையில் ஆக்கன்கோவைக் காண வில்லை என்பதையும் கவனித்திருப்பார்கள். ஆனால் அப்படியே நினைத்திருந்தாலும் அதைத் தங்களுக்குள்ளேயே வைத்துக் கொண்டார்கள். குதித்து நடக்கும் எக்வுக்வு இப்போது குலத்தின் இறந்த தந்தையரின் ஒருவர். அவர் பார்ப்பதற்கு பயங்கரமாக இருந்தார். பனங்கயிறு சுற்றப்பட்ட உடல் கண்களின் வட்டக்

குழிகளைத் தவிர முகத்தை முழுவதும் மூடிய வெள்ளை மரப்பலகை. பற்கள் விரல்களைப் போலப் பெரியது. அவருடைய தலையில் இரண்டு கோரமான கொம்புகள்.

எல்லா எக்வுக்வுக்களும் அமர்ந்த பிறகு, அவர்கள் உடல்களில் இருந்த சிறு மணிகளின், கிலுகிலுப்பை ஒலி அடங்கிய பிறகு, அவர்களுக்கு எதிரிலிருந்த இரண்டு குழுக்களையும் பார்த்துத் தீய காடு பேசினார்.

“உசோவுலுவின் உடலே, உன்னை வணங்குகிறேன்,” என்றார். ஆவிகள் எப்பொதும் மனிதர்களை உடல்கள் என்று தான் அழைக்கும்.

உசோவுலு பணிவின் அடையாளமாகக் குனிந்து தனது வலக்கையால் தரையைத் தொட்டான்.

“என்னுடைய தந்தையே, எனது கை தரையைத் தொட்டு விட்டது” என்றான் அவன்.

“உசோவுலிவின் உடலே, என்னை உனக்குத் தெரியுமா?” என்று ஆவி கேட்டது.

“எனக்கு எப்படித் தெரியும், தந்தையே? நீங்கள் எங்களுடைய அறிவுக்கு அப்பாற்பட்டவர்கள்.”

தீய காடு இப்போது குழுவின் பக்கம் திரும்பி சகோதரர்களில் மூத்தவனை நோக்கிப் பேசினார்.

“ஆடுக்வியின் உடலே, உன்னை வணங்குகிறேன்,” என்றார். அவரும் குனிந்து தரையைத் தொட்டார். வழக்கு ஆரம்பமானது.

உசோவுலு முன்வந்து தன் வழக்கை முன் வைத்தார்.

“அங்கே நிற்கிற பெண் என் மனைவி முக்பஃபோ. என்னுடைய பணத்தையும்,சேனைக் கிழங்குகளையும் கொடுத்து அவளை மணம் செய்து கொண்டேன். என்னுடைய மைத்துனர்களுக்கு நான் கொடுக்க வேண்டியது எதுவுமில்லை. அவர்களுக்குச் சேனைக் கிழங்குகள் கடன்படவில்லை. கோகா கிழங்குகள் கடன்படவில்லை. ஒரு நாள் காலை மூவரும் என்னுடைய வீட்டிற்கு வந்து என்னை அடித்துப் போட்டு விட்டு, என்னுடைய மனைவியையும் குழந்தைகளையும் கூட்டிக் கொண்டு போய் விட்டார்கள். இது மழைக்காலத்தில் நடந்தது. நானும் என்னுடைய மனைவி வந்து விடுவாள் என்று காத்திருந்தேன் வரவில்லை. கடைசியாக என் மைத்துனர்களிடம் சென்று ‘நீங்கள் உங்கள் சகோதரியைக் கூட்டிக் கொண்டு போய் விட்டீர்கள். நான் அவளை அனுப்பவில்லை. நீங்களே கூட்டிக் கொண்டு போனீர்கள்.

நமது குலத்தின் சட்டப்படி நீங்கள் அவளுடைய மணப் பரிசைத் திருப்பித்தர வேண்டும்' என்றேன்.ஆனால் என்னுடைய மனைவியின் சகோதரர்கள் தாங்கள் ஒன்றும் சொல்வதற்கில்லை என்று கூறிவிட்டார்கள். எனவேதான் குலத்தின் தந்தையரிடம் இந்த விஷயத்தைக் கொண்டுவந்திருக்கிறேன். என் வழக்கு இது தான். நான் உங்களை வணங்குகிறேன்," என்றான்.

"உன்னுடைய சொற்கள் நன்றாக இருக்கின்றன," என்றார் எக்வுக்வுவின் தலைவர். "ஆடுக்வியின் வார்த்தைகளைக் கேட்போம். அவருடைய சொற்களும் நன்றாக இருக்கலாம்,"

ஆடுக்வி குட்டை கட்டையானவன். அவன் முன்வந்து ஆவிகளை வணங்கி விட்டுத் தனது கதையைத் தொடங்கினான்.

"என்னுடைய மைத்துனர் நாங்கள் அவருடைய வீட்டிற்குச் சென்று, அவரை அடித்துப் போட்டு விட்டு எங்கள் சகோதரியைக் கூட்டி வந்து விட்டோம் என்று கூறினார். அது அனைத்தும் உண்மையே. எங்கள் வீட்டிற்கு வந்து பரிசுப் பொருளைத் திரும்பக் கேட்டதாகவும், நாங்கள் தரமறுத்ததாகவும் சொன்னார். அதுவும் உண்மையே. என்னுடைய மைத்துனர் உசோவுலு ஒரு மிருகம். என்னுடைய சகோதரி,அவர் வீட்டில் ஒன்பது ஆண்டுகள் இருந்தாள். அந்த ஒன்பது ஆண்டுகளில் இந்தப் பெண்ணை அவன் அடிக்காத நாள் ஒன்று கூட இருக்காது. அவர்களுடைய சண்டையைத் தீர்க்க நாங்கள் அடிக்கடி முயன்றோம். ஒவ்வொரு முறையும் அவர்தான் குற்றவாளி..."

"இது பொய்!," என்று கத்தினான் உசோவுலு.

ஆடுக்வி தொடர்ந்தான். "இரண்டு ஆண்டுகளுக்கு முன்னர் அவள் குழந்தை உண்டாயிருந்தபோது அவளை அடித்ததால் அவள் கரு கலைந்து விட்டது."

"இது பொய். அவளுடைய காதலனுடன் படுக்கச் சென்ற பிறகே அவளுக்குக் கருச் சிதைவு ஏற்பட்டது."

"உசோவுலுவின் உடலே, உன்னை வணங்குகிறேன்." என்று தீய காடு சொல்லி அவனை அடக்கினார். "எந்தக் காதலன் கருவுற்றிருக்கும் பெண்ணுடன் படுப்பான்?"

கூட்டம் அதனை ஆதரிப்பது போல முணுமுணுத்தது.

ஆடுக்வி தொடர்ந்தார்:

"சென்ற ஆண்டு அவள் நோய்வாய்ப்பட்டு குணமடைந்து கொண்டிருந்தாள். அப்போதும் அவளை அடித்திருக்கிறான். பக்கத்து வீட்டுக்காரர்கள் சென்று அவளைக் காப்பாற்றியிருக்காவிட்டால் செத்துப் போயிருப்பாள். இதைக் கேள்விப்பட்ட நாங்கள்

உங்களிடம் இப்போது சொல்லப்பட்டது போலச் செய்தோம். உமோஃபியாவின் சட்டப்படி ஒரு பெண் கணவனை விட்டு ஓடிப்போனால் அவளுடைய பரிசத்தைத் திருப்பித் தரவேண்டும். ஆனால் அவள் இங்கு தன்னுடைய உயிரைக் காப்பாற்றிக் கொள்ள ஓடி வந்திருக்கிறாள். அவளுடைய இரண்டு குழந்தை களும் உசோவுலுக்குத்தான் சொந்தம். நாங்கள் அதை மறுக்கவில்லை. ஆனால் அவர்கள் தங்களுடைய தாயை விட்டுப் பிரிய முடியாத குழந்தைகள். மாறாக உசோவுலு தன்னுடைய பைத்தியம் தெளிந்து சரியான முறையில் வந்து தன்னுடைய மனைவி திரும்பி வர வேண்டும் என்று கெஞ்சினால் அவள் போவாள். ஆனால் அவன் மறுபடியும் அவளை அடித்தால் நாங்கள் அவனுடைய பிறப்பு உறுப்பை அறுத்து விடுவோம்."

கூட்டம் பெரிதாகச் சிரித்தது. தீய காடு எழுந்தவுடன் அமைதி திரும்பிற்று. அவருடைய தலையிலிருந்து புகை வந்து கொண்டிருந்தது. அவர் கீழே அமர்ந்து இரண்டு சாட்சிகளை அழைத்தார். அவர்கள் இருவரும் உசோவுலுவின் அண்டை வீட்டுக்காரர்கள். அவர்களும் உசோவுலு அடிப்பதை ஒப்புக் கொண்டார்கள். தீய காடு எழுந்து தன்னுடைய கோலைத் தூக்கி மீண்டும் தரையில் பதித்தார். பெண்கள் பக்கம் ஓடினார். அவர்கள் பயத்தில் ஓடித் திரும்ப வந்தார்கள். பிறகு ஒன்பது எக்வுக்வுகளும் தங்கள் வீட்டிற்குச் சென்று ஆலோசனை நடத்தினார்கள். நெடுநேரம் அமைதியாக இருந்தது. பிறகு மணி அடித்தது, குழல் வாசிக்கப்பட்டது. எக்வுக்வுக்கள் மீண்டும் தங்கள் வீட்டிலிருந்து வெளியே வந்தார்கள். ஒருவரை ஒருவர் வணங்கி விட்டு இலோவிற்கு வந்தார்கள்.

"உமோஃபியா க்வெனு," என்று கர்ஜித்தார் தீய காடு, குலத்தின் மூத்தோரை நோக்கி.

"யா," என்று கூட்டம் இடிபோல் முழங்கியது. மீண்டும் வானத்திலிருந்து அமைதி இறங்கிச் சத்தத்தை அடக்கியது.

தீய காடு பேசத் தொடங்கினார். அவர் பேசிய போது எல் லோரும் அமைதி காத்தார்கள். மீதி எட்டு எக்வுக்வும் சிலைகள் போல நின்றன.

தீய காடு கூறினார்: "நாங்கள் வழக்கின் இரண்டு பக்கங்களையும் கேட்டோம். இந்த மனிதனைக் குற்றம் சொல்வது அந்த மனிதனைப் புகழ்வது எங்கள் வேலையில்லை. சண்டையில் சமாதானம் உண்டாக்குவதுதான் எங்கள் பணி." பிறகு உசோவு லுவின் குழுவை நோக்கித் திரும்பினார். சிறிது அமைதி.

"உசோவுலுவின் உடலே, நான் உன்னை வணங்குகிறேன்," என்றார்.

“எங்கள் தந்தையே, என்னுடைய கை தரையைத் தொட்டிருக்கிறது,” என்றான் உசோவுலு தரையைத் தொட்டுக் கொண்டே.

“உசோவுலுவின் உடலே, என்னை உனக்குத் தெரியுமா?”

“உங்களை எனக்கு எப்படித் தெரியும், தந்தையே? நீங்கள் எங்கள் அறிவிற்கு அப்பாற்பட்டவர்,” என்றார் உசோவுலு.

“நான் தீய காடு. ஒருவனை அவனுடைய வாழ்க்கை மிக இனிமையாக இருக்கும் நாளிலேயே கொன்று விடுவேன்.”

“உண்மை,” என்றான் உசோவுலு.

“நீ உன்னுடைய மைத்துனர் வீட்டிற்கு ஒரு கள் பானையைக் கொண்டு சென்று உன் மனைவி உன்னுடன் வருமாறு கெஞ்சிக் கேட்டுக்கொள். ஒரு ஆண் தன்னுடைய மனைவியுடன் சண்டை போடுவது வீரம் இல்லை”. பிறகு ஆடுக்வி பக்கம் திரும்பினார். சிறிது அமைதிக்குப் பிறகு, “ஆடுக்வியின் உடலே உன்னை வணங்குகிறேன்,” என்றார்.

“என்னுடைய கை தரையில் இருக்கிறது,” என்றான் ஆடுக்வி.

“உனக்கு என்னைத் தெரியுமா?”

“யாருக்கும் உங்களைத் தெரிந்திருக்க முடியாது,” என்றான் அவன்.

“நான் தீய காடு. வாயை நிறைக்கின்ற காய்ந்த கரி நான். விறகு இல்லாமல் எரியும் தீ நான். உன் மைத்துனன் கள் கொண்டு வந்தால் உன்னுடைய சகோதரியை அவனுடன் போகவிடு, நான் உன்னை வணங்குகிறேன்.” தரையில் ஊன்றியிருந்த கம்பை எடுத்து மீண்டும் செருகினார்.

“உமோஃபியா க்வேனு,” என்று அவர் கர்ஜித்தார். கூட்டம் பதில் கூறியது.

“இந்தச் சின்ன விவகாரம் எக்வுக்வுவிற்கு முன்னர் ஏன் வர வேண்டும் என்று தெரியவில்லை,” என்றார் ஒரு பெரியவர் இன்னொருவரிடம்.

“உனக்கு உசோவுலு எப்படிப்பட்டவன் என்று தெரியாதா? அவன் வேறு எந்த முடிவுக்கும் கட்டுப்பட மாட்டான்,” என்றார் மற்றவர்.

அவர்கள் பேசிக் கொண்டிருக்கும்போது வேறு இரண்டு குழுக்கள் முதலில் இருந்தவர்கள் இடத்திற்கு வந்தன. இப்போது பெரிய நிலச்சம்பந்தப்பட்ட வழக்கு தொடங்கியது.

சினுவ அச்சிபி ❖ 95

11

இரவு; கனமான இருள். நிலாவும் ஒவ்வொரு நாளாய் நேரம் கழித்தே உதித்தது. இப்போது அதிகாலையில் தான் தோன்று கிறது. நிலா மாலைப் பொழுதைக் கைவிட்டுவிட்டு சேவல் கூவும் போது, உதிப்பதால், இரவுகள் கரிபோல இருட்டாக இருந்தன.

கிழங்கு ஃபூஃபூ மற்றும் கசப்பு இலை சூப்பை இரவு உணவாகச் சாப்பிட்டபிறகு எசின்மாவும் அவளுடைய அம்மாவும் தரையில் பாயின் மேல் உட்கார்ந்திருந்தார்கள். பனை எண்ணெய் விளக்கு மஞ்சள் ஒளியைத் தந்து கொண்டிருந்தது. அது இல்லாமல் அவர்களால் சாப்பிட்டிருக்கக் கூட முடியாது. அந்த இரவுக் கும்மிருட்டில் வாய் எங்கே இருக்கிறது என்று கண்டு பிடிக்க முடியாது. ஆக்கன்கோவின் வளாகத்திலுள்ள நான்கு குடிசைகளிலும் ஒவ்வொரு விளக்கு எரிந்து கொண்டிருந்தது. ஒரு குடிசையிலிருந்து இன்னொன்றைப் பார்க்கும் போது, கனமான இருட்டில் வைக்கப்பட்ட மஞ்சள் விளக்கின் கண் போலத் தோன்றியது.

இரவின் ஒரு பகுதியாகிய பூச்சிகளின் சத்தத்தையும், நிவாயிகி தனது மர உரலில் ஃபூஃபூவை இடிக்கும் ஒலியையும் தவிர உலகம் அமைதியாக இருந்தது. நிவாயிகி நான்கு வளாகங்களுக்கு அப்பால் வசித்தாள். எப்போதும் அவள் தாமதமாகத் தான் சமைப்பாள். அக்கம்பக்கத்துப் பெண்களுக்கு எல்லாம் நிவாயிகியின் உரல் உலக்கைச் சத்தம் தெரியும். அதுவும் இரவின் ஒரு பகுதிதான்.

ஆக்கன்கோ அவனுடைய மனைவியர் கொண்டு வந்த

உணவு வகைகளைச் சாப்பிட்டு விட்டு சுவரில் சாய்ந்து அமர்ந்திருந்தார். தன்னுடைய பையில் துளாவி பொடிக்குப்பியை வெளியே எடுத்தார். அதனை இடது உள்ளங்கையில் வைத்துத் தட்டினார். ஒன்றும் வரவில்லை. குப்பியை புகையிலையைக் குலுக்க முழங்காலில் வைத்துத் தட்டினார். ஆகிக்கியின் பொடியில் இதுதான் பிரச்சனை. சீக்கிரமே ஈரமாகிவிடும். அதிகமான வெடியுப்பு சேர்ந்திருக்கும். ஆக்கன்கோ கொஞ்ச நாட்களாகவே அவரிடமிருந்து பொடி வாங்குவதில்லை. நல்ல மூக்குப் பொடியைக் கடைவதற்குச் சரியான ஆள் இடிகோ தான். அவருக்கு அண்மையில் சுகமில்லாமல் போய்விட்டது.

தணிந்த குரல்கள், இடையிடையே பாட்டுச்சத்தம் ஆக்கன் கோவிற்கு அவருடைய மனைவியரின் குடில்களிலிருந்து கேட்டன. ஒவ்வொருத்தியும் அவளுடைய குழந்தைகளுக்கு நாட்டுப்புறக் கதைகளைக் கூறிக் கொண்டிருந்தாள். எக்வெஃபியும் அவளுடைய மகள் எசின்மாவும் தரையில் விரித்திருந்த பாயின் மேல் உட்கார்ந்திருந்தார்கள். இப்போது கதை சொல்வது எக்வெஃபியின் முறை.

“முன்னொரு காலத்தில்,” என்று தொடங்கினாள். “வானத்தில் எல்லாப் பறவைகளும் விருந்துக்கு அழைக்கப்பட்டன. அவற்றிற்கு மிக்க மகிழ்ச்சி. விருந்துக்கு ஆயத்தமானார்கள். சிகப்பு சந்தனத்தை உடலில் பூசிக் கொண்டு, ஊலி*யைக் கொண்டு அழகிய கோலங்களை அவற்றின் மேல் தீட்டிக் கொண்டார்கள்.

ஆமை, இந்த ஆயத்தங்களை எல்லாம் பார்த்தது. விரைவில் எதற்காக என்று புரிந்து கொண்டது. விலங்குகளின் உலகில் நடப்பது எதுவும் அவனுடைய கவனத்திலிருந்து தப்ப முடியாது. அவன் அவ்வளவு தந்திரம் உள்ளவன். பெரிய விருந்து என்று கேள்விப்பட்டவுடன் அவனுடைய தொண்டை கரகரத்தது. அந்த நாட்களில் பஞ்சம். ஆமை இரண்டு நிலாக்களாக நல்ல சாப்பாடே சாப்பிடவில்லை. காலிக் கூட்டில் காய்ந்த குச்சி போல அவன் உடல் கலகலத்தது. அதனால் வானத்திற்கு எப்படிப் போவது என்று திட்டமிட்டான்.”

“ஆனால் அவனுக்குத்தான் இறக்கைகள் இல்லையே!” என்றாள் எசின்மா.

“பொறுமையாக இரு,” என்று பதிலளித்த அவளுடைய அம்மா தொடர்ந்தாள். “இது கதை. ஆமைக்கு இறக்கைகள் இல்லை. அவன் பறவைகளிடம் போய்த் தன்னையும் கூட அழைத்துப் போகுமாறு கேட்டான்.

---

* ஊலி - தோலில் கோலம் வரையப் பெண்களால் பயன்படுத்தப்படும் சாயம்.

‘உன்னை எங்களுக்கு நன்றாகவே தெரியும்,’ என்றன பறவைகள். ‘நீ தந்திரம் மிக்கவன்; நன்றியில்லாதவன். உன்னை எங்களோடு கூட்டிப் போனால் நீ உன் குசும்பைத் தொடங்கி விடுவாய்.’

‘என்னை உங்களுக்குத் தெரியாது,’ என்றான் ஆமை. ‘நான் மிகவும் மாறிவிட்டேன். பிறருக்குத் தொந்தரவு கொடுப்பவன் தனக்கே அதைச் செய்து கொள்கிறான் என்று பாடம் கற்றுக் கொண்டுவிட்டேன்.’

ஆமை இனிமையாகப் பேசுவான். சிறிது நேரத்தில் அவன் மாறிவிட்டான் என்று பறவைகள் ஒத்துக் கொண்டன. பிறகு அவை ஒவ்வொன்றும் இறகு ஒன்றைக் கொடுத்தன, அவற்றைக் கொண்டு அவன் இரண்டு சிறகுகளை அமைத்துக் கொண்டான்.

கடைசியாக அந்தப் பெரிய நாள் வந்தது. சந்திக்கும் இடத்தில் முதலில் வந்தது ஆமைதான். எல்லாப் பறவைகளும் ஒன்றாகக் கூடியவுடன் மொத்தமாகப் பறந்தன. ஆமைக்கு ஒரே மகிழ்ச்சி. பறக்கும் வழியெல்லாம் சளசளவென்று பேசிக் கொண்டே வந்தான். அவன் நல்ல பேச்சாளனாதலால் அவனையே அவர்கள் சார்பில் பேசத் தேர்வு செய்தார்கள்.

அவர்கள் பறந்து போய்க் கொண்டிருந்த போதே அவன் ‘ஒரு முக்கியமான விஷயத்தை நாம் மறந்து விடக்கூடாது. இது போன்ற பெரிய விருந்துக்கு மக்கள் அழைக்கப்படும் போது அவர்கள் புதிய பெயர்களை வைத்துக் கொள்ள வேண்டும். நமக்கு விருந்தளிப்பவர்கள் இந்தப் பழைய வழக்கத்தை நாம் கடைபிடிக்க வேண்டும் என்று எதிர்பார்ப்பார்கள்.’

பறவைகள் எதுவும் இது போன்ற வழக்கத்தைப் பற்றிக் கேள்விப் பட்டதில்லை. ஆனால் ஆமைக்கு வேறு குறைகள் இருந்தாலும், பல இடங்களுக்குப் போய் வந்தவன்; பல மக்களின் பழக்க வழக்கங்களைத் தெரிந்து வைத்திருப்பவன். எனவே ஒவ்வொரு பறவையும் ஒரு பெயரை எடுத்துக் கொண்டது. அவனுடைய புதுப்பெயர் ‘உங்கள் எல்லோருக்கும்’ என்பது.

“கோலாப் பருப்புகளைக் கொடுத்துத் தின்றவுடன், வானத்து மக்கள் தங்கள் விருந்தினர் முன் மிகச் சுவையான உணவு வகைகளைப் படைத்தார்கள். ஆமை அவற்றைக் கனவில் கூட பார்த்தது இல்லை. அடுப்பிலிருந்து நேராக சூப்பைப் பானை யோடு சூடாகக் கொண்டு வந்தார்கள். அதில் இறைச்சியும் மீனும் நிறைந்து இருந்தன. ஆமை சப்தமாக முகர்ந்து பார்த்தது. பொடியாக்கிய கிழங்கு, பனை எண்ணெயில் மீனுடன் பொரித்த கிழங்குக் குழம்பும் இருந்தன. மொந்தை மொந்தையாகக் கள்.

விருந்தினர்கள் முன்னால் எல்லாம் வைக்கப்பட்டவுடன் வானத்து மக்களில் ஒருவர் ஒவ்வொரு பானையிலிருந்தும் சிறிது எடுத்து ருசி பார்த்தார். பிறகு பறவைகளைச் சாப்பிடுமாறு அழைத்தார். உடனே ஆமை எழுந்து நின்று கேட்டான்.

'யாருக்காக இந்த விருந்தைத் தயாரித்திருக்கிறீர்கள்?'

"உங்கள் எல்லோருக்கும்" என்றனர் விடையாக.

"ஆமை பறவைகள் பக்கம் திரும்பி 'என்னுடைய பெயர்' உங்கள் எல்லோருக்கும்' என்பது நினைவிருக்கிறதா? இவர்களுடைய பழக்கம் என்னவென்றால் முதலில் பேச்சாளருக்குக் கொடுத்த பிறகுதான் மற்றவர்களுக்குக் கொடுப்பார்கள். நான் சாப்பிட்ட பிறகு உங்களுக்குப் பரிமாறுவார்கள்."

"உடனே அவன் சாப்பிட ஆரம்பித்து விட்டான். பறவைகள் கோபமாக முணுமுணுத்தன. வானத்து மக்களும் எல்லா உணவையும் தங்கள் அரசனுக்கே தந்து விடுவது இவர்கள் வழக்கம் போலும் என்று எண்ணிக் கொண்டன. எனவே ஆமை சுவையான பகுதியை எல்லாம் உண்டுவிட்டு, இரண்டு பானை கள்ளையும் குடித்து முடித்தான். இப்போது உணவும் கள்ளும் நிறைந்திருக்க உடல் கூடு முழுவதும் விரிந்து விட்டது.

"மிச்சமிருந்ததைப் பறவைகள் உண்ணக் கூடின. அவன் தரையில் விட்டெறிந்த எலும்புகளைக் கொத்தின. சிலவற்றிற்கு மிகுந்த கோபம்; சாப்பிடவே இல்லை. வெறும் வயிற்றிலேயே பறந்து போகத் தீர்மானித்தன. ஆனால் போவதற்கு முன்னர் ஒவ்வொரு பறவையும் தான் கடன் கொடுத்த இறகை ஆமையிடமிருந்து எடுத்துக் கொண்டது. கடைசியில் ஆமை உணவும் கள்ளும் நிறைந்த தனது ஓட்டோடு வீடு நோக்கிப் பறக்கச் சிறகுகள் இல்லாமல் நின்றான். தனது மனைவிக்கு ஒரு செய்தியைக் கொண்டு செல்லுமாறு பறவைகளிடம் கேட்டுப் பார்த்தான். ஆனால் எல்லாப் பறவைகளும் மறுத்து விட்டன. கடைசியாக, மற்ற பறவைகளை விட அதிகம் கோபப்பட்ட கிளி தனது மனதை மாற்றிக் கொண்டு செய்தியைக் கொண்டு போக ஒத்துக் கொண்டது.

"ஆமை, 'என் வீட்டிலுள்ள மிருதுவான பொருட்களையெல்லாம் கொண்டுவந்து என் வளாகத்தில் விரிக்கச் சொல். அப்போதுதான் வானத்திலிருந்து நான் கீழே குதிக்கும் போது அதிக ஆபத்தில் லாமல் இருக்கும்,' என்றான்.

"கிளியும் செய்தியைக் கூறுவதாக உறுதியளித்துவிட்டுப் பறந்தது. ஆனால் ஆமையின் வீட்டை அடைந்தவுடன் அவனுடைய மனைவியிடம் வீட்டிலுள்ள எல்லாக் கடினமான பொருட்களை யும் கொண்டு வருமாறு சொல்லிற்று. மண்வெட்டிகள்,

வெட்டுக்கத்திகள், ஈட்டிகள், துப்பாக்கிகள், பீரங்கிகளைக் கூடக் கொண்டு வந்துவிட்டாள். ஆமையும் வானத்திலிருந்து அவனுடைய மனைவி கொண்டுவருவதைப் பார்த்தான். ஆனால் தொலைவில் இருந்ததால் என்ன கொண்டு வந்தாள் என்று தெரியவில்லை. எல்லாம் ஆயத்தமாக இருப்பது தெரிந்தவுடன், குதித்தான். விழுந்தான், விழுந்தான், விழுந்து கொண்டே இருந்தான். முடிவே இல்லை போலத் தோன்றியது. பிறகு பீரங்கிச் சத்தம் போல மோதி விழுந்தான்."

"செத்து விட்டானா?" என்று கேட்டாள் எசின்மா.

"இல்லை. ஓடு சுக்கு நூறாய் உடைந்து போயிற்று. பக்கத்தில் ஒரு பெரிய மருத்துவர் இருந்தார். ஆமையின் மனைவி அவரை அழைத்து வரச் சொன்னாள். அவர் ஓடுகளையெல்லாம் திரட்டி ஒன்று சேர்த்து ஒட்ட வைத்தார். அதனால் தான் ஆமையின் ஓடு கரடு முரடாக இருக்கிறது."

"இந்தக் கதையில் பாட்டே இல்லையே!" என்றாள் எசின்மா.

"இல்லை. பாட்டுள்ள கதையை யோசித்துப் பார்க்கிறேன். இப்போது உன்னுடைய முறை," என்றாள் எக்வெஃபி.

"முன்னொரு காலத்தில் ஆமையும் பூனையும் சேனைக் கிழங்குகளுடன் மல்யுத்தம் செய்யச் சென்றன... இல்லை... இல்லை... இது தொடக்கமில்லை.. ஒரு காலத்தில் விலங்குகளின் நாட்டில் பெரிய பஞ்சம் வந்தது. பூனையைத் தவிர அனைவரும் ஒல்லியாக இருந்தார்கள். பூனை மட்டும் நன்றாகக் கொழுத்திருந்தது. எண்ணெய் தேய்த்தது போல உடல் பளபளத்தது..." என்று எசின்மா சொல்லிக் கொண்டிருந்தாள்.

அப்போது, இருட்டின் அமைதியைக் கிழித்துக் கொண்டு உச்சக் குரல் ஒன்று கேட்டது. அக்பாலாவின் பூசாரி சியலோ, வருங்காலத்தைப் பற்றி முன்னுரைத்துக் கொண்டிருந் தாள். இது ஒன்றும் புதிதில்லை. எப்போதாவது அவளுடைய தெய்வத்தால் அவளுக்கு அருள் வந்து இப்படிக் குறி சொல்வாள். ஆனால் இன்றிரவு அவளுடைய வாழ்த்துக்களையும், முன்னுரைத்தல்களையும் ஆக்கன்கோவைக் குறிவைத்தே கூறினாள். எனவே அவருடைய குடும்பத்தில் அனைவரும் கவனமுடன் கேட்டார்கள். கதைகள் நிறுத்தப்பட்டன.

"அக்பாலா. டூ... ஊ...! அக்பாலா எக்கனியோ... ஓ... ஓ..." என்று இருட்டில் வெட்டும் கத்தியைப் போலக் குரல் கேட்டது. "ஆக்கன்கோ! அக்பாலா எக்கனி... ஜியோ... ஓ... ஓ... ! அக்பாலா சோலு இஃபு அடா யா எசின்மா ஓ... ஓ...!"

எசின்மாவின் பெயரைக் கேட்டவுடன், தூரத்தில் வரும் ஆபத்தை நுகர்ந்து தலையைத் தூக்கும் விலங்கு போல வெடுக்கென்று தலையைத் தூக்கினாள் எக்வெஃபி. நெஞ்சு வலித்தது.

பூசாரி ஆக்கன்கோவின் வளாகத்திற்கு வந்து அவருடைய குடிசையின் முன் நின்று அவருடன் பேசிக் கொண்டிருந்தாள். அவளுடைய மகள் எசின்மாவை அக்பாலா பார்க்க விரும்புவதாகத் திரும்பத் திரும்பச் சொல்லிக் கொண்டிருந்தாள். எசின்மா தூங்கிக் கொண்டிருப்பதால் காலையில் வருமாறு அவர் அவளிடம் கெஞ்சிக் கொண்டிருந்தார். சியலோ அவர் கூறியதைக் காதில் வாங்கிக் கொள்ளாமல், அக்பாலா அவருடைய மகளைப் பார்க்க விரும்புவதாகத் திரும்பத் திரும்பக் கூறிக் கொண்டிருந்தாள். அவளுடைய குரல் மணியடித்தது போல இருந்தது. ஆக்கன்கோவின் மனைவியருக்கும் குழந்தைகளுக்கும் அவள் சொல்வது தெளிவாகக் கேட்டது. பெண்ணுக்கு சுகமில்லா திருந்தது. இப்போது தூங்கிக் கொண்டிருக்கிறாள் என்று கெஞ்சிக் கொண்டிருந்தார். எக்வெஃபி வேகமா எழுந்து அவளைத் தனது படுக்கை அறைக்கு அழைத்துச் சென்று உயரமான மூங்கில் படுக்கையில் படுக்க வைத்தாள்.

பூசாரி திடீரென்று கத்தினாள். “எச்சரிக்கை, ஆக்கன்கோ. அக்பாலாவுடன் எதிர்த்து வாதம் செய்யாதே. தெய்வம் பேசும் போது மனிதன் குறுக்கிடலாமா? எச்சரிக்கை!”

ஆக்கன்கோவின் வட்ட வளாகத்துக்குள் வந்து நேரடியாக எக்வெஃபியின் குடிசைக்குள் நுழைந்தாள். ஆக்கன்கோவும் பின்னாலேயே போனார்.

“எக்வெஃபி! அக்பாலா உன்னை வாழ்த்துகிறது. என்னுடைய மகள் எசின்மா எங்கே? அக்பாலா அவளைப் பார்க்க விரும்பு கிறது,” என்றாள்.

எக்வெஃபி ஒரு எண்ணெய் விளக்கைத் தனது கையில் ஏந்திக் கொண்டு தன் குடிசைக்கு வெளியில் வந்தாள். காற்று அடித்ததால், இடது கையால் விளக்கை மூடிக் கொண்டாள். நிவோயியின் அம்மாவும் கையில் விளக்குடன் வந்தாள். அவளுடைய குழந்தைகளும் இருட்டில் குடிசைக்கு வெளியில் நின்று இந்த அபூர்வ நிகழ்ச்சியைப் பார்த்துக் கொண்டிருந்தார்கள். ஆக்கன்கோவின் கடைசி மனைவியும் வெளியில் வந்து மற்றவர்களுடன் சேர்ந்து கொண்டாள்.

“அக்பாலா அவளை எங்கு சந்திக்க விரும்புகிறார்?” என்று எக்வெஃபி கேட்டாள்.

“மலைகளிலும் குகைகளிலும் இருக்கும் அவருடைய வீட்டில்

இல்லாமல் வேறு எங்கு?" என்று பூசாரி பதில் சொன்னாள்.

"நானும் கூட வருவேன்," என்று கூறினாள் எக்வெஃபி உறுதியாக.

"டுஃபியா*, ஆ!" என்று பூசாரி சபித்தாள். அவள் குரல் வறண்ட காலத்தில் கோபத்தில் வெடிக்கும் இடிபோலக் கரகரத்தது. "சக்திவாய்ந்த அக்பாலாவின் முன் நீயாகப் போக உனக்கு என்ன துணிச்சல், பெண்ணே! கோபத்தில் உன்னை அவர் அடித்துப் போடுவதற்கு முன் எச்சரிக்கையாக இரு. என் மகளைக் கூட்டிவா."

எக்வெஃபி குடிசைக்குள் சென்று எசின்மாவுடன் வந்தாள்.

"வா, என் மகளே," என்றாள் பூசாரி. " நான் என்னுடைய முதுகில் உன்னைத் தூக்கிச் செல்கிறேன். தனது அம்மாவின் முதுகில் இருக்கும் குழந்தைக்குத் தூரம் தெரியாது."

எசின்மா அழத் தொடங்கினாள். சியலோ அவளை 'என் மகளே' என்று கூப்பிடுவது வாடிக்கைதான். ஆனால் இந்த மஞ்சள் அரைகுறை வெளிச்சத்தில் அவள் பார்த்த சியலோ வித்தியாசமானவளாக இருந்தாள்.

"அழாதே, என் மகளே, இல்லாவிட்டால் அக்பாலா கோபப் படுவார்," என்றாள் பூசாரி.

"அழாதே. சீக்கிரமாகத் திரும்பிக் கொண்டுவந்து விடுவாள், சாப்பிடுவதற்குக் கொஞ்சம் மீன் தருகிறேன்," என்றாள் எக்வெஃபி. குடிசைக்குள் போய் கரிபடிந்த கூடையை எடுத்து வந்தாள். அதில்தான் அவள் கருவாடு மற்றும் சூப் செய்வதற்கான பொருட்களை வைத்திருந்தாள். ஒரு துண்டை எடுத்து அதை இரண்டாக உடைத்து எசின்மாவிடம் கொடுத்தாள்.

எசின்மா அவளுடைய அம்மாவையே ஒட்டிக் கொண்டு நின்றாள். "பயப்படாதே," என்று எக்வெஃபி அவளுடைய தலையைக் கோதிவிட்டாள். சில இடங்களில் வழிக்கப்பட்டு தலையில் ஒழுங்கான வடிவங்களில் தலைமுடி தெரிந்தது. மீண்டும் வெளியே வந்தார்கள். பூசாரி ஒரு காலில் நின்று குனிந்தாள். எசின்மா இடது கையில் கருவாட்டைப் பிடித்துக் கொண்டு கண்களில் நீர்மல்க முதுகில் ஏறிக் கொண்டாள்.

"அக்பாலா டூ... ஊ...! அக்பாலா எசினியோ... ஓ...!" சியலோ மீண்டும் தன்னுடைய தெய்வத்தைப் பாடத் தொடங்கினாள். வேகமாகத் திரும்பி தாழ்வாரத்திற்குக் கீழே தாழ்வாகக் குனிந்து

---

* டுஃபியா - சாபம்

ஆக்கன்கோவின் குடிசை வழியாக நடந்தாள். எசின்மா தனது தாயை உரத்த குரலில் அழைத்து அழத் தொடங்கினாள். இரண்டு குரல்களும் கனத்த இருட்டில் கரைந்து போயின.

எக்வெஃபி இரண்டு குரல்களும் போன திக்கைப் பார்த்துக் கொண்டே இருந்தாள். தன் ஒரே குஞ்சைப் பருந்து கவ்விக் கொண்டு போன போது இருக்கும் கோழியைப் போல நடுங்கினாள். அவளுடைய கால்கள் வெலவெலத்துப் போயின. விரைவில் எசின்மாவின் குரல் மறைந்து சியலோவின் குரல் மட்டுமே தொலைவில் போய்க் கொண்டே இருந்தது.

"அவளை யாரோ கடத்திக் கோண்டு போய் விட்டது போல ஏன் அங்கேயே நிற்கிறாய்?" என்று ஆக்கன்கோ கேட்டார், தனது குடிசைக்குள் போய்க் கொண்டே.

"அவள் சீக்கிரம் திரும்பிக் கொண்டு வந்துவிடுவாள்," என்றாள் நிவோயியின் அம்மா.

ஆனால் எக்வெஃபியிடம் இந்த ஆறுதல் சொற்களெல்லாம் எடுபடவில்லை. சிறிது நேரம் நின்று விட்டு வேகமாக ஒரு முடிவுக்கு வந்து ஆக்கன்கோவின் குடிசைக்குள் நுழைந்து வெளியே வந்தாள்.

"எங்கே போகிறாய்?" என்று கேட்டார்.

"நான் சியலோவைப் பின்பற்றிப் போகிறேன்," என்று பதில் சொல்லி விட்டு இருட்டில் மறைந்தாள். ஆக்கன்கோ கனைத்து விட்டு, தனது பக்கத்தில் தொங்கிய ஆட்டுத் தோல் பையிலிருந்து பொடிக் குப்பியை எடுத்தார்.

பூசாரியின் குரல் மிக மெல்லியதாகத்தான் தொலைவிலிருந்து வந்தது. எக்வெஃபி பிரதான ஒற்றையடிப் பாதைக்குப் போய் இடப்பக்கம் திரும்பி, குரல் வந்த திசையை நோக்கி நடந்தாள். இருளில் அவள் கண்களுக்கு எதுவும் தெரியவில்லை. இரண்டு பக்கமும் கிளைகளும் ஈரம்படிந்த இலைகளும் இருந்த மணல் பாதையை எளிதாகப் பிடித்து விட்டாள். தனது மார்பகங்களைக் கையில் பிடித்துக் கோண்டு வேகமாக ஓடினாள். திடீரென்று அவளது இடது கால் மரத்தூரில் இடித்து விட்டது. பயந்து விட்டாள். இது கெட்ட சகுனம். வேகமாக ஓடினாள். ஆனால் சியலோவின் குரல் இன்னும் தொலைவில் கேட்டது. அவளும் ஓடிக் கொண்டிருக்கிறாளோ? எசின்மாவை முதுகில் தூக்கிக் கொண்டு அவளால் எப்படி வேகமாக ஓடமுடியும்? இரவு குளுமையாக இருந்தாலும் ஓடியதால் உடல் சூடாகி விட்டது போல இருந்தது. பாதையின் இருபுறமும் வளர்ந்திருந்த அடர்த்தியான களைச் செடிகள், கொடிகளுக்கிடையில் புகுந்து ஓடினாள்.

ஒருமுறை இடறிக் கீழே விழுந்து விட்டாள். அப்போதுதான் சியலோ தனது பாடலை நிறுத்திவிட்டிருந்தது தெரிந்தது. அவள் துணுக்குற்றாள். அவள் இதயம் வேகமாக அடித்துக் கொண்டது. அசையாமல் நின்றாள். பிறகு சியலோவின் குரல் மீண்டும் கேட்டது. இப்போது சில அடிகளே முன்னால் போயிருந்தாள். ஆனால் எக்வெஃபியால் அவளைப் பார்க்க முடியவில்லை. கண்களை மூடித் திறந்தாள். ஒரு பயனுமில்லை. அவளுடைய மூக்கிற்கு மேல் எதையும் பார்க்க முடியவில்லை.

வானத்தில் விண்மீன்கள் இல்லை. மழைமேகம். மின்மினிப் பூச்சிகள் தங்கள் சிறிய பச்சை விளக்குகளோடு சுற்றி வந்து கொண்டிருந்தன. இது இருளை இன்னும் அதிகமாக்கிற்று. சியலோவின் பாடல்களுக்கு இடையில் காட்டுப் பூச்சிகளின் சத்தம் இருட்டில் பின்னி இருளை இன்னும் பயங்கரமாக்கிற்று.

“அக்பாலா டோ... ஓ... ஓ...! அக்பாலா எகினியோ...ஓ...ஓ...” எக்வெஃபி பின்னாலேயே போனாள். மிக அருகிலும் போகாமல் தள்ளியும் பின்தங்கி விடாமல் அவளைப் பின்பற்றினாள். புனிதமான குகையை நோக்கிப் போய்க் கொண்டிருப்பதாக நினைத்தாள். இப்போது மெதுவாக நடந்ததால் அவளுக்குச் சிந்திக்க நேரம் கிடைத்தது. அவர்கள் குகைக்குள் போனவுடன் இவள் என்ன செய்வாள்? உள்ளே நுழைய இவளுக்கு மனஉறுதி இருக்காது. இந்தப் பயங்கரமான இடத்தில் தனியாகக் குகை வாயிலில் இவள் காத்திருக்க வேண்டும். இரவின் பயங்கரங்கள் அவள் நினைவுக்கு வந்தன. இன்னொரு இரவு அவளுடைய நினைவிற்கு வந்தது. அது நெடுங்காலத்திற்கு முன்னர் நடந்தது. ஒரு காலத்தில் அவர்களுடைய இனம் தங்களுடைய எதிரிகளுக்கு எதிராகப் பயன்படுத்த உண்டாக்கிய சக்தி வாய்ந்த மருந்தைக் கட்டுப்படுத்த முடியாமல் உலகில் உலவ விட்டுவிட்டதால் அதன் கெட்ட, ஆக்பு-அகாலி-ஆடு என்ற சாற்றை அவள் பார்த்து விட்டாள். இது போன்ற ஒரு இரவில் எக்வெஃபி தன்னுடைய அம்மாவுடன் ஓடையிலிருந்து வந்து கொண்டிருந்தாள். அப்போது அதன் ஒளிப் பிழம்பு அவர்களை நோக்கிப் பறந்து வந்தது. அவர்களுடைய தண்ணீர்ப் பானைகளைக் கீழே போட்டுவிட்டு அந்தத் தீய ஒளி அவர்கள் மேல் இறங்கி அவர்களைக் கொன்றுவிடும் என்று எதிர்பார்த்துப் பயத்துடன் சாலையோரம் படுத்துக் கிடந்தார்கள். எக்வெஃபி ஆக்பு-அகாலி-ஆடுவைப் பார்த்தது அந்த ஒரே சமயம் தான். அதிக நாட்கள் முன்னர் அது நிகழ்ந்திருந்தாலும் அந்த இரவை நினைத்து விட்டால் இன்னும் அவள் இரத்தம் பயத்தில் உரைந்து போகிறது.

பூசாரியின் குரல் இப்போது அதிக இடைவெளியில் கேட்டது.

ஆனால் அதன் தீவிரம் குறையவில்லை. குளுமையாக இருந்தது; பனியில் ஈரமாக இருந்தது. எசின்மா தும்மினாள். "உனக்கு உயிர்" என்றாள் எக்வெஃபி. அப்போது "உனக்கு உயிர், மகளே," என்று பூசாரியும் சொன்னாள். இருளிலிருந்து வந்த எசின்மாவின் குரல் அவளுடைய தாயின் இதயத்தில் பால் வார்த்தது. அவள் மெல்ல நடந்தாள்.

பூசாரி திடீரென்று கத்தினாள். "யாரோ என்னைப் பின் தொடர்ந்து வருகிறார்கள். நீ ஆவியாக இருந்தாலும் சரி, மனிதனாக இருந்தாலும் சரி, உன்னுடைய தலையை மொட்டைக் கத்தியால் வழிக்கட்டும்! நீ உன்னுடைய குதிகாலைப் பார்க்குமட்டும் அவன் உன் கழுத்தை நெரிக்கட்டும்!"

எக்வெஃபி அசையாமல் நின்று விட்டாள். "பெண்ணே, அக்பாலா உனக்குத் தீங்கு இழைப்பதற்கு முன் வீட்டிற்குப் போய்விடு," என்று ஒரு மனம் சொல்லிற்று. ஆனால் அவளால் போக முடியாது. சியலோ முன்னால் சிறிது தூரம் போவது வரையில் பேசாமல் நின்றாள். பிறகு பின் தொடர்ந்தாள். நீண்ட தூரம் நடந்து விட்டதால் அவளுடைய கால்களும் தலையும் கூட மரத்துப் போய்விட்டன. குகையை நோக்கி அவர்கள் போய்க் கொண்டிருக்க முடியாது என்று அவளுக்குத் தோன்றியது. முன்னாலேயே அவர்கள் குகையைக் கடந்து போயிருக்க வேண்டும். அதிகத் தொலைவிலுள்ள உமுவாச்சி கிராமத்திற்கு அவர்கள் போய்க் கொண்டிருக்க வேண்டும். இப்போது சியலோவின் குரல் கேட்கும் இடைவெளி அதிகமாயிற்று.

எக்வெஃபிக்கு இரவில் கொஞ்சம் வெளிச்சம் வந்து விட்டது போலத் தோன்றிற்று. மேகம் கலைந்து விட்டது. சில விண்மீன்கள் வெளியில் தெரிந்தன. நிலவும் எழத் தொடங்கியிருக்கும். அதனுடைய கோபம் போய் விட்டது. கணவன் மனைவி சண்டைபோட்டு கணவன் மனைவியின் உணவை உண்ண மறுப்பது போல, நிலாவும் உண்ண மறுப்பதாக நிலவு நேரங் கழித்து எழுவதை மக்கள் விளக்குவார்கள்.

"அக்பாலா டூ... ஊ... உமுவாச்சி, அக்பாலா எகினி உனுலோ... ஓ...!" எக்வெஃபி நினைத்தது போல நடந்திருக்கிறது. பூசாரி இப்போது உமுவாச்சியை வணங்கிக் கொண்டிருந்தாள். அவர்கள் அன்று நடந்திருந்த தூரம் நம்ப முடியாததாக இருந்தது. குறுகிய காட்டுப் பாதையிலிருந்து கிராமத்தின் திறந்த வெளிக்கு வந்த போது இருளின் கருமை கொஞ்சம் மட்டுப்பட்டிருந்தது. மரங்களின் தெளிவில்லாத உருவங்களைப் பார்க்க முடிந்தது. எக்வெஃபியும் தனது மகளையும் பூசாரியையும் பார்த்து விடக் கண்களை இடுக்கி முயன்று பார்த்தாள். ஆனால் அவர்களுடைய உருவத்தைப் பார்த்து விட்டோம் என்று அவள் நினைக்கும்

போதெல்லாம் அவை இருளில் உருகி மறைந்து விடும். அவள் மரத்துப் போய் நடந்தாள்.

சியலோவின் குரல் ஓங்கியது. தொடக்கத்திலிருந்தது போலவே ஒலித்தது. எக்வெஃபி திறந்த வெளிக்கு வந்து விட்டது போல உணர்ந்தாள். கிராமத்து இலோவில் இருக்கிறோம் என்று ஊகித்தாள். அல்லது விளையாட்டு மைதானமாக இருக்க வேண்டும். சியலோ இப்போது முன்னே போகவில்லை என்பது அவளைத் துணுக்குறச் செய்தது. உண்மையில் அவள் திரும்பிக் கொண்டிருந்தாள். சியலோ அவளைக் கடந்து போனாள். அவர்கள் வந்த வழியிலேயே திரும்பிப் போனார்கள்.

நீண்ட களைப்பான பயணம். எக்வெஃபி தூக்கத்தில் நடப்பது போல நடந்தாள். நிலா உதித்துக் கொண்டிருந்தது. அது இன்னும் வானத்தில் தெரியா விட்டாலும், இருளை அதன் ஒளி கரைத்திருந்தது. இப்போது எக்வெஃபியால் பூசாரியையும் அவளுடைய சுமையையும் ஓரளவு பார்க்க முடிந்தது. அவர் களுடைய தூரத்தை அதிகமாக்கக் கொஞ்சம் மெதுவாக நடந்தாள். சியலோ திடீர் என்று திரும்பித் தன்னைப் பார்த்து விட்டால் என்ன ஆகுமோ என்று பயந்தாள்.

நிலா மேலே வர வேண்டும் என்று வேண்டிக் கொண்டாள். ஆனால் நிலாவின் அரைகுறை ஒளி இருளை விடப் பயங்கரமான தாகப்பட்டது. உலகத்தினை இப்போது தெளிவில்லாத, வினோத மான உருவங்கள் நிறைத்துக் கொண்டன. அவள் கூர்ந்து பார்க்கப் பார்க்க அவை கரைந்து போய் புதிய உருவங்களாக மாறின. ஒரு நிலையில் எக்வெஃபிக்கு எவ்வளவு பயம் ஏற்பட்டதென்றால், ஒரு நேரம் சியலோவைத் துணைக்கும் ஆதரவுக்குமாகக் கூப்பிடலாம் என்று கூட நினைத்தாள். ஒரு மனிதனின் உருவம் பனை மரத்தில் ஏறித் தலைகீழாகத் தொங்கிக் கொண்டிருந்ததை அவள் பார்த்துவிட்டாள். ஆனால் அந்த நேரம் பார்த்து, சியலோவின் குரல் மீண்டும் உரத்து ஒலித்தது. எக்வெஃபி கொஞ்சம் பின் வாங்கினாள். அவளுடன் சந்தையில் உட்கார்ந்து எசின்மாவை ‘எனது மகளே’ என்று சில வேளைகளில் அழைத்து அவளுக்குப் பீன் கேக்குகள் வாங்கிக் கொடுத்த சியலோ அல்ல இவள். இது வேறு வித்தியாசமான பெண். மலைகள் மற்றும் குகைகளின் குறிகாரரான அக்பாலாவின் பூசாரி. எக்வெஃபி இரண்டு அச்சங்களுக்கு இடையில் நடந்தாள். அவளுடைய மரத்துப் போன நடை யாரோ தனக்குப் பின்னால் நடக்கும் வேறு ஒரு ஆளின் நடைபோல இருந்தது. அவளுடைய கைகளை அவளுடைய வெற்று மார்பில் கட்டியிருந்தாள். பனி கனமாக விழுந்தது. குளிரைப் பற்றி எல்லாம் அவளால் சிந்திக்க முடியவில்லை. இரவின் பயங்கரத்தைப் பற்றிக் கூட எண்ண முடியவில்லை.

அரைத்தூக்கத்தில் இழுத்துச் செல்லப்பட்டாள். திடீரென்று சியலோவின் பாட்டுக் கேட்டு விழித்துக் கொள்வாள்.

கடைசியில் திரும்பிக் குகைகளின் பக்கம் போனார்கள். அப்போதிருந்து சியாலோ நிறுத்தாமல் பாடிக் கொண்டிருந்தாள். அவளுடைய தெய்வத்தைப் பல பெயர்களில் அழைத்தாள். வருங்காலத்தின் சொந்தக்காரர், பூமியின் தூதுவர், ஒருவனுடைய வாழ்க்கை இனிக்கும் நேரத்தில் அவனை வெட்டிப் போடும் தெய்வம் என்று அழைத்தாள். எக்வெஃபியும் விழித்துக் கொண்டாள். அவளுடைய மரத்துப் போன பயங்களும் திரும்பி வந்தன.

இப்போது நிலா மேலே வந்து விட்டது. சியலோவையும் எசின்மாவையும் அவளால் தெளிவாகப் பார்க்க முடிந்தது. ஒரு பெண் அந்தப் பெரிய குழந்தையை அவ்வளவு எளிதாக இத்தனை தூரம் எப்படிச் சுமக்க முடிந்தது என்பது அதிசயம்தான். ஆனால் எக்வெஃபி அதைப் பற்றி நினைக்கவில்லை. சியலோ அன்றிரவு பெண்ணாகவே இல்லை.

“அக்பாலா டூ...ஓ...ஓ...! அக்பாலா எக்கனூ ஓ...ஓ...சி நெக்பு மடு உபோசி நிடு யா நேடோ யா உடோ டலுவோ...ஓ....ஓ...!”

எக்வெஃபியால் குன்றுகள் நிலவொளியில் பெரிதாக எழுந்து நிற்பதைப் பார்க்க முடிந்தது. அவை ஒரு வட்ட வடிவ மோதிரம் போல அமைந்திருந்தன. இடையில் மட்டும் ஒற்றையடிப் பாதைக்கு வழி இருந்தது. அது வட்டத்தின் மத்திக்குச் சென்றது.

பூசாரி அந்த குன்றுகளின் வளையத்திற்குள் போனவுடன் அவளுடைய குரல் இரண்டு மடங்கு அதிகமானது; எல்லாப் பக்கங்களிலும் பரவிற்று. தெய்வத்தின் கோவில்தான் அது. எக்வெஃபி மிகக் கவனமுடனும் அமைதியாகவும் நடந்தாள். தான் வந்தது அறிவான செயல்தானா என்று சந்தேகப்படத் தொடங்கினாள். எசின்மாவுக்கு எதுவும் நடக்காது என்று நினைத் தாள். அப்படியே எதுவும் நடந்தாலும் அவளால் அதைத் தடுக்க முடியுமா? கீழேயுள்ள குகைகளுக்குள் நுழைய அவளுக்குப் பயம். அவள் வந்தது வீண் என்று நினைத்தாள்.

இவை எல்லாம் அவளுடைய மனத்தில் ஓடிய போது குகை வாயிலுக்கு எவ்வளவு அருகில் வந்து விட்டோம் என்பதை அவள் உணரவில்லை. எனவே, பூசாரி எசின்மாவை முதுகில் தூக்கிக் கொண்டு கோழி கூடப் போகமுடியாத துளை வழியாக மறைந்த உடன், எக்வெஃபி அவர்களை நிறுத்திவிடுவது போல வேகமாக ஓடினாள். அவர்களை விழுங்கிக் கொண்ட வட்ட இருளைப் பார்த்தவுடன் நின்றாள். அவள் கண்களில் கண்ணீர்

பெருக்கெடுத்தது. ஆனால் எசின்மா கத்துவதைக் கேட்டால் உலகில் எந்தத் தெய்வங்களையும் எதிர்த்துக் கொண்டு குகைக்குள் ஓடுவது என்று சபதமிட்டுக் கொண்டாள். அவளுடனே இவளும் செத்து விடுவாள்.

இப்படி உறுதிமொழி எடுத்து விட்டு கல் வேலியில் அமர்ந்து காத்திருந்தாள். அவள் அச்சம் பறந்து விட்டது. பூசாரியின் குரலை அவளால் கேட்க முடிந்தது. குகை பெரிதாக இருந்ததால் அது அவளுடைய குரலின் கடுமையைக் குறைத்திருந்தது. தனது முகத்தை மடியில் கவிழ்த்துக் கொண்டு காத்திருந்தாள்.

எவ்வளவு நேரம் காத்திருந்தாள் என்று அவளுக்குத் தெரிய வில்லை. வெகுநேரம் ஆகியிருக்கும். குன்றுகளிலிருந்து செல்லும் பாதைக்கு அவள் முதுகைக் காட்டி உட்கார்ந்திருந்தாள். அவளுக்கு ஏதோ சப்தம் கேட்டு சடக்கென்று திரும்பினாள். கையில் வெட்டுக் கத்தியுடன் ஓர் ஆள் நின்று கொண்டிருந்தார். எக்வெஃபி கத்திக் கொண்டே எழுந்தாள்.

“முட்டாள் தனமாக இராதே,” ஆக்கன்கோவின் குரல். “நீயும் சியலோவோடு கோவிலுக்குள் போவாய் என்று நினைத்தேன்,” என்றார் கேலியாக. எக்வெஃபி பதில் சொல்லவில்லை. நன்றியில் கண்ணீர் வடிந்தது. தனது மகளுக்கு ஆபத்தில்லை என்பது அவளுக்குத் தெரியும்.

“வீட்டிற்குப் போய்த் தூங்கு,” என்றார் ஆக்கன்கோ, “ நான் காத்திருக்கிறேன்.”

“நானும் இருக்கிறேன். விடியப் போகிறது. முதல் கோழி கூவி விட்டது.”

இருவரும் சேர்ந்து நின்ற போது எக்வெஃபியின் மனம் அவர்களுடைய இளவயதை நோக்கிச் சென்றது. ஆக்கன்கோ மிக ஏழையாக இருந்ததால் எக்வெஃபி அனினியை மணம் செய்து கொண்டாள். இரண்டு ஆண்டுகளுக்குப் பிறகு அவளால் தாக்குப் பிடிக்க முடியவில்லை. ஆக்கன்கோவிடம் ஓடி வந்து விட்டாள். அப்போது அதிகாலை நேரம், நிலா காய்ந்து கொண்டிருந்தது. அவள் தண்ணீர் கொண்டு வர ஓடைக்குப் போய்க் கொண்டிருந்தாள். ஓடைக்குப் போகும் வழியில்தான் ஆக்கன்கோவின் வீடு. அவள் உள்ளே சென்று கதவைத் தட்டினாள். அவரும் வெளியில் வந்தார். அப்போதும் அதிகம் பேசமாட்டார். அவளைத் தன்னுடைய படுக்கைக்குத் தூக்கிக் கொண்டு போய்விட்டார்.

12

அடுத்த நாள் காலை அந்தப் பகுதி முழுவதும் விழாக் கோலம் பூண்டிருந்தது. ஆக்கன்கோவின் நண்பர் ஆபியெரிக்கா தனது மகளுடைய உரி*யைக் கொண்டாடினார். அவளுடைய வருங்காலக் கணவன் ஏற்கனவே பரிசுத் தொகையின் பெரும் பகுதியைக் கொடுத்து விட்டிருந்தான். இப்போது அவளுடைய பெற்றோர், நெருங்கிய உறவினர் மட்டுமில்லாமல் உமுன்னா* என்று அழைக்கப்படுகின்ற சொந்தக்காரர்களுக்கும் அவன் கள் கொண்டு வருவான். ஆண்கள், பெண்கள், குழந்தைகள் என்று அனைவரையும் அழைத்திருந்தார்கள். ஆனால் அது உண்மையில் பெண்களின் சடங்குதான். முக்கிய ஆட்கள் பெண்ணும் அவளுடைய தாயும் தான்.

விடிந்தவுடன் காலை உணவை வேகமாக முடித்துக் கொண்டு ஆபியெரிக்காவின் வளாகத்தில் பெண்களும் குழந்தைகளும் கூடி விட்டார்கள். மொத்தக் கிராமத்திற்கும் உணவு தயாரிக்கும் கடினமான, ஆனால் மகிழ்ச்சியான வேலையில் பெண்ணின் தாய்க்கு உதவி செய்யத்தான் கூடினார்கள்.

அப்பகுதியிலுள்ள பிற குடும்பத்தைப் போலவே ஆக்கன் கோவின் குடும்பமும் சுறுசுறுப்பாக இருந்தது. நிவோயியின் அம்மாவும், ஆக்கன்கோவின் கடைசி மனைவியும் தங்கள் குழந்தைகளுடன் ஆபியெரிக்காவின் வளாகத்திற்கு செல்லத்

---

* உரி - நிச்சயதார்த்தச் சடங்குகளில் ஒன்று. பரிசுப் பொருள் தரப்படும் நாள்.
* உமுன்னா - உறவுக்காரர்களின் கூட்டம், உமுஅடாவின் ஆண்பால் சொல்.

தயாராக இருந்தார்கள். நிவோயியின் அம்மா கோகோ கிழங்கு, உப்புக்கட்டி, மீன் ஆகியவற்றை ஒரு கூடையில் எடுத்திருந்தாள். அவற்றை ஆபியெரிக்காவின் மனைவிக்குப் பரிசளிப்பாள். ஆக்கன்கோவின் கடைசி மனைவி ஆஜியுகோவும் ஒரு கூடையில் வாழைப்பழம், கோகோ கிழங்கு, சின்னக் கிண்ணத்தில் பனை எண்ணெய் ஆகியவற்றை எடுத்துக் கொண்டாள். அவளுடைய குழந்தைகள் தண்ணீர்ப் பானைகளைச் சுமந்து வந்தார்கள்.

எக்வெஃபிக்குக் களைப்பாக இருந்தது. முதல் நாள் இரவு பட்ட கஷ்டத்தில் தூக்கம் தூக்கமாக வந்தது. வீடு திரும்பி அதிக நேரம் கூட ஆகவில்லை. பூசாரி தூங்கிக் கொண்டிருந்த எசின்மாவை முதுகில் சுமந்து கொண்டு பாம்பைப் போல வயிற்றில் ஊர்ந்து கோயிலுக்குள்ளிருந்து வெளியே வந்தாள். ஆக்கன்கோவையும் எக்வெஃபியையும் பார்த்ததாகக் கூடக் காட்டிக் கொள்ளவில்லை; குகை வாயிலில் அவர்களைப் பார்த்தும் எந்த உணர்ச்சியையும் காட்டவில்லை. நேரே முன்னால் பார்த்துக் கொண்டே கிராமத்தை நோக்கி நடந்தாள். கொஞ்சம் தள்ளி ஆக்கன்கோவும் எக்வெஃபியும் அவளைப் பின் தொடர்ந்தார்கள். பூசாரி அவளுடைய வீட்டிற்குத்தான் போகப் போகிறாள் என்று நினைத்தார்கள். ஆனால் அவள் ஆக்கன்கோவின் வளாகத்திற்குப் போய் ஆக்கன்கோவின் ஆபியின் வழியாகச் சென்று எக்வெஃபியின் குடிசைக்குள் நுழைந்து அவளுடைய படுக்கை அறைக்குப் போனாள். கவனமாக எசின்மாவை படுக்கையில் கிடத்திவிட்டு யாரிடமும் எதுவும் பேசாமல் போய் விட்டாள்.

மற்றவர்களெல்லாம் விழித்த பிறகும் இன்னும் எசின்மா தூங்கிக் கொண்டிருந்தாள். எக்வெஃபி தான் தாமதமாக வருவதாக ஆபியெரிக்காவின் மனைவியிடம் கூறுமாறு நிவோயி யின் அம்மாவிடமும் ஆஜியுகோவிடமும் கேட்டுக் கோண்டாள். அவளுடைய கூடையில் கோகோ கிழங்கு மற்றும் மீன் ஆகிய வற்றை எடுத்து வைத்து விட்டாள். ஆனால் எசின்மா விழிப்பது வரையிலும் காத்திருக்க வேண்டும்.

"நீ கொஞ்சம் தூங்கு. மிகவும் சோர்ந்து போயிருக்கிறாய்," என்று நிவோயியின் அம்மா சொன்னாள்.

அவர்கள் பேசிக் கொண்டிருக்கும் போதே எசின்மா குடிசையிலிருந்து கண்களைத் துடைத்துக் கொண்டு சோம்பல் முறித்தபடி வெளியே வந்தாள். மற்ற குழந்தைகள் தண்ணீர்ப் பானைகளுடன் நிற்பதைப் பார்த்தவுடன் ஆபியெரிக்காவின் மனைவிக்குத் தண்ணீர் கொண்டு போக வேண்டும் என்ற நினைவு வந்தது. வீட்டிற்குள் போய் தனது பானையை எடுத்து

110 ❖ சிதைவுகள்

வந்தாள்.

"தூங்கினது போதுமா?" என்று கேட்டாள் அம்மா.

"ஆமாம்; வாங்க போகலாம்."

"நீ சாப்பிட்டால் தான் போக முடியும்," என்றாள் எக்வெஃபி. இரவு சமைத்த காய்கறி சூப்பைச் சூடு பண்ணத் தனது குடிசைக்குள் விரைந்தாள்.

"நாங்கள் போகிறோம். ஆபியெரிக்காவின் மனைவியிடம் நீங்கள் சிறிது நேரம் கழித்து வருவதாகக் கூறிவிடுகிறேன்," என்றாள் நிவோயியின் தாய். நிவோயியின் அம்மா தனது நான்கு குழந்தைகளுடனும், ஆஜியகோ தனது இரண்டு குழந்தைகளுடனும் புறப்பட்டார்கள். ஆக்கன்கோவின் ஆபி வழியாகப் போனபோது, "எனக்கு மதிய உணவு யார் தயாரிப்பது?" என்று கேட்டார்.

"நான் திரும்பி வந்து செய்து கொடுப்பேன்," என்றாள் ஆஜியுகோ.

ஆக்கன்கோவும் இரவு முழுவதும் தூங்கவில்லை. இது யாருக்குத் தெரியும்? அவருக்கும் இப்போது களைப்பாக இருந்தது; தூக்கம் வந்தது. அவருக்குப் பதற்றமாகவே இருந்தது. வெளியில் காட்டிக் கொள்ளவில்லை. எக்வெஃபி பூசாரியைப் பின் தொடர்ந்து போனபோது கொஞ்சம் நேரம் கழித்து, தனது வெட்டுக் கத்தியை எடுத்துக் கொண்டு புறப்பட்டார். அவர்கள் குகைக்குத்தான் போயிருப்பார்கள் என்று நினைத்து அங்கே போனார். ஆனால் அங்கே போன பிறகு தான், பூசாரி முதலில் கிராமங்களைச் சுற்றி வருவாள் என்பது நினைவிற்கு வந்தது. ஆகவே ஆக்கன்கோ வீட்டிற்குத் திரும்ப நினைத்தார். போதுமான நேரம் காத்திருந்து விட்டோம் என்பதை உறுதி செய்து கொண்டு மீண்டும் கோயிலுக்கு வந்தார். ஆனால் குன்றுகளும், குகைகளும் சாவைப் போல அமைதியாக இருந்தன. அவர் நான்காவது முறை போன போதுதான் எக்வெஃபியைப் பார்த்தார். ஆனால் அதற்குள் அவருக்குக் கவலை அதிகமாகி விட்டது.

ஆபியெரிக்காவின் வளாகம் எறும்புப் புற்றுபோலச் சுறுசுறுப்பாய் இருந்தது. மூன்று பெரிய மண்ணாங்கட்டிகளைக் கொண்டு வந்து முக்கோண அடுப்பு வைத்து அதன் மத்தியில் கட்டைகள் வைத்து நெருப்பு மூட்டினார்கள். இப்படிக் கிடைத்த இடத்தில் எல்லாம் அடுப்புகள், அவற்றின் மேல் சமையல் பாத்திரங்களை வைத்திருந்தார்கள். ஃபூஃபூவை நூறு மர உரல்களில் இடித்துக் கொண்டிருந்தார்கள். சில பெண்கள் சேனைக் கிழங்கைச் சமைத்

தார்கள். வேறு சிலர் காய்கறி சூப் தயாரித்தார்கள். குழந்தைகள் தண்ணீர் குடங்களைச் சுமந்து வந்த வண்ணம் இருந்தார்கள்.

மூன்று இளைஞர்கள் ஆபியெரிக்கா இரண்டு ஆடுகளை வெட்ட உதவி செய்து கொண்டிருந்தார்கள். ஆட்டுக்கறி சூப்புத் தயாரிக்க வேண்டும், ஆடுகள் நன்றாகக் கொழுத்தவை. எல்லா ஆடுகளிலும் மிகக் கொழுத்த ஒன்று சுற்றுச் சுவருக்கு அருகில் ஒரு கிளையில் கட்டப்பட்டிருந்தது. சின்னப் பசு போல இருந்தது. இந்த ஆட்டை வாங்க ஆபியெரிக்கா தனது உறவினர்களில் ஒருவரை உமுயிக்கேவிற்கே அனுப்பியிருந்தார். அதனை உயிரோடு அவருடைய மைத்துனர்களுக்குக் கொடுக்க வேண்டும்.

ஆபியெரிக்கா ஆடு வாங்க அனுப்பிய இளைஞன், "உமுயிக்கே சந்தை மிகப் பெரியது. ஆட்கள் கூட்டம் அதிகம். மணலைப் போட்டால் தரையில் விழாது," என்றான்.

"அதுவெல்லாம் பெரிய மருந்தின் வேலை. உமுயிக்கேவின் மக்கள் தங்கள் சந்தை பெரிதாக வளர்ந்து பக்கத்துச் சந்தைகளை எல்லாம் விழுங்கி விட வேண்டும் என்று திட்டம் போட்டார்கள். ஆகவே அவர்கள் சக்தி வாய்ந்த மருந்தைத் தயாரித்தார்கள். ஒவ்வொரு சந்தை நாளன்றும், முதல் கோழி கூவுவதற்கு முன்னால் இந்த மருந்து சந்தைத் திடலில் கையில் விசிறியுடைய கிழவியாக நிற்கும். அந்த மாய விசிறியால் அந்தப்பக்கத்து இனங்களை எல்லாம் அவள் கூப்பிடுவாள். தன் முன்னால் வீசுவாள், பின்னால் வீசுவாள், இடது பக்கம் வீசுவாள், வலது பக்கம் வீசுவாள்," என்றார்.

"அதனால் தான் எல்லோரும் அங்கு வருகிறார்கள். நல்லவர் களும் வருகிறார்கள், திருடர்களும் வருகிறார்கள். அந்தச் சந்தையில் நிற்கும் போதே உங்கள் இடுப்புத் துணியைக்கூட உருவி விடுவார்கள்," என்றார் இன்னொருவர்.

"ஆமாம்," என்றார் ஆபியெரிக்கா. " நுவான்குவோவை இரண்டு கண்களையும் திறந்து வைக்குமாறு எச்சரித்து அனுப்பியிருந்தேன். இப்படித்தான் முன்னர் ஒருமுறை ஒருவன் ஆடொன்றை விற்கப் போயிருந்தான். நல்ல கனமான கயிற்றில் கட்டி இடுப்பில் சுற்றிக் கூட்டிப்போனான். ஆனால் சந்தையில் நடந்து போகும் போது, மக்கள் அவனைப் பைத்தியத்தைக் காட்டுவதைப் போல சுட்டிக் காட்டிக் கொண்டு இருப்பதைப் பார்த்தான். என்னவென்று அவனுக்குப் புரியவில்லை. திரும்பிப் பார்த்தால் கயிற்று முனையில் ஆட்டைக் காணவில்லை, பெரிய மரக்கட்டைதான் இருந்தது."

"தனியாக ஒரு திருடன் இதைச் செய்திருக்க முடியும் என்று

நினைக்கிறீர்களா?" என்று கேட்டான் நுவான்குவோ.

"இல்லை. அவர்கள் மருந்தைப் பயன்படுத்துகிறார்கள்," என்றார் ஆபியெரிக்கா.

ஆடுகளின் கழுத்தை அறுத்து இரத்தத்தை ஒரு கிண்ணத்தில் பிடித்தார்கள். பிறகு அவற்றை நெருப்பில் முடி கருகும் வரை வாட்டினார்கள். முடி கருகும் வாடை சமைக்கும் மணத்தோடு கலந்து வந்தது. பிறகு அவற்றைக் கழுவித் துண்டுகளாக வெட்டி பெண்கள் சூப் வைக்கக் கொடுத்தார்கள்.

இந்த எறும்புப்புற்று வேலையெல்லாம் ஒழுங்காக நடந்து கொண்டிருந்தது. அதனை திடீரென்று ஒரு சத்தம் நிறுத்திற்று. தூரத்திலிருந்து ஆஜி ஆடு அச்சு குஜி குஜி ஓ* (வாலைக் கொண்டு ஈக்களை விரட்டுவது) உடனே எல்லாப் பெண்களும் தங்கள்வேலையைப் போட்டுவிட்டு சத்தம் வந்த திசையை நோக்கி ஓடினார்கள்.

"நாம் சமைத்துக் கொண்டிருப்பது நெருப்பில் கருகும்படி விட்டு விட்டு இப்படி ஓடக்கூடாது. மூன்று நான்கு பேர் இங்கே இருக்க வேண்டும்," என்று கத்தினாள் சியலோ.

"ஆமாம்," என்றாள் இன்னொரு பெண். "மூன்று நான்கு பெண்கள் இங்கே இருக்கட்டும்."

சமையல் பானைகளைப் பார்த்துக் கொள்ள ஐந்து பெண்கள் இருக்க மற்றவர்கள் எல்லாம் அவிழ்த்து விடப்பட்ட பசுவைப் பார்க்க ஓடி விட்டார்கள். அதைப் பார்த்தவுடன் பிடித்து அதனை அதன் சொந்தக்காரரிடம் ஓட்டிச் சென்றார்கள். சொந்தக்காரரும் பெரிய அபராதத் தொகையைக் கொடுத்தார். பக்கத்துத் தோட்டக்காரர்களின் பயிர்களில் மேய விடுபவர்களுக்கு கிராமம் தண்டத் தொகை வசூலிக்கும். பெண்கள் தண்டத் தொகையை வசூலித்த பிறகு, சத்தம் கொடுத்த உடன் யாரெல்லாம் வரவில்லை என்று பெண்கள் பார்த்துக் கொண்டார்கள்.

"முக்போகோ எங்கே?" என்று ஒருத்தி கேட்டாள்.

"அவளுக்குச் சுகமில்லை. படுத்துக் கிடக்கிறாள். அவளுக்கு இபா," என்று அவளுடைய வீட்டுக்குப் பக்கத்து வீட்டுக்காரி கூறினாள்.

"அவர்களுடன் வராத ஒருத்தி உடன்கோ. ஆனால் அவளுடைய குழந்தைக்கு இன்னும் இருபத்தி எட்டு நாட்களாக வில்லை," என்றாள் இன்னொரு பெண்.

---

* ஆஜி ஆடு அச்சு குஜி குஜி - ஓ - மாடு தனது வாலைக் கொண்டு ஈயைத் துரத்துவது.

சினுவ அச்சிபி ❖ 113

ஆபியெரிக்காவின் மனைவி தன்னுடைய உதவிக்குக் கூப்பிடாத பெண்கள் அவர்களுடைய வீடுகளுக்குப் போனார்கள். மற்றவர்கள் மொத்தமாக ஆபியெரிக்காவின் வளாகத்திற்குப் திரும்பினார்கள்.

"யாருடைய பசு?" என்று சமைத்துக் கொண்டிருந்த பெண்கள் கேட்டார்கள்.

"என்னுடைய வீட்டுக்காரருடையது. குழந்தைகளுள் ஒன்று மாட்டுக் கொட்டிலின் கதவைத் திறந்து விட்டிருந்தது," என்றார் எசிலக்போ.

பிற்பகல் ஆரம்பத்திலேயே ஆபியெரிக்காவின் சம்பந்திகள் வீட்டிலிருந்து இரண்டு கள் பானைகள் வந்தன. அவற்றை உடனே பெண்களுக்கே கொடுத்து விட்டார்கள். அவர்கள் தங்கள் சமையலில் உதவ ஒன்றிரண்டு கோப்பைகள் குடித்தார்கள். கொஞ்சம் கள் மணப் பெண்ணுக்கும், அவளுடைய துணைப் பெண்களுக்கும் போனது. அவர்கள் அவளுடைய தலையில் கடைசி மழிப்புகளை எல்லாம் செய்து அவளுடைய உடலில் சந்தனத்தைப் பூசிக்கொண்டிருந்தார்கள்.

வெய்யில் தாழ்ந்தவுடன் ஆபியெரிக்காவின் மகன் மடுகா நீண்ட விளக்குமாற்றை எடுத்து அவனுடைய தந்தையின் ஆபியின் முன்னாலிருந்த களத்தைக் கூட்டினான். அதற்காகச் சொல்லி வைத்தாற்போல ஆபியெரிக்காவின் உறவினர்களும் நண்பர்களும் வரத் தொடங்கினார்கள். ஒவ்வொருவர் தோளிலும் ஒரு ஆட்டுத் தோல் பை தொங்கியது; பக்கத்தில் ஆட்டுத்தோல் பாய் இருந்தது. சிலருடைய மகன்கள் வேலைப்பாடு செய்யப்பட்ட பலகைகளைக் கொண்டு வந்தார்கள். ஆக்கன்கோ அவர்களில் ஒருவர். அரைவட்டமாக அமர்ந்து பலவற்றைப் பற்றிப் பேசிக் கொண்டிருந்தார்கள். விரைவிலேயே மாப்பிள்ளை வீட்டார் வந்து விடுவார்கள்.

ஆக்கன்கோ தனது பொடிக்குப்பியை எடுத்து அதை அவர் பக்கத்தில் உட்கார்ந்திருந்த அக்வெஃபி எசின்மாவிடம் நீட்டினார். எசின்மா அதை வாங்கி முழங்காலில் தட்டி, தனது இடது உள்ளங்கையிலிருந்த ஈரத்தை உடலில் துடைத்து விட்டு, சிறிது பொடியை அதில் தட்டினார். மிகவும் கவனமாக இதைச் செய்து கொண்டே அவர் பேசினார்:

"நமது சம்பந்திகள் நிறையக் கள் பானைகளைக் கொண்டு வருவார்கள் என்று நம்புகிறேன். கஞ்சத்தனத்திற்குப் பெயர் போன கிராமத்திலிருந்து அவர்கள் வந்தாலும், அகுசி ஒரு அரச னுக்கு ஏற்ற பெண் என்று அவர்களுக்குத் தெரிய வேண்டும்," என்றார் அவர்.

"முப்பது பானைகளுக்குக் குறைந்து கொண்டு வர அவர்கள் துணிய மாட்டார்கள். அப்படிக் கொண்டு வந்தால் நான் சும்மா இருக்க மாட்டேன்," என்றார் ஆக்கன்கோ.

அந்தச் சமயத்தில் ஆபியெரிக்காவின் மகன் மடுகா பெரிய ஆட்டைத் தன் தந்தையின் உறவினர்கள் பார்ப்பதற்காக ஓட்டி வந்தான். அவர்கள் அதைப் பாராட்டி இப்படித்தான் காரியங்கள் செய்ய வேண்டும் என்றார்கள். பிறகு ஆடு உள்ளே கூட்டிச் செல்லப் பட்டது.

விரைவிலேயே சம்பந்திகள் வரத் தொடங்கினார்கள். இளைஞர்களும் வரிசையாக கள் பானையை சுமந்து கொண்டு முதலில் வந்தார்கள். பானைகள் வரவர ஆபியெரிக்காவின் உறவினர்கள் அவற்றை வரிசையாக எண்ணினார்கள். இருபது, இருபத்தைந்து.. பிறகு நீண்ட இடைவெளி. எல்லோரும் 'நான் சொன்னேன் இல்லையா?' என்பது போலப் பார்த்துக் கொண்டார்கள். பிறகு மேலும் பானைகள் வந்தன. முப்பது, முப்பத்தைந்து, நாற்பது, நாற்பத்தைந்து. உடனே பாராட்டுக்கு அடையாளமாக தலையசைத்துக் கொண்டார்கள். 'இப்போது தான் மனிதர்களாக நடந்து கொள்கிறார்கள்' என்று கூறுவது போல இருந்தது. மொத்தம் ஐம்பது கள் பானைகள். பானைகள் கொண்டு வந்தவர்களுக்குப் பின்னர் மாப்பிள்ளை இபி வந்தான், தொடர்ந்து குடும்பத்தில் மூத்தவர்கள். அரை நிலா வட்டத்தில் உட்கார்ந்தார்கள். இப்போது வட்டம் முழுமையாயிற்று. கள்பானைகள் நடுவில் இருந்தன. பிறகு வளாகத்தின் உள்ளிருந்து மணப்பெண், அவளுடைய அம்மா, ஐந்து ஆறு பெண்கள் வந்து வட்டத்தைச் சுற்றிப் போய் அனைவரோடும் கைகுலுக்கினார்கள். முதலில் மணப் பெண்ணின் தாய், அடுத்து பெண், பிறகு மற்ற பெண்கள் என்று வந்தார்கள். மணமான பெண்கள் அவர்களுடைய அழகு உடைகளை அணிந்து வந்தார்கள். இளம் பெண்கள் சிகப்பு கறுப்பு இடுப்புப் பாசிகளும், பித்தளைக் கொலுசுகளும் அணிந்திருந்தார்கள்.

பெண்கள் போன பிறகு ஆபியெரிக்கா கோலாப் பருப்புகளைச் சம்பந்திகளுக்குக் கொடுத்தார். அவருடைய மூத்த அண்ணன் முதல் பருப்பை உடைத்தார். "நம் அனைவருக்கும் உயிர்," என்று சொல்லிக் கொண்டே உடைத்தார். "உங்கள் குடும்பத்திற்கும் எங்கள் குடும்பத்திற்கும் நட்புறவு இருக்கட்டும்."

கூட்டம், "ஈ ஈ" என்று பதிலளித்தது.

"இன்று நாங்கள் எங்களுடைய மகளை உங்களுக்குத் தருகி றோம். உங்களுக்கு நல்ல மனைவியாக அவள் இருப்பாள். எங்கள் ஊர் தாய்மார்கள் போல ஒன்பது மகன்களைப் பெறுவாள்."

"ஈ ஈ"

வந்தவர்களில் முதியவர், "உங்களுக்கும் நல்லதாக இருக்கும். எங்களுக்கும் நல்லதாக இருக்கும்,"

"ஈ ஈ"

"உங்கள் மகளை மணமுடிக்க வருவது இது முதற்தடவை இல்லை. என்னுடைய அம்மா உங்களில் ஒருவர்."

"ஈ ஈ"

"இதுவே கடைசியாக இராது. ஏனென்றால் நீங்கள் எங்களைப் புரிந்து கொண்டீர்கள். நாங்கள் உங்களைப் புரிந்து கொண்டோம்."

"ஈ ஈ"

"வளமாக வளரும் ஆண்களே, பெரிய வீரர்களே," என்று ஆக்கன்கோவின் பக்கம் பார்த்தார். " உங்களைப் போன்ற மகன்களை உங்கள் மகள் எங்களுக்குப் பெற்றுத் தருவாள்."

"ஈ ஈ"

கோலாவைத் தின்ற பிறகு கள்ளைக் குடிக்கத் தொடங்கினார்கள். நான்கைந்து ஆண்கள் ஒரு பானையைச் சுற்றி உட்கார்ந்து கொண்டார்கள். மாலை ஆனவுடன் விருந்தினர்களுக்கு உணவு படைக்கப்பட்டது. ஃபூஃபூ பெரிய கிண்ணங்களில் இருந்தது. ஆவி பறக்கும் சூப். கிழங்குக் குழம்பு பானைகளில். அது ஒரு பெரிய விருந்துதான்.

இரவானவுடன் மரத் தூண்களில் தீப்பந்தங்களை வைத்தார்கள். இளைஞர்கள் பாட்டுப் பாடினார்கள். முதியவர்கள் பெரிய வட்டத்தில் அமர்ந்து கொள்ள பாடகர்கள் சுற்றி வந்து ஒவ்வொருவர் முன்னால் வரும் போதும் அவரைப் புகழ்ந்து பாடினார்கள். ஒவ்வொருவரைப் பற்றியும் ஏதாவது பாடினார்கள். சிலர் சிறந்த விவசாயிகள். சிலர் பெரிய பேச்சாளர்கள். சிலர் தங்கள் குலத்திற்குப் பரிந்து பேசுபவர்கள். ஆக்கன்கோ சிறந்த மல்லர், வீரர். ஒரு சுற்றுப் பாடி முடித்தவுடன் இளைஞர்கள் உட்கார்ந்து விட்டார்கள். இப்போது உள் கூட்டத்திலிருந்து இளம் பெண்கள் நடனமாட வந்தார்கள். முதலில் மணப்பெண் வரவில்லை. ஆனால் அவள் கடைசியாக ஒரு சேவலைக் கையில் பிடித்துக் கொண்டு வந்த போது ஒரே சப்தத்துடன் வரவேற்பு. மற்ற நடனப் பெண்கள் அவளுக்கு வழிவிட, சேவலை இசைக் கலைஞர்களுக்குக் கொடுத்துவிட்டு அவள் நடனமாடத் தொடங்கினாள். அவளுடைய பித்தளைக் கொலுசு

கலகலவென்று ஒலி எழுப்பிற்று. அவளுடைய சந்தணம் தடவிய உடல் மஞ்சள் ஒளியில் பளபளத்தது. இசைக் கலைஞர்கள் தங்களுடைய களிமண், மரம், உலோகத்தால் செய்யப்பட்ட இசைக்கருவிகளுடன் ஒரு பாட்டிலிருந்து இன்னொரு பாட்டுக்குப் போனார்கள். எல்லோருக்கும் ஒரே மகிழ்ச்சி. அப்போது கிராமத்தில் புதிதாக வந்த பாட்டையும் பாடினார்கள்.

"நான் அவள் கையைப் பிடித்தால்
'தொடாதே' என்கிறாள்
நான் அவள் காலைப் பிடித்தால்
'தொடாதே' என்கிறாள்
ஆனால் அவள் இடுப்பைப் பிடித்தால்,
தெரியாதது போல நடிக்கிறாள்."

இரவு நேரம் ஆகி விட்டது. விருந்தினர்கள் எழுந்தார்கள். மணப்பெண்ணை அழைத்துப் போய் ஏழு சந்தை வாரங்கள் மணமகன் குடும்பத்தில் வைத்திருக்க வேண்டும். அவர்கள் போகும் போது பாடிக்கொண்டே போனார்கள். இறுதியாக தங்கள் கிராமத்திற்குப் போகுமுன்னர் ஆக்கன்கோ போன்ற முக்கியமானவர்கள் வீட்டிற்கு மரியாதை நிமித்தம் சென்றார்கள். ஆக்கன்கோ அவர்களுக்கு இரண்டு சேவல்கள் பரிசளித்தார்.

13

கோ-டி-டி-கோ-கோ-டி-கோ, டி-கோ-கோ-டி-கோ. இது எக்வி குலத்தாரோடு பேசுவது. மர உடுக்கையின் மொழி. ஒவ்வொருவரும் படித்திருக்க வேண்டிய ஒன்று. டும், டிம், டிம் இடைவேளைகளில் பீரங்கிச் சப்தம் வேறு.

இன்னும் முதல் கோழி கூவவில்லை. உமோஃபியா இன்னும் தூக்கத்தில் அமைதியில் மூழ்கியிருந்தது. அப்போதுதான் எக்வி பேசத் தொடங்கிற்று. பீரங்கியும் முழங்கி அமைதியைக் கெடுத்தது. ஆட்கள் தங்கள் மூங்கில் படுக்கைகளிலிருந்து எழுந்து பதற்றத்தோடு கவனித்தார்கள். யாரோ இறந்து விட்டார்கள். பீரங்கி வானத்தைக் கிழிப்பது போல அலறியது. டி-கோ-கோ-டி-கோ-டி-கோ-கோ. இரவில் செய்தியைத் தாங்கிக் கொண்டு மிதந்து வந்தது. தூரத்தில் மென்மையாகக் கேட்ட பெண்களின் ஒப்பாரி பூமியில் சுவடு போலப் படிந்தது. யாராவது ஆண்கள் இறந்தவரின் இடத்திற்கு வந்த போது, உரத்த சத்தத்தில் அழுகுரல் கேட்டது. அவர் ஒன்றிரண்டு முறை உரக்கக் கத்திவிட்டு மற்றவர்களோடு அமர்ந்து விடுவார். பெண்களின் முடிவில்லாத ஒப்பாரியும், எக்வியின் சப்தமும் கேட்கும். எப்போதாவது பீரங்கி வேட்டும் கேட்கும். பெண்களின் ஒப்பாரி கிராமத்திற்கு அப்பால் கேட்காது. ஆனால் எக்வி ஒன்பது கிராமங்களுக்கும் அவற்றிற்கு அப்பாலும் துக்கச் செய்தியை எடுத்துச் செல்லும். அது குலத்தின் பெயரோடு தொடங்கும். உமோஃபியா ஆமோபா

---

* ஆமோபா டிக்கி - வீரர்களின் நிலம்.

டிக்கி', உமோஃபியா ஆமோபா டிக்கி என்று திரும்பத் திரும்பச் சொல்லும். அதைக் கேட்கக் கேட்க அன்றிரவு மூங்கில் கட்டிலில் படுத்திருந்த ஒவ்வோரு இதயத்திலும் பதற்றம் கூடிற்று. அடுத்து இன்னும் அருகில் வந்து கிராமத்தின் பெயரைச் சொல்லிற்று. மஞ்சள் ஆட்டுக்கல்லின் இகுடோ. இது ஆக்கன்கோவின் கிராமம். மீண்டும் மீண்டும் இகுடோ அழைக்கப்பட்டது. ஒன்பது கிராமங்களிலும் ஆண்கள் மூச்சை அடக்கிக் காத்திருப்பார்கள். கடைசியாக இறந்தவரின் பெயர் கூறப்பட்டது. பெருமூச்சு விட்டார்கள். “எசியுடு இறந்து விட்டார்.” ஆக்கன்கோவிற்கு நடுக்கம் முதுகெல்லாம் பரவிற்று. கடைசியாக அந்தக் கிழவர் வந்தது நினைவிற்கு வந்தது. “அந்தச் சிறுவன் உன்னைத் தான் தந்தை என்று அழைக்கிறான். அவனுடைய இறப்பில் உனக்குப் பங்கு வேண்டாம்,” என்று கூறியிருந்தார்.

எசியுடு ஒரு பெரிய மனிதர். எனவே அவருடைய இறுதிச் சடங்கிற்கு அவருடைய குலமே வந்துவிட்டது. சாவின் பழைய காலத்துக் கொட்டுகள் அதிர்ந்தன. துப்பாக்கிகளும், பீரங்கிகளும் வெடிக்கப்பட்டன. ஆட்கள் கிறுக்குத் தனமாக அங்கும் இங்கும் ஓடினார்கள். அவர்கள் பார்த்த மரங்களையும் விலங்குகளையும் வெட்டிப் போட்டார்கள். சுவர்களைத் தாண்டிக் குதித்தார்கள், கூரைகளில் நடனமாடினார்கள். அது ஒரு வீரரின் இறுதிச் சடங்கு. காலை முதல் இரவு வரை அந்தந்த வயதுக்கேற்ப வீரர்கள் கூட்டமாக வந்து போனார்கள். எல்லாரும் பனை நாராலான பாவாடைகள் அணிந்திருந்தார்கள். உடலில் சுண்ணாம்பாலும், கரியாலும் பூசியிருந்தார்கள். அவ்வப்போது கீழ் உலகிலிருந்து எக்வுக்வு ஓலையினால் உடல் முழுவதும் மூடிக்கொண்டு, வித்தியாசமான மொழியில் பேசிக் கொண்டு வந்தார்கள். சிலர் ஆக்ரோஷமாக வந்தார்கள். அதிகாலையில் கையில் கூர்மையான வெட்டுக் கத்தியுடன் ஒருவர் வந்தபோது எல்லோரும் மறைவு தேடி ஓடினார்கள். அவருடைய இடுப்பில் பலமான கயிறைக் கட்டி அவர் காயப்படுத்தும் முன்னர் தடுத்து விட்டார்கள். சில வேளைகளில் அவர் திரும்பி வந்தபோது கயிற்றைப் பிடித்துக் கொண்டார்கள். அவர் பயங்கரமான குரலில் எக்வென்சு அல்லது தீய ஆவி தன்னுடைய கண்ணுக்குள் நுழைந்து விட்டதாகப் பாடினார்.

ஆனால் மிகப் பயங்கரமானவர் இன்னும் வரவில்லை. அவர் தனிமையாகத்தான் வருவார். அவருடைய உடல் சவப்பெட்டி போல இருக்கும். ஈக்கள் அவரைச் சுற்றி மொய்க்கும். அவர் அருகில் இருக்கும் போது பெரிய மருத்துவர் கூட ஓடி ஒளிந்து கொள்வார். பல ஆண்டுகளுக்கு முன்னர் இன்னொரு எக்வுக்வு அவருக்கு முன்னால் நின்று விட்டார். இரண்டு நாட்கள் அங்கே

நிற்க வேண்டியதாயிற்று. அவருக்கு ஒற்றைக்கை. அதில் தண்ணீர் நிறைந்த கூடையைத் தூக்கி வந்தார்.

ஆனால் பல எக்வுக்வு ஆபத்தில்லாதவர்கள். ஒருவர் மிகவும் வயதானவர். நடக்க முடியாமல் குச்சியை ஊன்றி வருவார். உடல் கிடத்திவைக்கப்பட்ட இடத்திற்கு அவர் தள்ளாடி வந்து, அதனைச் சிறிது நேரம் பார்த்துவிட்டுக் கீழ்உலகிற்குப் போய் விட்டார்.

உயிரோடு இருப்பவர்களின் உலகம் முன்னோர்களின் உலகத்திலிருந்து தொலை தூரத்தில் இருக்காது. இரண்டு உலகிற் கிடையிலும் போக்கு வரவு இருக்கும். குறிப்பாகத் திருவிழாக்களின் போதும், யாராவது வயதானவர் சாகும்போதும் இது நடக்கும். ஏனென்றால் வயதானவர்கள் முன்னோர்களுக்கு மிக அருகில் இருந்தார்கள். பிறப்பிலிருந்து இறப்பு வரை ஒருவருடைய வாழ்க் கையில் பல இடத்தில் சடங்குகள் இருக்கும். அவை அவருடைய முன்னோர்களுக்கு அருகில் கூட்டிச் செல்லும்.

எசியுடு கிராமத்திலேயே மிக வயதானவர். அவர்கள் இனத் திலேயே மூன்று பேர்தான் அவரை விட மூத்தவர்கள். அவருடைய வயதில் நான்கைந்து பேர் இருந்தார்கள். இந்த வயதானவர்களில் யாராவது ஒருவர் தள்ளாடியபடி அவர்கள் இனத்தின் இறுதிச் சடங்கிற்கு நடனமாடி வந்தால், இளைஞர்கள் வழிவிடுவார்கள். சத்தமும் அடங்கிவிடும்.

ஒரு பெரிய வீரருக்குத் தகுந்த இறுதிச் சடங்கு அது. மாலை ஆக ஆகக் கூச்சலும், துப்பாக்கி வெடித்தலும், வெட்டுக் கத்திகளை ஓங்கி மோதிக் கொள்வதும் அதிகரித்தன. அவர்கள் இனத்தில் நான்கு பட்டங்கள் தான் இருந்தன. ஒரு தலை முறையில் ஒன்றிரண்டு பேர்தான் உயரிய நான்காவது பட்டத்தை அடைய முடியும். எசியுடு மூன்று பட்டங்களை எடுத்திருந்ததால் அவரை இருட்டிய பிறகுதான் புதைக்க வேண்டும். அந்தச் சடங்கிற்கு ஒரு கொள்ளிக் கட்டைதான் ஒளி தரவேண்டும்.

ஆனால் இறுதியான அந்தச் சடங்கு அமைதியாக நடக்கும். ஆனால் அதற்கு முன்னர் கூச்சல் பத்துமடங்காயிற்று. கொட்டுகள் வேகமாக அடித்தன. ஆண்கள் கிறுக்குப் பிடித்தவர்கள் போல மேலும் கீழும் குதித்தார்கள். துப்பாக்கிகள் வெடித்தன. வெட்டுக் கத்திகள் வீரர்கள் மரியாதை செலுத்தும் போது மோதியதால் தீப்பொறிகள் பறந்தன. புழுதியும், துப்பாக்கி மருந்தின் நெடியும் காற்றில் நிறைந்துவிட்டன. அப்போதுதான் ஒற்றைக்கை ஆவி தண்ணீர்க் கூடையோடு வந்தார். மக்கள் வழிவிட்டு ஒதுங்கிக் கொண்டார்கள். சத்தம் அடங்கியது. துப்பாக்கி மருந்தின் நெடி கூட அவரிடமிருந்து வந்த வாடையில் மங்கி விட்டது.

கொட்டுக்கேற்ப சில அடிகள் எடுத்து வைத்து விட்டுப் பிணத்தைப் பார்க்கச் சென்றார்.

"எசியுடு!" என்று தனது கட்டைக் குரலில் கூப்பிட்டார். "நீ கடைசி காலத்தில் ஏழையாக இருந்திருந்தால், நீ மீண்டும் வரும் போது பணக்காரனாக வருமாறு கூறியிருப்பேன். ஆனால் நீ பணக்காரன். நீ கோழையாக இருந்திருந்தால் மன உறுதியைக் கொண்டு வருமாறு கூறியிருப்பேன். ஆனால் நீ அச்சமில்லாத வீரன். நீ இளவயதில் இறந்திருந்தால் வாழ்க்கையைப் பெற்றுக் கொள்ளுமாறு கூறியிருப்பேன். ஆனால் நீ நீண்ட நாள் வாழ்ந்து விட்டாய். எனவே நீ முன்னால் வந்தது போலவே திரும்பவும் வருமாறு கேட்டுக் கொள்கிறேன். உன்னுடைய மரணம் இயற்கை யானதாக இருந்தால் அமைதியாகப் போ. ஆனால் எவனாவது ஒருவன் அதற்குக் காரணமானால், அவனுக்கு ஒரு நேரமும் அமைதியைத் தராதே." ஒரு சில அடிகள் நடனமாடிவிட்டு போய்விட்டார்.

கொட்டு அடித்தலும், நடனமும் தொடங்கி உச்சக் கட்டத்தை அடைந்தன. இருள் கவியத் தொடங்கிற்று. புதைக்கும் நேரம் நெருங்கி விட்டது. துப்பாக்கிகள் கடைசி மரியாதைக்காக வெடித்தன. பீரங்கிச் சப்தம் வானைப் பிளந்தது. பிறகு இந்த கூச்சலுக்கு மத்தியில் வலியில் யாரோ கத்துவது போல இருந்தது. எல்லாம் அமைதியாயிற்று. கூட்டத்தின் மத்தியில் இருந்த வெள்ளத்தில் ஒரு சிறுவன் கிடந்தான். அவன் இறந்தவரின் பதினாறு வயது மகன். அவன் தன்னுடைய சகோதரர்களுடன் சேர்ந்து தனது தந்தைக்கு இறுதி மரியாதை செய்ய ஆடிக் கொண்டிருந்தான். ஆக்கன்கோவின் துப்பாக்கி வெடித்து இரும்புக்கம்பி அவனுடைய இதயத்துக்குள் பாய்ந்துவிட்டது.

உமோஃபியாவில் இதுவரையில் காணாத குழப்பம். வன் முறைச் சாவுகள் அடிக்கடி நடக்கும். ஆனால் இதுபோல எதுவும் நடந்ததில்லை.

ஆக்கன்கோவிற்கு இருந்த ஒரே வழி தனது குலத்தை விட்டு ஓடுவதுதான். ஒரே குலத்தவனைக் கொல்வது பூமித் தெய்வத்திற்கு எதிரான குற்றம். அதைச் செய்வதன் நிலத்தை விட்டே ஓட வேண்டும். குற்றம் இரண்டு வகைப்படும். ஒன்று ஆண், இன்னொன்று பெண். ஆக்கன்கோ செய்த குற்றம் பெண் வகை. ஏனென்றால் எதிர்பாராத விதமாக அது நடந்தது. ஏழு ஆண்டுகளுக்குப் பிறகுதான் அவர் திரும்ப முடியும்.

அன்றிரவு அவருடைய முக்கிய உடைமைகளை எல்லாம் தலைச் சுமையாகக் கட்டிக் கொண்டார். அவருடைய மனைவியர்

கதறி அழுதனர். என்ன காரணமென்று தெரியாமலேயே அவர்களுடைய குழந்தைகள் அழுதனர். ஆபியெரிக்காவும் வேறு ஆறு நண்பர்களும் அவருக்கு உதவவும் ஆறுதல் சொல்லவும் வந்தார்கள். ஆக்கன்கோவின் சேனைக்கிழங்குகளை ஆபியெரிக்கா வின் களஞ்சியத்தில் கொண்டு போய்ச் சேர்க்க ஏழெட்டு நடைகள் நடந்தார்கள். கோழி கூவும் முன்னமே ஆக்கன்கோவும் அவருடைய குடும்பமும் அவருடைய அம்மாவின் ஊரான முபன்டாவிற்கு ஓடிப் போனார்கள். அது எம்பைனாவின் எல்லைகளுக்குச் சிறிது தள்ளி இருந்தது.

காலை விடிந்தவுடன், பெரிய கூட்டம் ஒன்று போர் உடையில் எசியுடுவின் பகுதியிலிருந்து ஆக்கன்கோவின் வளாகத்திற்குள் நுழைந்தது. வீடுகளுக்குத் தீ வைத்து செம்மண் சுவர்களை இடித்துத் தள்ளி, அவருடைய விலங்குகளைக் கொன்று, குலுக்கையையும் அழித்துப் போட்டது. அதுதான் பூமித் தெய்வத்தின் நீதி; அவர்கள் அவருடைய ஏவலர்கள் தான். அவர்களுடன் அவருடைய மிக நெருங்கிய நண்பரான ஆபியெரிக்காவும் இருந்தார். தன்னுடைய இனத்தவரின் இரத்தத் தால் ஆக்கன்கோ அசுத்தப்படுத்திய இடத்தை அவர்கள் சுத்தப் படுத்தினார்கள்.

ஆபியெரிக்கா இது பற்றி எல்லாம் சிந்திக்கின்றவர். தெய்வத் தின் விருப்பப்படி அனைத்தும் நிறைவேறியவுடன் தனது ஆபியில் அமர்ந்து தனது நண்பரின் துன்பத்திற்காக வருந்தினார். வேண்டுமென்றே இல்லாமல் எதிர்பாராத விதமாக ஒருவர் செய்த குற்றத்திற்காக அவர் ஏன் இவ்வளவு கடுமையாகத் துன்பப்பட வேண்டும்? நெடு நேரம் யோசித்த பிறகும் அவருக்கு விடை கிடைக்கவில்லை. இன்னும் குழப்பம்தான் அதிகமாயிற்று. அவருடைய மனைவியின் இரட்டைக் குழந்தைகளைத் தூக்கிப் போட்டு விட்டார். அவர்கள் செய்த குற்றம் என்ன? நிலத்தில் அவர்கள் இருப்பது குற்றம். அவர்கள் அழிக்கப்பட வேண்டும் என்பது பூமித் தெய்வத்தின் கட்டளை. அந்தப் பெரிய தெய்வத்திற்கு எதிரான குற்றத்திற்குக் குலம் தண்டனை தராவிட்டால், அவளுடைய சினம் குற்றம் செய்தவனை மட்டும் தாக்காமல், எல்லோர் மேலும் அவிழ்த்து விடப்படும். பெரியவர் கள் கூறியது போல, ஒரு விரலில் எண்ணெய் பட்டால் அது எல்லா விரல்களையும் அழுக்காக்கி விடும்.

பாகம் இரண்டு

14

மபன்டாவிலுள்ள ஆக்கன்கோவின் தாய் வழி உறவினர்கள் அவரை வரவேற்றார்கள். அவருடைய தாயாரின் தம்பிதான் அவரை வரவேற்றார். அந்தக் குடும்பத்தில் அவர்தான் மிக வயதானவர். அவருடைய பெயர் உச்செண்டு. முப்பது ஆண்களுக்கு முன்னர் ஆக்கன்கோவின் தாய் இறந்தபோது அவருடைய ஊரில் புதைப்பதற்காக உமோஃபியாவிலிருந்து அவரது உடலைக் கொண்டு வந்த போது உச்செண்டு தான் வரவேற்றார். ஆக்கன்கோ அப்போது சிறுவன். “அம்மா, அம்மா, அம்மா போய்க் கொண்டிருக்கிறாள்,” என்று கடைசி வழியனுப்புதலின் போது அவர் அழுததை உச்செண்டு இன்றும் நினைவு வைத்திருக்கிறார்.

இது நடந்தது பல ஆண்டுகளுக்கு முன்னர். இன்று ஆக்கன்கோ தனது தாயை அவரது ஆட்களுடன் புதைக்கக் கொண்டு வரவில்லை. அவருடைய தாய்நாட்டுக்கு தன்னுடைய மூன்று மனைவியர் பதினோரு குழந்தைகளுடன் தஞ்சம் புக வந்திருக் கிறார். உச்செண்டு சோகத்தில் மூழ்கியிருக்கும் குடும்பத்துடன் அவரைப் பார்த்தபோது என்ன நடந்திருக்கும் என்று ஊகித்துக் கொண்டார். ஒன்றும் கேள்விகள் கேட்கவில்லை. ஆக்கன்கோவும் அடுத்த நாள் வரையிலும் தன்னுடைய முழுக் கதையையும் சொல்லவில்லை. கிழவர் கதையை முழுவதையும் கேட்டு விட்டு கொஞ்சம் நிம்மதியோடு சொன்னார்: “இது பெண் ஆச்சு*”.

* ஆச்சு - கொலை

பிறகு தேவையான சடங்குகளையும் பலிகளையும் ஏற்பாடு செய்தார்.

ஆக்கன்கோவிற்கு அவர் வளாகம் கட்டிக் கொள்ள இடமும், நடவுக் காலத்தில் பயிர் செய்ய இரண்டு மூன்று துண்டு நிலமும் கொடுத்தார். ஆக்கன்கோ தன் தாய் வழி உறவினர்களுடைய உதவியுடன் தனக்கு ஒரு ஆபியும் மனைவியருக்கு மூன்று குடிசைகளும் கட்டிக் கொண்டார். பிறகு தன்னுடைய தனித் தெய்வத்தையும், அவருடைய முன்னோர்களின் அடையாளச் சின்னங்களையும் நட்டார். உச்செண்டுவின் ஐந்து மகன்கள் ஒவ்வொருவரும் அவர்களுடைய மைத்துனர் தோட்டம் போடு வதற்காக முன்னூறு விதைச் சேனைக் கிழங்குகள் கொடுத்தார்கள். முதல் மழை பெய்தவுடன் நடவு தொடங்கி விடும்.

கடைசியில் மழையும் வந்தது. பெரிய மழை. இரண்டு மூன்று நிலாக்களில் சூரியன் சுட்டெரித்தது. பூமியை அனல் காற்றால் சுட்டு விடுவது போல இருந்தது. புல்லெல்லாம் கருகி விட்டது. நடந்தால் மண் நெருப்புத் துண்டுகளாய்ச் சுட்டது. பச்சை மரங்களிலெல்லாம் மண் செந்நிறமாய் படிந்திருந்தது. காடுகளில் பறவைகள் பாடவில்லை. படபடக்கும் வெப்பத்தில் உலகம் மூச்சுத் திணறிக் கொண்டிருந்தது. பிறகு இடி முழக்கம் கேட்டது. மழைக்காலத்துக் குமுறும் இடிபோல இல்லாமல் கோபத்தில் சடசடக்கும் இரும்புக் கட்டையால் அடிப்பது போல இருந்தது. பெருங்காற்று எழுந்து எங்கும் தூசியை கிளப்பிற்று. பனைமரங்கள் காற்றில் அவற்றின் ஓலைகளை விரித்துப் பேயாட்டம் ஆடின.

கடைசியில் மழை வந்தது. பெரிய பெரிய பனிக்கட்டிகள்! மக்கள் அவற்றை “வானகத்துத் தண்ணீர் பருப்புகள்” என்றழைத்தார்கள். அவை விழுந்த போது கனமாகக் கல் போல உடலைத் தாக்கின. ஆனால் இளைஞர்கள் மகிழ்ச்சியில் பனிக்கட்டிகளைப் பொறுக்கி வாயில் போட்டுக் கொண்டார்கள்.

நிலம் விரைவாக உயிர் பெற்றது. காடுகளில் பறவைகள் சிறகடித்தன. மகிழ்ச்சியாகப் பாடின. காற்றில் புதிய பயிர்களின் மணம் மிதந்து வந்தது. மழை நின்று நிதானமாகச் சிறு துளிகளாகப் பெய்ய ஆரம்பித்தவுடன் குழந்தைகள் ஒதுங்க இடம் பார்த்தார்கள். அனைவருக்கும் ஒரே மகிழ்ச்சி; புத்துணர்ச்சி; நன்றிப் பெருக்கு.

புதிய தோட்டத்தை உருவாக்க ஆக்கன்கோவும் அவருடைய குடும்பமும் கடுமையாக உழைத்தார்கள். ஆனால் வயதான காலத்தில் இடது கைப் பழக்கத்தைக் கற்றுக் கொள்வது போல இளமையின் உற்சாகமும், சக்தியுமின்றிப் புது வாழ்க்கை ஆரம்பிப்பது போல இருந்தது. வேலை முன்னர் போல அவருக்கு

மகிழ்ச்சியைத் தரவில்லை. வேலை இல்லாத போது அரைத் தூக்கத்தில் அமைதியாக உட்கார்ந்திருந்தார்.

அவருடைய இனத்தின் பிரபுக்களில் ஒருவராக ஆவதுதான் அவருடைய ஒரே ஆசையாக இருந்தது. அதுதான் அவருடைய உயிரின் ஊற்று. அதை ஏறக்குறைய அவர் அடைந்து விட்டார். பிறகு அனைத்தும் குலைந்து போயிற்று. அவருடைய இனத்தார் கடற்கரையில் காய்ந்த மணலில் மீனைத் தூக்கி எறிவது போல எறிந்து விட்டார்கள். அவருடைய தனித்தெய்வம் **சி** பெரியவற்றைச் சாதிக்கக் கூடியதில்லை. ஒருவன் அவனுடைய **சி**-யின் விதிக்குமேலே போக முடியாது. முதியவர்களின் வாக்குப் பொய்யானது. ஒருவன் தன்னுடைய **சி**-க்கு ஆமென்று சொன்னால் அவனுடைய **சி** அதனை உறுதி செய்யும். இங்கே ஒருவனுக்கு அவன் உறுதி செய்தாலும் அவனுடைய **சி** இல்லை என்று கூறி விட்டது.

ஆக்கன்கோ தோல்வி உணர்வுக்கு அடிபணிந்து விட்டார் என்பது கிழவர் உச்செண்டுவிற்குத் தெளிவாகத் தெரிந்தது. அதனால் அவர் பெரிதும் மனம் வருந்தினார். இசா இஃபி* சடங்கிற்குப் பிறகு அவருடன் உச்செண்டு பேசவேண்டும்.

உச்செண்டுவின் ஐந்து மகன்களில் கடைசி மகன் அமிக்வு புதிய மனைவியைத் திருமணம் செய்து கொள்ளப் போகிறான். மணப் பரிசு கொடுத்தாகிவிட்டது. கடைசிச் சடங்கைத் தவிர மற்றவை எல்லாம் முடிந்து விட்டன. ஆக்கன்கோ முபன்டாவிற்கு வருவதற்கு இரண்டு நிலாக்களுக்கு முன்னர் அமிக்வுவுடன் அவனுடைய உறவினர்களும் கள் கொண்டு போய்ப் பெண் வீட்டாருக்குக் கொடுத்து விட்டார்கள். எனவே கடைசிச் சடங்கான அறிக்கையிடுதல் மட்டும் நடக்க வேண்டியதுதான்.

குடும்பத்தில் உள்ள மகள்கள் எல்லாம் வந்து சேர்ந்து விட்டார்கள். சிலர் தொலைவிலுள்ள தங்கள் வீடுகளிலிருந்து வந்திருந்தார்கள். அரை நாள் பயணத் தொலைவுள்ள ஆபோடோவிலிருந்து உச்செண்டுவின் மூத்த மகள் வந்திருந்தாள். உச்செண்டுவின் சகோதரர்களின் பெண்களும் வந்திருந்தார்கள். வீட்டில் மரணம் நிகழ்ந்தால் எப்படிக் கூட்டம் வருமோ அப்படி உமுவாடாவின் கூட்டம் முழுவதும் இருந்தது. இருப்பத்திரெண்டு பேர் இருந்தார்கள்.

---

* இசா இஃபி - ஒரு சடங்கு. மனைவி கணவனிடமிருந்து சிறிது காலம் பிரிந்திருந்து மீண்டும் சேர்ந்தால் இந்தச் சடங்கு நடத்தப்படும். பிரிவின்போது அவள் கணவனுக்கு உண்மையுள்ளவளாக இருந்தாளா என்று சோதிப்பது.

எல்லோரும் தரையில் வட்டமாக அமர்ந்திருந்தார்கள். மணப்பெண் மத்தியில் வலது கையில் ஒரு கோழியுடன் உட்கார்ந்திருந்தாள். உச்செண்டு கையில் முன்னோரின் கோலைப் பிடித்துக் கொண்டு அவள் பக்கத்தில் இருந்தார். மற்ற ஆண்கள் வட்டத்தைச் சுற்றி நின்றார்கள். கூடவே அவர்களுடைய மனைவியரும் நின்றார்கள். மாலை ஆகி விட்டது. சூரியன் மறையத் தொடங்கி விட்டது.

உச்செண்டுவின் மூத்தமகள் நிஜடே கேள்விகளைக் கேட்டாள்.

“உண்மையைச் சொல்லாவிட்டால் நீ மிகவும் துன்பப்படுவாய், குழந்தை பிறப்பின் போது செத்து விடவும் கூடும் என்பதை நினைவில் வைத்துக்கொள்” என்று தொடங்கினாள். “என்னுடைய தம்பி முதலில் உன்னை மணமுடிக்க விருப்பம் தெரிவித்த பிறகு எத்தனை ஆண்களோடு படுத்தாய்?”

“ஒருவனோடும் இல்லை,” என்று எளிமையாகப் பதில் சொன்னாள்.

“உண்மையைச் சொல்” என்று மற்ற பெண்கள் கேட்டார்கள்.

“ஒருவனோடும் இல்லையா?” என்றாள் நிஜிடே.

“இல்லை,” என்றாள் அவள்.

“என்னுடைய முன்னோர்கள் கோல் மேல் சத்தியம் செய்,” என்றார் உச்செண்டு.

“சத்தியம் செய்கிறேன்” என்றாள் மணப்பெண்.

உச்செண்டு அவளிடமிருந்து கோழியை வாங்கி அதன் கழுத்தை கூர்மையான கத்தியால் அறுத்துக் தன்னுடைய முன் னோரின் கோல் மேல் இரத்தம் விழச் செய்தார்.

அன்றிலிருந்து அமிக்வு தன்னுடைய இளம் மனைவியைத் தன்னுடைய குடிசைக்குக் கூட்டிச் சென்றான். அவள் அவனுடைய மனைவியாக ஆனாள். குடும்பத்தின் பெண்மக்கள் உடனே தங்கள் வீட்டிற்குப் போகாமல், தங்கள் உறவுக்காரர்களோடு இரண்டு மூன்று நாட்கள் தங்கி இருந்தார்கள்.

இரண்டாம் நாள் உச்செண்டு தனது மகன்களையும், மகள் களையும், மருமகன் ஆக்கன்கோவையும் அழைத்தார். ஆண்கள் தங்கள் ஆட்டுத் தோல் விரிப்பைக் கொண்டு வந்து அதை விரித்து தரையில் அமர்ந்தார்கள். பெண்கள் கோரைப்புல் பாயைத் திண்ணையில் விரித்து உட்கார்ந்தார்கள். உச்செண்டு தனது நரைத்த தாடியை உருவிய படி பல்லைக் கடித்தார். பிறகு

தனது சொற்களைக் கவனமுடன் கோத்து அமைதியாகப் பேசத் தொடங்கினார்.

"நான் முக்கியமாக இன்று ஆக்கன்கோவுடன் தான் பேச வேண்டும்" என்று தொடங்கினார். "ஆனால் நான் சொல்வதை அனைவரும் கவனமாகக் கேளுங்கள். நான் கிழவன், நீங்களெல்லோரும் குழந்தைகள். உங்கள் அனைவரையும் விட உலகத்தை எனக்கு நன்றாகத் தெரியும். என்னை விட இங்கே யாராவது அதிகம் தெரிந்தவன் இருந்தால் அவன் பேசட்டும்." கொஞ்சம் நிறுத்தினார். ஆனால் ஒருவரும் பேசவில்லை.

"இன்று ஏன் ஆக்கன்கோ நம்மோடு இருக்கிறான்? இது அவனுடைய குலம் இல்லை. நாம் அவனுடைய தாயின் உறவினர்கள்தான். இந்த ஊர் அவனுக்குச் சொந்தமில்லை. அவன் நாடுகடத்தப்பட்டவன். ஏழு ஆண்டுகள் வேறொரு பகுதியில் வசிக்க வேண்டும். ஆகவே தன் துன்பத்தில் அவன் தொய்ந்து போனான். ஆனால் அவனிடமிருந்து ஒரு கருத்தை மட்டும் கேட்க விரும்புகிறேன். நாம் நமது குழந்தைகளுக்கு அதிகமாக வைக்கும் பெயர் நீக்கா, 'தாயே தலை'. ஏன் தெரியுமா? ஆண்தான் ஒரு குடும்பத்தின் தலைவன், அவனுடைய மனைவிகள் அவனுக்குக் கீழ்படிந்து நடக்க வேண்டும் என்பது நம் அனைவருக்கும் தெரியும். ஒரு குழந்தை அதனுடைய தந்தைக்கும் அவனுடைய குடும்பத்திற்கும் தான் உரியது, அதனுடைய தாய்க்கும் அவளுடைய குடும்பத்திற்கும் இல்லை. ஒரு ஆண் தன்னுடைய தந்தை நாட்டிற்குத் தான் உரியவன், தாய் நாட்டிற்கு இல்லை என்றாலும் நீக்கா, 'தாயே தலை' என்று சொல்கிறோம். ஏன் அப்படி?"

அமைதி. "ஆக்கன்கோ பதில் சொல்லட்டும்," என்றார் உச்செண்டு.

"எனக்கு விடை தெரியாது, " என்றார் ஆக்கன்கோ.

"உனக்கு விடை தெரியாதா? அப்படியானால் நீ குழந்தைதான். உனக்கும் பல மனைவிகள், பல குழந்தைகள். என்னை விட அதிகம். உன்னுடைய குலத்தில் நீ பெரிய ஆள். ஆனாலும் இன்னும் நீ குழந்தைதான்; என்னுடைய குழந்தை. கவனமாகக் கேள், சொல்கிறேன். ஆனால் உன்னிடம் கேட்க வேண்டிய இன்னொரு கேள்வி இருக்கிறது. ஒரு பெண் மரித்தவுடன் அவளை ஏன் அவளுடைய உறவினர்களோடு புதைக்கத் தூக்கிச் செல்கிறார்கள்? அவளை அவளுடைய கணவரின் வீட்டாரோடு புதைப்பதில்லை. ஏன் அப்படி? உன்னுடைய அம்மா இறந்தவுடன் அவளை இங்கு கொண்டு வந்து எங்கள் மக்களோடு தான் புதைத்தார்கள்,ஏன் அப்படி?"

ஆக்கன்கோ தலையை ஆட்டினார்,

"அவனுக்கு தெரியவில்லை. ஆனால் சில ஆண்டுகள் தாய் நாட்டில் வந்து வசிக்க வேண்டியிருப்பதால் துயரத்தில் மூழ்கிப் போய்க் கிடக்கிறான்," என்று சொல்லிவிட்டு உச்செண்டு விரக்தி யாகச் சிரித்தார். பிறகு தனது மகன்கள், மகள்களிடம் திரும்பி, "நீங்கள்? நீங்கள் என்னுடைய கேள்விக்கு விடையளிக்க முடியுமா?"

அவர்களும் தலை அசைத்தார்கள்

"அப்படியானால் கவனியுங்கள்" என்று கூறிவிட்டுத் தொண் டையைக் கனைத்துக் கொண்டார். "ஒரு குழந்தை அவனுடைய தந்தைக்குத் தான் சொந்தம் என்பது உண்மைதான். ஆனால் ஒரு தந்தை தனது குழந்தையை அடிக்கும் போது தன் தாயின் குடிசைக்குத் தான் செல்கிறது. ஒருவனுக்கு எல்லாம் நன்றாக நடக்கும் போது, வாழ்க்கை இனிப்பாக இருக்கும்போது, அவன் அவனுடைய தந்தை நாட்டிற்குச் சொந்தம். ஆனால் துன்பமும் கசப்பும் இருக்கும் போது அவன் தன் தாய்நாட்டில் அடைக்கலம் தேடுகிறான். உன்னுடைய அம்மா உன்னைப் பாதுகாக்க அங்கே இருக்கிறாள். அவள் அங்கே புதைக்கப்பட்டிருக்கிறாள். எனவே தான் தாய்தான் முதன்மை, உயர்ந்தவர் என்று கூறுகிறோம். அப்படி இருக்கும் போது, ஆக்கன்கோ, நீ உன் அம்மாவிடம் தொங்கிய முகத்தோடு வந்து ஆறுதல் பெற மறுக்கலாமா? கவனமாக இரு; அல்லது இறந்தவர்களின் மனவருத்தத்திற்கு ஆளாவாய். உன்னுடைய கடமை உன்னுடைய மனைவியருக்கும் குழந்தைகளுக்கும் ஆறுதல் கூறி ஏழாண்டுகளுக்குப் பிறகு அவர் களை உன்னுடைய தந்தை நாட்டிற்கு அழைத்துப் போவதுதான். ஆனால் இப்படித் துயரம் உன்னை அமுக்க அனுமதித்தால் அது உன்னைக் கொன்று விடும். பிறகு அவர்களும் நாடு கடத்தப் படுவார்கள்".

கொஞ்ச நேரம் அமைதியாக இருந்தார். "இவர்களெல்லாம் உன்னுடைய உறவுக்காரர்கள்''. தன்னுடைய மகன்கள் மகள்கள் பக்கம் கை அசைத்தார். "நீ தான் உலகத்திலேயே மிக அதிகமாகத் துன்பப்படுபவன் என்று நினைக்கிறாயா? மனிதர்கள் வாழ்நாள் முழுக்கச் சில வேளைகளில் நாடுகடத்தப்படுகிறார்கள் என்பது உனக்குத் தெரியுமா? மனிதர்கள் தங்கள் சேனைக் கிழங்குகளையும், ஏன் குழந்தைகளையும் கூட, சில சமயங்களில் இழந்து விடுகிறார்கள் என்பது உனக்குத் தெரியுமா? ஒரு காலத்தில் எனக்கு ஆறு மனைவிகள். அவர்களில் இப்போது இருப்பவள் சின்னப் பெண். அவளுக்கு வலக்கைக்கும் இடக்கைக்கும் கூட வித்தியாசம் தெரியாது. நான் எத்தனை குழந்தைகளைப் புதைத்திருக்கிறேன் என்று உனக்குத்

தெரியுமா? என்னுடைய இளமைக்காலத்தில் நான் சக்தியோடு இருக்கும்போது பெற்ற குழந்தைகள் இருபத்தி இரண்டு பேரைப் புதைத்திருக்கிறேன். நான் தூக்குப் போட்டுக் கொள்ளவில்லை. நான் இன்றும் உயிரோடு இருக்கிறேன். நீ தான் உலகத்திலேயே மிக அதிகமாகத் துன்பப்படுகிறவன் என்று நினைத்தால் என் மகன் அகுயினியைக் கேள், எத்தனை இரட்டைகளைப் பெற்றுத் தூக்கிப் போட்டிருக்கிறான் என்று. ஒரு பெண் சாகும் போது பாடும் பாடலைக் கேட்டதில்லையா?

"யாருக்காக நன்றாக இருக்கிறது?

யாருக்காக நன்றாக இருக்கிறது?

யாருக்காகவும் நன்றாக இல்லை.

உனக்குச் சொல்வதற்கு எனக்கு வேறொன்றும் இல்லை"

15

ஆக்கன்கோ ஊர்கடத்தப்பட்ட இரண்டாவது ஆண்டில் அவருடைய நண்பர் ஆபியெரிக்கா அவரைப் பார்க்க வந்தார். அவரோடு இரண்டு இளைஞர்களையும் கூட்டி வந்தார். அவர்கள் ஒவ்வொருவர் தலையிலும் கனமான பை இருந்தது. ஆக்கன்கோ அவற்றை இறக்கி வைக்க உதவினார். பைகளில் சோழிகள் இருந்தது தெளிவாகத் தெரிந்தது.

தன்னுடைய நண்பரைப் பார்த்ததில் ஆக்கன்கோவிற்கு மிகுந்த மகிழ்ச்சி. அவருடைய மனைவியருக்கும், குழந்தைகளுக்கும் கூட மெத்த மகிழ்ச்சி. அவருடைய மைத்துனர்களையும் அவர்களுடைய மனைவிகளையும் அழைத்துத் தனது விருந்தினர் யார் என்று அவர்களுக்கு அறிமுகப்படுத்தினார்.

அவருடைய மைத்துனர்களில் ஒருவர், "நீங்கள் அவரை எங்கள் தந்தையிடம் கூட்டிச் சென்று மரியாதை செய்ய வேண்டும்" என்றார்.

"ஆமாம்," என்று பதிலளித்தார் ஆக்கன்கோ. "அங்கே தான் போகிறோம்." போவதற்கு முன் அவருடைய முதல் மனைவியின் காதில் ஏதோ இரகசியமாகச் சொன்னார். அவளும் தலை அசைக்க, குழந்தைகள் சேவலொன்றைத் துரத்திக் கொண்டு ஓடின.

உச்செண்டின் பேரப் பிள்ளைகளில் ஒன்று அவரிடம் யாரோ புதியவர்கள் ஆக்கன்கோவின் வீட்டிற்கு வந்திருப்பதாகக் கூறியிருந்தது. ஆகவே அவரும் அவர்களை வரவேற்கக் காத்திருந்தார்.

தனது கைகளை நீட்டித் தனது ஆபிக்குள் அழைத்து அவர்கள் கை குலுக்கிய பிறகு அவர்கள் யாரென்று ஆக்கன்கோவிடம் கேட்டார்.

"இது ஆபியெரிக்கா, எனது உயிர் நண்பர். உங்களிடம் அவரைப் பற்றி ஏற்கனவே சொல்லியிருக்கிறேன்".

"ஆமாம்" என்ற சொன்ன கிழவர் ஆபியெரிக்கா பக்கம் திரும்பி, "எனனுடைய மகன் உங்களைப் பற்றி நிறையச் சொல்லியிருக் கிறான். நீங்கள் எங்களைப் பார்க்க வந்ததில் மகிழ்ச்சி. உங்கள் தந்தை ஐலேகாவை எனக்குத் தெரியும். அவர் பெரிய மனிதர். அவருக்கு இங்கே நிறைய நண்பர்கள் இருந்தனர். அவர்களைப் பார்க்க இங்கே அடிக்கடி வருவார். அந்த நாட்களெல்லாம் நல்ல நாட்கள். தூரத்திலுள்ள குலங்களில் கூட ஒருவருக்கு நண்பர்கள் இருந்தார்கள். உங்கள் தலைமுறைக்கு அதுவெல்லாம் தெரியாது. வீட்டுக்குள்ளேயே இருக்கிறீர்கள்; அடுத்த வீட்டுக்காரருக்குக் கூடப் பயப்படுகிறீர்கள். ஒருவருடைய தாய் நாடு கூட அந்நியமாகிப் போய்விட்டது இப்போது" என்றார். பிறகு ஆக்கன்கோவைப் பார்த்து "நான் கிழவன், நிறையப் பேசுகிறேன். இப்போதெல்லாம் அதற்குத் தான் நான் லாயக்கு" என்றார். கஷ்டப்பட்டு எழுந்து உள்ளறைக்குப் போய் ஒரு கோலா பருப்புடன் வந்தார்.

"உங்களுடன் வந்துள்ள இளைஞர்கள் யார்?" என்று கேட் டார், தனது ஆட்டுத்தோலில் அமர்ந்து கொண்டே. ஆக்கன்கோ சொன்னார்.

"ஆ, நல்வரவு, என்னுடைய மகன்களே" என்றார். பிறகு கோலா பருப்பை அவர்களிடம் தந்தார். அவர்கள் அதைப் பார்த்து நன்றி கூறிய பிறகு அவர் அதை உடைத்தார். அனை வரும் அதை உண்டார்கள்.

ஆக்கன்கோவிடம் ஓர் அறையைக் காட்டி "உள்ளே போ. அங்கே கள் பானை இருக்கும்" என்றார்.

ஆக்கன்கோ கள்ளைக் கொண்டு வந்தவுடன் எல்லோரும் குடித்தார்கள். அது நெடுநாள் பழையது, காட்டமாக இருந்தது.

நீண்ட அமைதிக்குப் பிறகு உச்செண்டு, "ஆமாம், அந்தக் காலத்தில் மக்கள் அதிகம் பயணம் செய்தார்கள். எனக்குத் தெரியாத குலம் இந்தப் பகுதிகளில் எதுவுமில்லை. அனின்றா, உமுயுசு, அக்கியோகா, எலுமிலு, அபாமி - எனக்கு எல்லாமே தெரியும்"

"அபாமி இனமே இல்லை என்று கேள்விப்பட்டீர்களா?" என்றார் ஆபியெரிக்கா.

"அதெப்படி?" என்று கேட்டார்கள் உச்செண்டுவும், ஆக்கன் கோவும் ஒரே குரலில்,

"அபாமி துடைத்து எரியப்பட்டு விட்டது," என்றார் ஆபியெரிக்கா. "அது பயங்கரமான கதை. அவர்களில் மிஞ்சிய ஒரு சிலரை நான் பார்த்திருக்காவிட்டால், இந்தக் காதுகளால் அவர்கள் சொன்னதையும் கேட்டிராவிட்டால், நான் நம்பியிருக்க மாட்டேன். 'எகே' நாளில் தானே அவர்கள் உமோஃபியாவிற்கு ஓடி வந்தார்கள்?" என்று அவர் தன் கூட வந்தவர்களிடம் கேட்டார். அவர்களும் தலையசைத்தார்கள்.

"மூன்று நிலாக்களுக்கு முன்னால், எகே சந்தை நாளில் , ஒரு சிறு கூட்டம் எங்கள் ஊருக்கு வந்தது. பெரும்பாலோர் எங்கள் நாட்டு மகன்கள். அவர்களுடைய தாயார்களை இங்கே தான் புதைத்திருந்தார்கள். வேறு சிலர் அவர்களுடைய நண்பர்கள் இங்கிருப்பதால் வந்தார்கள். இன்னும் சிலர் போவதற்கு வேறு இடம் எதுவும் இல்லாததால் இங்கு வந்திருந்தார்கள். உமோஃபியாவிற்கு வந்தவர்கள் தங்கள் சோகக் கதையைச் சொன்னார்கள்" என்ற ஆபியெரிக்கா கள்ளைக் குடித்தார். ஆக்கன்கோ அவருடைய கொம்பை நிரப்பினார்.

"சென்ற நடவுக் காலத்தில் ஒரு வெள்ளைக்காரன் அவர்களுடைய குலத்தில் திடீரென்று தோன்றினான்."

"வெண்குஷ்டம் பிடித்தவனா?" என்று வினவினான் ஆக்கன்கோ.

"அவன் வெண்குஷ்டக்காரனில்லை. வேறுமாதிரி இருந்தான்." கள்ளைக் கொஞ்சம் குடித்துக் கொண்டார். "அவன் இரும்புக் குதிரையிலேறி வந்தான். முதலில் அவனைப் பார்த்தவர்கள் ஓடி விட்டார்கள். ஆனால் அவன் நின்று அவர்களை அழைத் தான். கடைசியில் பயப்படாத ஒரு சிலர் அருகில் சென்றனர். சிலர் அவனைத் தொட்டும் பார்த்தார்கள். பெரியவர்கள் குறிசொல்பவரிடம் ஆலோசனை கேட்டார்கள். அந்த வெளி நாட்டுக்காரன் அவர்களுடைய குலத்தை உடைத்து, அவர்கள் மத்தியில் அழிவைக் கொண்டு வருவான் என்று அது எச்சரித்தது." ஆபியெரிக்கா இன்னும் கொஞ்சம் கள்ளைக் குடித்துக் கொண்டார். "ஆகவே அவர்கள் அந்த வெள்ளைக்காரனைக் கொன்று விட்டார்கள். அவனுடைய இரும்புக் குதிரையை மரத்தில் கட்டிப் போட்டு விட்டார்கள். அது ஓடிப் போய் அவனுடைய நண்பர்களிடம் சொல்லிவிடும் என்று பயந்தார்கள். இன்னொன்றையும் கூற மறந்து விட்டேனே! குறி சொல்பவர் இன்னொன்றையும் கூறியது. வேறு வெள்ளைக்காரர்களும் வந்து கொண்டிருக்கிறார்கள் என்றும் சொன்னது. அவர்கள் அனுப்பிய

உளவாளி தான் முதலில் வந்தவன் என்றும் கூறியது. அதனால் தான் அவனைக் கொன்று போட்டார்கள்."

"அவனைக் கொல்வதற்கு முன்னால் வெள்ளைக்காரன் என்ன சொன்னான்?" என்று உச்செண்டு கேட்டார்.

"அவன் ஒன்றும் சொல்லவில்லை," என்று விடையளித்தான் ஆபியெரிக்காயுடன் வந்தவர்களில் ஒருவன்.

"அவன் ஏதோ சொன்னான், ஆனால் அவர்களுக்குப் புரிய வில்லை," என்றார் ஆபியெரிக்கா. "அவன் மூக்கில் பேசியது போல இருந்ததாம்."

"வெள்ளைக்காரன் திரும்பத் திரும்ப இம்பைனோ என்பது போன்ற ஒரு வார்த்தையைச் சொன்னான் என்று வந்தவர்களில் ஒருவன் என்னிடம் கூறினான். ஒரு வேளை இம்பைனோவிற்குப் போகும்போது வழி தவறிவிட்டானோ என்னவோ," என்று ஆபியெரிக்காவுடன் வந்த இன்னொருவன் சொன்னான்.

"எப்படியோ," என்று மீண்டும் தொடங்கினார், ஆபியெரிக்கா. "அவனைக் கொன்று அவனுடைய இரும்புக் குதிரையைக் கட்டிப் போட்டார்கள். இது நடவு ஆரம்பிப்பதற்கு முன்னர் நடந்தது. சேனைக் கிழங்குகளை நட்டு விட்டார்கள். இரும்புக் குதிரையை புனிதமான இலவமரத்தில் கட்டி வைத்திருந்தார்கள். அப்படியே இருந்தது. பிறகு ஒரு நாள் காலை மூன்று வெள்ளைக்காரர்கள் நம்மைப் போன்ற சாதரண மக்கள் வழி நடத்த அங்கு வந்தார்கள். இரும்புக் குதிரையைப் பார்த்து விட்டுப் போய்விட்டார்கள். அப்போது பெரும்பாலான ஆண்களும் பெண்களும் தோட்டங்களுக்குப் போயிருந்தார்கள். ஒரு சிலர் தான் அந்த வெள்ளையர்களையும் அவர்களோடு வந்தவர்களையும் பார்த்தார்கள். பல சந்தை வாரங்கள் ஒன்றும் நடக்கவில்லை. அபாமியில் பெரிய சந்தை ஒன்று அஃபோ நகரில் நடக்கும். அன்றைக்கு இனத்தார் அனைவரும் கூடுவார்கள் என்பது உங்களுக்குத் தெரியும். அன்று தான் அது நடந்தது. அந்த மூன்று வெள்ளைக் காரர்களும், பெரிய கூட்டமாக மற்றவர்களும் சந்தையைச் சுற்றி வளைத்துக் கொண்டார்கள். சந்தை நிறையும் வரை யார் கண்ணிலும் படாதிருக்க சக்தி வாய்ந்த மருந்தை அவர்கள் பயன்படுத்தியிருக்க வேண்டும். பிறகு சுடத் தொடங்கினார்கள். அனைவரும் செத்து விழுந்தார்கள். வீட்டில் இருந்த வயதானவர்களையும் நோயாளிகளையும், சி பலமாக இருந்ததால் சந்தைக்கு வெளியே போயிருந்த ஒரு சிலரையும் தவிர மற்றவர்கள் அனைவரும் இறந்து விட்டார்கள்.

ஆபியெரிக்கா கொஞ்சம் நிறுத்தினார்.

"அவர்கள் குலத்தில் ஒன்றும் மிஞ்சவில்லை, காலி. அவர்களுடைய மர்மமான குளத்தில் இருக்கும் புனிதமீன் கூட ஓடிவிட்டது. குளம் கூட சிகப்பாகி விட்டது. குறி சொல்லுபவர் எச்சரித்தது போல அவர்கள் நிலத்தைப் பெரிய தீமை சூழ்ந்து விட்டது."

நீண்ட அமைதி. உச்செண்டு தனது பற்களை நெறுநெறுவென்று கடிப்பது வெளியில் கேட்டது. பிறகு பேசினார்.

"ஒன்றும் பேசாத ஒருவரைக் கொல்லவே கூடாது. அந்த அபாமிக்காரர்கள் முட்டாள்கள். அவர்களுக்கு அந்த மனிதனைப் பற்றி என்ன தெரியும்?"

உச்செண்டு மீண்டும் பற்களைக் கடித்துவிட்டு தனது கருத்தை வலியுறுத்த ஒரு கதை சொன்னார். "அம்மா பருந்து தனது மகளை உணவு கொண்டுவர ஒருமுறை அனுப்பியது. அவள் போய் ஒரு வாத்துக் குஞ்சைக் கொண்டு வந்தாள். 'நல்லது நீ வாத்துக் குஞ்சை வளைத்துக் கொத்திக் கொண்டு வந்த போது அந்த வாத்துக் குஞ்சின் தாய் என்ன சொன்னது' என்று தாய்ப் பருந்து கேட்டாள். 'அது ஒன்றும் சொல்லவில்லை; அது பாட்டுக்கு நடந்து போய் விட்டது' என்று சின்னப் பருந்து சொன்னாள். உடனே இந்த வாத்துக் குஞ்சைக் கொண்டு போய் விட்டு விடு. அது சப்தம் போடாமல் இருந்ததில் கெட்ட சகுனம் இருக்கிறது என்றாள் தாய்ப் பருந்து. ஆதலால் மகள் பருந்து வாத்துக் குஞ்சைப் போட்டுவிட்டுக் கோழிக் குஞ்சைப் பிடித்துக் கொண்டு வந்தது. 'இந்தக் கோழிக் குஞ்சின் அம்மா என்ன செய்தது?' என்றாள் தாய்ப் பருந்து. 'அது அழுது ஆர்ப்பாட்டம் செய்து என்னைச் சபித்தது' என்றது சின்னப் பருந்து. 'அப்படி யானால் குஞ்சைத் தின்னலாம். சப்தம் போடும் ஒன்றிடம் நாம் பயப்பட வேண்டியதில்லை' என்றாள் தாய். இந்த அபாமி மனிதர்கள் முட்டாள்கள்."

ஒரு சிறிய இடைவேளைக்குப் பின்னர் ஆக்கன்கோ "அவர்கள் முட்டாள்கள்தான். ஏற்கனவே ஆபத்து இருக்கிறது என்று எச்சரிக்கை கிடைத்திருக்கிறது. சந்தைக்குப் போனபோது துப்பாக்கி, வெட்டுக்கத்திகளோடு போயிருக்க வேண்டாமா," என்றார்.

"அவர்களுடைய முட்டாள்தனத்திற்கு அவர்களுக்குக் கூலி கிடைத்து விட்டது, ஆனால் எனக்கு அச்சமாக இருக்கிறது. பயங்கரமான துப்பாக்கிகள், காட்டமான மதுவையெல்லாம் தயாரிப்பார்களாம் வெள்ளைக் காரர்கள். கடல் கடந்து அடிமை களைக் கொண்டு போவார்கள் என்று கதைகள் கேட்டிருக்கிறோம். ஆனால் அந்தக் கதைகள் எல்லாம் உண்மை என்று யாரும்

எண்ணவில்லை" என்று கூறினார் ஆபியெரிக்கா.

"உண்மையில்லாத கதை எதுவுமில்லை," என்றார் உச்செண்டு. "உலகத்திற்கு முடிவு இல்லை. ஒரு சமுதாயத்தில் நல்லதாக இருப்பது இன்னொன்றுக்குத் தீயதாக இருக்கிறது. நம்மிடமும் வெண்குஷ்ட நோய் உள்ளவர்கள் இருக்கிறார்கள். அவர்கள் தங்களைப் போலவே இருப்பவர்களின் நாட்டை விட்டு வழி தவறி நமது இனத்தோடு தவறாகச் சேர்ந்து விட்டார்கள் என்று நாம் நினைக்கவில்லையா?"

ஆக்கன்கோவின் முதல் மனைவி சமையலை முடித்துவிட்டு விருந்தினர்கள் முன் பொடித்த கிழங்கையும் கசப்பு இலை சூப்பையும் படைத்தாள். ஆக்கன்கோவின் மகன் நிவோயி பனை யிலிருந்து வடித்த இனிப்புக் கள் பானை ஒன்றைக் கொண்டு வந்தான்.

"நீ இப்போது பெரிய ஆளாக ஆகி விட்டாய். உன்னுடைய நண்பன் அனினி உன்னைக் கேட்டதாகச் சொல்லச் சொன்னான்," என்றார் ஆபியெரிக்கா நிவோயியிடம்.

"நன்றாக இருக்கின்றானா?" என்று கேட்டான் நிவோயி.

"நாங்கள் எல்லோரும் நன்றாகத் தான் இருக்கிறோம்," என்றார் ஆபியெரிக்கா.

எசின்மா அவர்கள் கைகளைக் கழுவ ஒரு கிண்ணத்தில் தண்ணீர் கொண்டு வந்தாள். அதன் பிறகு சாப்பிடத் தொடங்கி னார்கள். கள்ளையும் குடித்துக் கொண்டார்கள்.

"எப்போது புறப்பட்டீர்கள்?" என்று ஆக்கன்கோ கேட் டார்.

"கோழி கூவுவதற்கு முன்னாலேயே புறப்படலாம் என்று நினைத்திருந்தோம். ஆனால் நிவிசி பொழுது விடிந்த பிறகு பிறகு தான் வந்தான். புதுப்பெண்டாட்டி கட்டியவன். காலையில் வருவானென்று எதிர்பார்க்க முடியாது" என்றார் ஆபியெரிக்கா. எல்லோரும் சிரித்தார்கள்.

"நிவிசி கல்யாணம் செய்து கொண்டானா?" என்றார் ஆக்கன்கோ.

"அவன் ஆகடிக்யோவின் இரண்டாவது மகளை மணமுடித்துக் கொண்டான்" என்றார் ஆபியெரிக்கா.

"மிகவும் நல்லது. கோழி கூவியதைக் கேட்காததற்கு உன்னை நான் குற்றம் சொல்லமாட்டேன்," என்றார் ஆக்கன்கோ.

அவர்கள் சாப்பிட்டவுடன், ஆபியெரிக்கா இரண்டு பெரிய பைகளைக் காட்டினார்.

"உங்களுடைய சேனைக் கிழங்குகளுக்கான பணம்," என்றார்.

"நீங்கள் போனவுடன் பெரியவற்றையெல்லாம் விற்று விட்டேன். பிறகு கொஞ்சம் விதைக் கிழங்குகளை விற்று விட்டு மீதத்தை வாரத்திற்குக் கேட்டவர்களுக்குக் கொடுத்தேன். நீங்கள் திரும்ப வருவது வரையிலும் ஒவ்வொரு ஆண்டும் செய்வேன். உங்களுக்கு இப்போது தேவைப்படும். அதுதான் கொண்டு வந்தேன். நாளை என்ன நடக்குமென்று யாருக்குத் தெரியும்? பச்சை மனிதர்கள் வந்து நம்மைச் சுட்டாலும் சுட்டு விடுவார்கள்."

"கடவுள் அப்படி எல்லாம் விடமாட்டார். உங்களுக்கு எப்படி நன்றி சொல்வதென்று தெரியவில்லை," என்றார் ஆக்கன்கோ.

"நான் சொல்கிறேன், எனக்காக உன் மகன்களில் ஒருவனைக் கொன்று விடுங்கள்," என்றார் ஆபியெரிக்கா.

"அது கூடப் போதாது," என்றார் ஆக்கன்கோ.

"அப்படியானால் உங்களையே கொன்று போடுங்கள்," என்றார் ஆபியெரிக்கா.

"மன்னித்துக் கொள்ளுங்கள், உங்களுக்கு நன்றி சொல்வது பற்றி இனிப் பேசவே மாட்டேன்," என்றார் ஆக்கன்கோ புன் முறுவல் பூத்துக் கொண்டே.

16

இரண்டு ஆண்டுகள் கழிந்தன. ஆபியெரிக்கா மீண்டும் தன்னுடைய நண்பனைப் பார்க்க வந்த போது நிலைமை அவ்வளவு நன்றாக இல்லை. கிறிஸ்துவ மறை பரப்புவர்கள் உமோஃபியாவிற்கு வந்து விட்டார்கள். அங்கே ஒரு கோயிலைக் கட்டி சிலரை மதம் மாற்றி விட்டார்கள். மறை பரப்புவர்களைச் சுற்றுக் கிராமங்களுக்கும், நகரங்களுக்கும் கூட அனுப்பிக் கொண்டிருந்தார்கள். குலத்தின் தலைவர்களுக்கு இது பெரிய வருத்தம். ஆனால் பெரும்பாலானோர் வெள்ளைக்காரர்களின் தெய்வமும், அவர்களது வினோதமான மதமும் அதிக நாட்கள் தாங்காது என்று நினைத்தார்கள். மதம் மாறிய யாருடைய பேச்சையும் மக்கள் கேட்க மாட்டார்கள். அவர்கள் யாரும் பட்டம் எடுத்தவர்கள் இல்லை. அவர்களில் பெரும்பாலானோர் எஃபுலிஃபு*, வெற்றுப் பேர்வழிகள். அவர்கள் குலத்தின் மொழி யில் எஃபுலிஃபு என்பது தனது வெட்டுக் கத்தியை விற்று விட்டு உரையை மட்டும் எடுத்துக் கொண்டு போருக்குப் போவதன் அடையாளமாகப் பயன்படுத்தப்படும் சொல். அக்பாலா வின் பூசாரி சியலோ மதம் மாறியவர்களை குலத்தின் மலம் என்றாள். புதிய மதம் அதனைத் தின்ன வந்த வெறி நாய் என்று வர்ணித்தார்.

ஆபியெரிக்கா ஆக்கன்கோவைப் பார்க்க ஏன் வந்தாரென்றால் ஆக்கன்கோவின் மகன் நிவோயியை உமோஃபியாவில்

---

* எஃபுலிஃபு - பயனற்ற மனிதர்

மதம் பரப்புவோர் மத்தியில் திடீரென்று பார்த்திருக்கிறார்; அதைப்பற்றிச் சொல்லவே வந்தார்.

"இங்கே என்ன செய்கிறாய்?" என்று ஆபியெரிக்கா கேட்டிருக்கிறார். அதுவும் பல இக்கட்டுகளுக்கு இடையில் தான் மதம் பரப்புவோர் அவனை அவர் பார்க்க அனுமதி தந்தார்கள்.

"நான் அவர்களில் ஒருவன்," என்றான் நிவோயி.

"உன்னுடைய அப்பா எப்படி இருக்கிறார்?" என்று கேட்டார் ஆபியெரிக்கா, வேறு ஒன்றும் பேசத் தோன்றாமல்.

"எனக்குத் தெரியாது. அவர் எனக்கு அப்பா இல்லை," என்று சோகமாகப் பதிலளித்தான் நிவோயி.

எனவே தான் ஆபியெரிக்கா தனது நண்பரைப் பார்க்க மபான்டாவிற்கு வந்தார். இங்கேயோ ஆக்கன்கோ தனது மகனைப் பற்றிப் பேச விரும்பவில்லை. நிவோயியின் அம்மாவிடமிருந்து கதையின் சில பகுதிகளைத் தெரிந்து கொண்டார்.

மபான்டாவில் மறை பரப்புவோரின் வருகை ஓரளவு கிளர்ச்சியை உண்டாக்கி விட்டது. ஆறு பேரிருந்தார்கள். அவர்களில் ஒருவர் வெள்ளைக்காரர். ஆண்களும் பெண்களும் வீட்டுக்கு வெளியில் வந்து அவர்களைப் பார்த்தார்கள். இந்த வித்தியாசமான மனிதர்களைப் பற்றி அமாபியில் ஒருவர் கொல்லப்பட்டு, அவருடைய இரும்புக்குதிரையைப் புனிதமான இலவ மரத்தில் கட்டப்பட்டதிலிருந்து பல கதைகள் வந்துவிட்டன. அதனால்தான் வெள்ளைக்காரரைப் பார்க்க வந்து விட்டார்கள். அந்தச் சமயம் எல்லோரும் வீட்டில் இருந்தார்கள். அறுவடை முடிந்திருந்த காலம் அது.

அவர்கள் எல்லோரும் கூடிய பிறகு, வெள்ளைக்காரர் அவர்களிடம் பேசத் தொடங்கினார். அவர் பேசியதை ஒரு ஈபோ மனிதர் மொழிபெயர்த்தார். ஆனால் அவர் பேசிய வட்டார மொழி மபான்டாவினருக்கு வித்தியாசமாகவும் கரடு முரடாகவும் இருந்தது. அவருடைய வட்டார மொழியைக் கேட்டு மக்கள் சிரித்தார்கள். அவர் சொற்களையும் வினோதமாகக் கையாண்டார். 'என்னை' என்பதற்குப் பதிலாக 'என்னுடைய பின்புறம்' என்றார். ஆனால் அவருடைய தோரணை மரியாதை கொடுக்குமாறு இருந்தது. எனவே இனத்தார் கவனித்துக் கேட்டார்கள். தான் அவர்களில் ஒருவன் என்றும் தனது நிறத்திலும் பேசும் மொழியிலும் அது தெரியும் என்றும் கூறினார். நான்கு கறுப்பர்களும் அவர்களுடைய சகோதரர்கள் எனவும், ஒருவருக்கு ஈபோ மொழி தெரியாதென்றும் கூறினார். மேலும் அந்த வெள்ளைக்காரரும் அவர்களுடைய சகோதரர் தான்,

140 ❖ சிதைவுகள்

ஏனென்றால் அவர்கள் எல்லோருமே கடவுளின் மக்கள், அந்தப் புதிய கடவுள், உலகையும் ஆண்களையும் பெண்களையும் படைத்தவர் என்று விளக்கினார். மேலும் அவர்கள் பொய்த் தெய்வங்களை, மரமும் கல்லுமான தெய்வங்களை வழிபடுகிறார்கள் என்றும் கூறினார். இதை அவர் சொன்னவுடன் கூட்டத்தில் ஒரு முணுமுணுப்பு. உண்மைக் கடவுள் மேலே இருக்கிறார் என்றும் எல்லோரும் இறந்தவுடன் அவர் முன்னால் நீதித் தீர்ப்பிற்காக நிற்க வேண்டும் என்றும் பேசினார். தங்கள் குருட்டுத்தனத்தால் கல்லையையும் மரத்தையும் வழிபடும் வேற்று மதத்தாரும் தீயவர்களும் பனை எண்ணெய் போல எரியும் நெருப்பில் தள்ளப்படுவார்கள். உண்மையான கடவுளை வழிபடும் நல்லவர்கள் எல்லாம் கடவுளின் மகிழ்ச்சியான அரசில் என்றென்றும் உயிர் வாழ்வார்கள். "உங்களுடைய தீய வழிகளையும், பொய் தெய்வங்களையும் விட்டு விட்டு நீங்கள் இறக்கும் போது மீட்படையும் பொருட்டு அவரிடம் வாருங்கள் என்று உங்களை அழைக்கத்தான் அந்தப் பெரிய மனிதர் எங்களை உங்களிடம் அனுப்பியுள்ளார்," என்றார்.

"உங்கள் பின்புறங்கள் உங்களுடைய மொழியைப் புரிந்து கொள்ளும்," என்று ஒருவன் வேடிக்கையாகச் சொல்ல, கூட்டம் சிரித்தது.

"அவன் என்ன சொன்னான்?" என்று வெள்ளைக்காரர் மொழி பெயர்ப்பாளரைக் கேட்டார். அவர் பதில் சொல்வதற்கு முன்னர் இன்னொருவன் வேறொன்று கேட்டான். "வெள்ளைக் காரனின் குதிரை எங்கே?" என்று கேட்டான். ஈபோ மறை பரப்புவோர் தங்களுக்குள் ஆலோசனை செய்து, அந்த ஆள் சைக்கிளைச் சொல்கிறார் என்று ஊகித்தார்கள். அவர்கள் வெள்ளைக்காரரிடம் சொல்ல அவர் பரிவோடு சிரித்தார்.

"நாங்கள் இங்கே அவர்களுடன் குடியேறிய பிறகு பல இரும்புக் குதிரைகளைக் கொண்டு வருவேன் என்று சொல்லுங்கள். அவர்களில் சிலர் கூட அதன் மேல் சவாரி செய்யலாம்," என்றார் அவர். இதை அவர்களுக்கு மொழி பெயர்த்துச் சொன்ன போது வெகு சிலரே அதைக் கேட்டார்கள். வெள்ளைக்காரர் அவர்களோடு தங்கப் போகிறார் என்று சொன்னதைக் கேட்டு அவர்கள் தங்களுக்குள் பேசிக் கொண்டார்கள். அதைப் பற்றி அவர்கள் நினைத்துக்கூடப் பார்க்கவில்லை.

அந்தச் சமயத்தில் ஒரு முதியவர் ஒரு கேள்வி கேட்க வேண் டும் என்று கூறினார். "பூமியின் தெய்வமா, வானத்தின் தெய்வமா, இடியின் அமாடியோராவா எது உங்களுடைய தெய்வம்?" என்றார்.

மொழி பெயர்ப்பாளர் வெள்ளைக்காரரிடம் பேசினார். அவர் உடனே பதிலளித்தார். "நீங்கள் சொன்ன தெய்வங்களெல்லாம் தெய்வங்கள் அல்ல. அவை ஏமாற்றுத் தெய்வங்கள். உங்கள் உடன்பிறப்புகளைக் கொல்லவும் மாசற்ற குழந்தைகளை அழிக்கவும் சொல்கின்றன. உண்மையான கடவுள் ஒருவரே, அவர் விண்ணையும், மண்ணையும், உங்களையும், என்னையும் கொண்டிருக்கிறார்."

"எங்கள் தெய்வங்களை விட்டு விட்டு உங்கள் தெய்வத்தைப் பின்பற்றினால் நாங்கள் ஒதுக்கித்தள்ளிய தெய்வங்கள், முன்னோர்கள் ஆகியோரின் கோபத்திலிருந்து எங்களை யார் காப்பாற்றுவார்?" என்று கேட்டார் இன்னொருவர்.

"உங்கள் தெய்வத்திற்கு உயிரில்லை. உங்களை அவை ஒன்றும் செய்ய முடியாது. அவை கல்லும், மரமும் தான்," என்றார் வெள்ளையர்.

மபான்டா ஊர்க்காரர்களுக்கு இதை மொழிபெயர்த்து சொன்னவுடன் அவர்கள் கேலியாகச் சிரித்தார்கள். இவர்களுக்குப் பைத்தியம் என்று தங்களுக்குள் கூறிக் கொண்டார்கள். "பிறகு எப்படி அனியும், அமாடியோராவும் துன்பம் தர மாட்டார்கள் என்று அவர்கள் சொல்ல முடியும்? அய்டமிலியும், ஆக்வுக்வுமா?" சிலர் அந்த இடத்தை விட்டுப் போகத் தொடங்கினார்கள்.

பிறகு மறைபரப்புவோர் பாட்டுப் பாடத் தொடங்கினார்கள். சமயத்தைப் பரப்பப் பயன்பட்ட பாடல், மனக் கிளர்ச்சியையும், ஆட்டத்தையும் தூண்டும் ராகங்கள், ஈபோ மனிதரின் இதயத்தில் அடித்தளத்தில் அமைதியாகக் கிடந்த கம்பிகளை சுண்டி இழுக்கக் கூடியவை. பாடலின் ஒவ்வொரு அடியையும் இசையில் மயங்கி அசையாது நின்று கொண்டிருந்தவர்களுக்கு மொழிபெயர்ப்பாளர் விளக்கினார். இருளிலும் அச்சத்திலும் கடவுளின் அன்பை அறியாது வாழ்ந்த சகோதரர்களைப் பற்றிய கதை. கடவுளின் வாயில்களுக்கு வெளியே, இடையனின் அரவணைப்பிலிருந்து விலகி மலைகளின் மேல் தனியாக இருக்கும் ஒரு செம்மறி ஆட்டைப் பற்றியது.

பாட்டு முடிந்தவுடன், மொழிபெயர்ப்பாளர் ஜேசு கிறிஸ்டி என்ற பெயர் கொண்ட கடவுளின் மகன் பற்றிப் பேசினார். கிராமத்தை விட்டு விரட்டி விடலாம் அல்லது சாட்டையால் அடிக்கலாம் என்ற நம்பிக்கையோடு வந்திருந்த ஆக்கன்கோ கூறினார்:

"நீங்கள் உங்கள் வாயாலேயே ஒரே ஒரு கடவுள்தான் இருக்கிறார் என்று கூறினீர்கள். இப்போது அவருடைய மகனைப் பற்றிப் பேசுகிறீர்கள். அப்படியானால் அவருக்கு மனைவி இருக்க

வேண்டும்" என்றார். கூட்டமும் அவரை அமோதித்தது.

"அவருக்கு மனைவி இருந்ததாக நான் சொல்லவில்லை," என்றார் மொழிபெயர்ப்பாளர், கொஞ்சம் அதிர்ந்து போய்.

"உன்னுடைய பின்பக்கம் சொன்னது அவருக்கு மகன் இருந்தார் என்று" என்றான் வேடிக்கையாகப் பேசும் ஒரு கோமாளி. "அவருக்கு ஒரு மனைவி இருக்க வேண்டும். அவர்கள் அனைவருக்கும் பின்புறம் இருக்க வேண்டும்."

மறை பரப்புவர் அவனைக் கண்டுகொள்ளாமல் மூவொரு கடவுளைப் பற்றிப் பேசினார். அவர் பேசி முடிந்தவுடன் இந்த ஆளுக்குப் பைத்தியம் தான் என்ற முடிவுக்கு வந்தார் ஆக்கன்கோ. தோளைக் குலுக்கிக் கொண்டு பிற்பகல் கள்ளை இறக்கப் புறப்பட்டார்.

ஆனால் அவர்கள் மத்தியில் இருந்த ஒரு இளைஞன் மயங்கி விட்டான். அவனுடைய பெயர் நிவோயி. ஆக்கன்கோவின் முதல் மகன். மூவொரு கடவுளின் தத்துவம் அவனை மயக்கவில்லை. அவனுக்கு அது புரியவுமில்லை. புதிய மதத்தின் கவிதை அவனைக் கவர்ந்தது. ஏதோ ஒன்று அவனுடைய எலும்பின் மஜ்ஜைக்குள் ஊடுருவிற்று. இருளில் அச்சத்தோடு அமர்ந்திருந்த சகோதரர்கள் பற்றிய இசைப் பாடல் அவனுடைய இளம் ஆன்மாவைக் குடைந்து கொண்டிருந்த தெளிவில்லாத கேள்விக்குப் பதில் கூறுவது போல இருந்தது. புதர்களின் இரட்டைக் குழந்தைகளின் அழுகுரல், அய்க்கமஃபுனா கொல்லப் பட்டது ஆகிய வினாக்களுக்கு விடை அளிப்பதாக இருந்தது. அவனுடைய காய்ந்த உள்ளத்திற்கு இப்பாடல் ஒரு ஆறுதலைக் கொடுத்தது. வெப்பத்தால் துடித்துக் கொண்டிருக்கும் நிலத்தின் காய்ந்த நாவில் உரைந்த பனிக்கட்டி மழை விழுந்தது போல இருந்தது. நிவோயின் மனம் குழம்பிப் போயிற்று.

17

மறை பரப்புபவர்கள் முதல் நான்கைந்து இரவுகளை சந்தைத் திடலில் கழித்தார்கள். காலையில் நற்செய்தியை அறிவிக்க கிராமத்திற்குள் போனார்கள். அந்த ஊரின் மன்னர் யாரென்று அவர்கள் ஊர்க்காரர்களிடம் கேட்டார்கள். ஊர்க்காரர்கள் தங்களுக்கு அரசர் என்று ஒருவரும் இல்லை என்று சொன்னார்கள். "உயர்ந்த பட்டங்களை எடுத்தவர்கள் இருக்கிறார்கள். தலைமைப் பூசாரிகள், மூத்தோர்கள் இருக்கிறார்கள்," என்றார்கள்.

முதல் நாள் இருந்த சூழ்நிலைக்குப் பிறகு உயர்ந்த பட்டம் எடுத்தவர்களையும், மூத்தோர்களையும் ஒன்று சேர்ப்பது எளிதாக இல்லை. ஆனாலும் மதம் பரப்புவோர் விடாப்பிடியாக முயன்றார்கள். கடைசியில் மபான்டாவின் ஆட்சியாளர்கள் முன் அவர்கள் அழைக்கப்பட்டார்கள். அவர்களிடம் தங்களுடைய கோயிலைக் கட்டுவதற்கு ஒரு இடம் கேட்டார்கள்.

ஒவ்வொரு குலத்திற்கும், ஊருக்கும் ஒரு 'தீய காடு' இருக்கும். தொழுநோய், அம்மை போன்ற தீய நோய்களால் பாதிக்கப்பட்டவர்களை அங்கு தான் புதைப்பார்கள். பெரிய மருத்துவர்கள் இறந்தவுடன் அவர்கள் பயன்படுத்திய மாந்திரீகப் பொருட்களை எல்லாம் அங்கு தான் போடுவார்கள். எனவே தீய காடு என்பது மர்மமான சக்திகள், இருளின் ஆவிகள் நிறைந்துள்ள இடம். அந்தக் காட்டில் தான் ஒரு இடத்தை மதம் பரப்புபவர்களுக்கு மபான்டாவின் ஆட்சியாளர்கள் கொடுத்தார்கள். அவர்களுடைய குலத்தோடு அவர்களைச் சேர்த்துக் கொள்ள அவர்கள் விரும்பவில்லை. எனவேதான்

அறிவுள்ள யாரும் ஏற்க விரும்பாத பகுதியை அவர்களுக்குத் தர முன்வந்தார்கள்.

"அவர்களுடைய கோவிலைக் கட்டுவதற்கு ஒரு இடம் கேட்கிறார்கள்," என்றார் உச்செண்டு. ஆட்சியாளர்களிடம் அவர்கள் இது பற்றி ஆலோசனை செய்யக் கூடியிருந்தார்கள். "நாமும் கொஞ்சம் இடம் கொடுப்போம்," என்று சொல்லி சிறிது நிறுத்தினார். ஆச்சரியமும், எதிர்ப்பும் முணுமுணுப்பாய்க் கேட்டன. "நாம் அவர்களுக்கு தீய காட்டிலிருந்து ஒரு பகுதியைக் கொடுப்போம். அவர்கள்தான் சாவை வெற்றி கொண்டதாகப் பீற்றிக் கொள்கிறார்களே! உண்மையான போர்க்களத்தைக் கொடுப்போம். அவர்கள் அதில் தங்கள் வெற்றியைக் காட்டட்டும்." எல்லோரும் சிரித்து விட்டுச் சம்மதம் தெரிவித்தார்கள். தாங்கள் இரகசியம் பேசுவதற்காக ஏற்கனவே வெளியே அனுப்பியிருந்த மதம் பரப்புகிறவர்களை மீண்டும் அழைத்தார்கள். தீய காட்டில் அவர்களுக்குத் தேவையான பகுதிகளை எடுத்துக் கொள்ளும்படி கூறினார்கள். உடனே அவர்களை வியப்பில் ஆழ்த்தும்படியாக அவர்கள் நன்றி கூறிப் பாட்டு பாடத் தொடங்கினார்கள்.

"இவர்களுக்கு ஒன்றும் புரியவில்லை. நாளைக் காலை அவர்களுக்குத் தந்த இடத்திற்குப் போனால் தான் தெரியும்," என்று பெரியவர்கள் சிலர் கூறினார்கள். பிறகு கலைந்து போய் விட்டார்கள்.

அடுத்த நாள் காலை அந்தப் பைத்தியக்காரர்கள் காட்டின் ஒரு பகுதியைச் சரிப்படுத்தி தங்கள் வீட்டைக் கட்டத் தொடங்கினார்கள். நான்கு நாட்களுக்குள் அவர்கள் செத்துவிடு வார்கள் என்று மபான்டா மக்கள் எதிர்பார்த்தார்கள். முதல் நாள் போயிற்று; இரண்டாம் நாள்; மூன்றாம் நாள்; நான்காம் நாளும் வந்தது. ஒருவரும் சாகவில்லை. அனைவருக்கும் ஒரே குழப்பம். பிறகு தான் தெரிந்தது, வெள்ளைக்காரரின் இரகசியப் பொருள் நம்ப முடியாத சக்தி வாய்ந்தது என்று. கெட்ட ஆவிகளைப் பார்த்து அவர்களுடன் பேசத்தான் அவர் கண்களில் கண்ணாடி அணிந்திருக்கிறார் என்று பேசிக் கொண்டார்கள். அதன் பிறகு அவர் மூன்று பேரை மனம் திருப்பி விட்டார்.

நிவோயியிக்கு முதல் நாளிலிருந்தே இந்தப் புது மதம் மேல் ஒரு ஈர்ப்பு. ஆனால் அதை இரகசியமாக வைத்துக் கொண்டான். அவனுடைய தந்தைக்குப் பயந்து மதம் பரப்புவோரின் அருகில் செல்லாமல் இருந்தான். ஆனால் அவர்கள் சந்தைத் திடலிலோ கிராமத்து விளையாட்டு மைதானத்திலோ பேச வரும்போது நிவோயி அங்கு இருந்தான். அவர்கள் கூறிய கதைகள் எல்லாம் இவனுக்குத் தெரியும்.

சினுவ அச்சிபி ❖ 145

இப்போது மொழிபெயர்ப்பாளரான திரு. கியாகாதான் இந்தப் புதிய சபைக்குப் பொறுப்பு. “நாம் இப்போது கோயிலைக் கட்டி விட்டோம்,” என்றார் கியாகா. வெள்ளைக்காரர் உமோஃபியாவிற்குத் திரும்பப் போய் விட்டார். அதுதான் அவருடைய தலைமை அகம். அங்கிருந்துதான் அவர் திரு.கியாகாவின் சபைக்கு அடிக்கடி வந்தார்.

“நாம் இப்போது கோயிலைக் கட்டி விட்டோம். நீங்கள் அனைவரும் உண்மைக் கடவுளைத் தொழ ஒவ்வொரு ஏழாவது நாளும் வர வேண்டும்,” என்றார் திரு.கியாகா.

அடுத்த ஞாயிற்றுக் கிழமை, நிவோயி அந்தச் சிறிய செம்மண் குடிசைக் கோவிலைப் பல முறை கடந்து போனான். ஆனால் உள்ளே போகத் துணிவு வரவில்லை. பாட்டுக் கேட்டது. ஒரு சிலர் மட்டும் தான் பாடினார்கள். ஆனால் சத்தமாக உறுதியான குரலில் பாடினார்கள். கோயில் வட்ட வடிவமான காலி இடத்தில் இருந்தது. தீய காட்டின் திறந்த வாய் போல இருந்தது. வாயை மூடுவதற்குக் காத்திருந்ததோ? கோயிலைச் சிலமுறை அங்குமிங்குமாகக் கடந்து விட்டு வீட்டிற்குப் போய் விட்டான் நிவோயி.

மபான்டா மக்களுக்குத் தங்கள் தெய்வங்களும் முன்னோர்களும் அதிகம் பொறுமையாக இருப்பார்கள் என்றும், அவர்களை எதிர்த்துக் கொண்டே இருக்க அனுமதிப்பார்களென்றும் நன்றாகத் தெரியும். இருப்பினும் அதற்கும் ஒரு எல்லை உண்டு. ஏழு சந்தை வாரங்கள் அல்லது இருபத்து எட்டு நாட்கள் தான் பொறுமையாக இருப்பார்கள். அந்த எல்லையைத் தாண்டினால் யாரையும் விட மாட்டார்கள். எனவே ஏழாவது வாரம் நெருங்க நெருங்க மக்கள் மத்தியில் எதிர்பார்ப்பு அதிகமாயிற்று. தீய காட்டில் இந்த முட்டாள் மதம்பரப்புவோர் கோயில் கட்டி ஏழு வாரம் ஆகப் போகிறது. கிராமத்தார் இந்த ஆட்களுக்கு அழிவு நிச்சயம் என்று உறுதியாக நம்பினார்கள். புதிதாக மதம் மாறிய ஒன்றிரண்டு பேர் கூடத் தற்காலிகமாகத் தங்கள் ஆதரவை விலக்கிக் கொண்டார்கள்.

மதம் பரப்புவோர் சாக வேண்டிய நாளும் வந்தது. ஆனால் அவர்கள் சாகவில்லை. போதாக்குறைக்கு அவர்களுடைய ஆசிரியர் திரு.கியாகாவிற்கு இன்னொரு மண் குடிசையும் கட்டத் தொடங்கி விட்டார்கள். அந்த வாரக் கடைசியில் இன்னும் கொஞ்சம் பேர் மதம் மாறி விட்டார்கள். மதம் மாறியவர்களில் ஒரு பெண்ணும் இருந்தாள். அவள் தான் மதம் மாறிய முதல் பெண். அவள் பெயர் நிக்கா. அமாடி என்ற பணக்கார விவசாயியின் மனைவி. அவள் நிறைமாதக் கர்ப்பிணி.

நிக்காவிற்கு இதற்கு முன்னர் கருத்தரித்துக் குழந்தைகள் பிறந்தன. ஒவ்வொரு முறையும் அவளுக்கு இரட்டைக் குழந்தைகள். அவற்றை எறிந்து விட்டார்கள். அப்படிப்பட்டவளை அவளுடைய கணவனும் அவன் குடும்பத்தாரும் திட்டித் தீர்த்தார்கள். ஆகவே அவள் கிறிஸ்தவர்களோடு சேர்ந்து விட்டாள் என்றதும் அதிகமாகக் கவலைப்படவில்லை. சனியன் ஒழிந்தது என்றிருந்தார்கள்.

ஒரு நாள் காலை ஆக்கன்கோவின் மைத்துனர் அமிக்வு அடுத்த கிராமத்திலிருந்து திரும்பும்போது கோவில் வழியாக வந்தார். அங்கே கிறிஸ்தவர்கள் மத்தியில் நிவோயியையும் பார்த்தார். அவருக்கு ஒரே ஆச்சரியம். வீடு திரும்பியவுடன் நேராக ஆக்கன்கோவின் குடிசைக்குப் போய்த் தான் பார்த்ததை அவரிடம் சொன்னார். பெண்கள் உடனே உணர்ச்சி வசப்பட்டுப் பேசினார்கள். ஆனால் ஆக்கன்கோ அசையாமல் உட்கார்ந் திருந்தார்.

நிவோயி பிற்பகல் தான் வந்தான். ஆபிக்குள் நுழைந்து தனது தந்தைக்கு வணக்கம் கூறினான். ஆனால் அவர் பதில் எதுவும் சொல்லவில்லை. நிவோயி திரும்பி வளாகத்திற்குள் நடக்கத் தொடங்கினான். உடனே அவனுடைய தந்தை கடுங்கோபத்தில் குதித்து அவனது மென்னியைப் பிடித்தார்.

"எங்கே போயிருந்தாய்?" என்று கேட்டார் திக்கிக் கொண்டே.

அவருடைய பிடியிலிருந்து தப்பிக்க நிவோயி போராடி னான்.

"பதில் சொல். இல்லை, கொன்று விடுவேன்," என்று கர்ஜித்தார். ஒரு பெரிய குச்சியை எடுத்து முரட்டுத்தனமாக அடித்தார்.

"பதில் சொல்," என்றார் மீண்டும். நிவோயி அவரைப் பார்த்துக் கொண்டே ஒன்றும் பேசாமல் நின்றான். பெண்கள் வெளியிலிருந்து கூச்சல் போட்டார்கள், உள்ளே போகப் பயந்து கொண்டே.

"பையனை உடனே விட்டு விடு," என்று வளாகத்திற்கு வெளியிலிருந்து ஒரு குரல் கேட்டது. அது ஆக்கோன்கோவின் மாமா உச்செண்டு. "உனக்கு என்ன பைத்தியமா?"

ஆக்கன்கோ பதில் கூறவில்லை. ஆனால் நிவோயியை விட்டு விட்டார். நிவோயி வெளியே போனவன் திரும்பி வரவில்லை. கோயிலுக்குப் போய் திரு.கியாகாவிடம் தான் உமோ ஃபியாவிற்குப் போக முடிவு செய்து விட்டதாகச் சொன்னான்.

வெள்ளைக்காரர் கிறிஸ்தவ இளைஞர்கள் வாசிக்கவும் எழுதவும் கற்றுத் தர ஒரு பள்ளிக்கூடத்தை ஏற்படுத்தியிருந்தார்.

திரு.கியாகாவிற்கு மட்டற்ற மகிழ்ச்சி. “தனது தாயையும் தந்தையையும் என்பொருட்டு விட்டு விடுபவன் பேறு பெற்றவன். என்னுடைய வார்த்தைகளைக் கேட்போரே எனது தந்தையும் தாயும் ஆவர்,” என்று கியாகா ஒப்புவித்தார்.

நிவோயியிக்கு முழுவதும் புரியவில்லை. ஆனால் அவனுடைய தந்தையை விட்டுப் போவதில் மகிழ்ச்சி. திரும்ப வந்து தனது சகோதரர்களையும் சகோதரிகளையும் மனம் திருப்புவான்.

ஆக்கன்கோ அன்றிரவு தனது குடிசையில் எரிந்து கொண்டிருந்த மரக்கட்டையைப் பார்த்துக் கொண்டே இது பற்றிச் சிந்தித்தார். அவருள் கடுங்கோபம் கொந்தளித்தது. தனது வெட்டுக் கத்தியை எடுத்துக் கொண்டு நேராகக் கோயிலுக்குப் போய் குழப்பத்தை உண்டாக்கும் அந்தக் கெட்ட கும்பலை அழித்து விட வேண்டும் என்று ஆவேசம் உண்டாகியது. ஆனால் மேலும் சிந்தித்தபோது நிவோயிக்காகச் சண்டை போடும் அளவிற்கு அவனுக்குத் தகுதி இல்லை என்று தோன்றியது.

அவருக்கு மட்டும் ஏன் இப்படிச் சபிக்கப்பட்ட மகன் பிறக்க வேண்டும் என்று ஆக்கன்கோ தன் மனத்துக்குள்ளேயே அழுதார். இது தனது தனிப்பட்ட தெய்வம் **சி**-யின் வேலை தான் என்று நினைத்தார். பிறகு எப்படித் தனக்கு நேர்ந்த துன்பத்தையும், நாடு கடத்தலையும் இப்போது தனது மகனின் வெறுக்கத்தக்க நடத்தையையும் விளக்க முடியும்? இப்போது நினைக்க நினைக்க அவரது மகனின் குற்றம் மிகப் பெரிதாக உருவம் எடுத்து முன்னின்றது. தனது தந்தையின் தெய்வங்களை விட்டு விட்டுக் கிழட்டுக் கோழிகள் போலக் குரலெழுப்பும் பெண் தன்மையுள்ள ஆண்கள் பக்கம் சேர்வது படு கேவலம். அவர் இறந்த பிறகு அவருடைய மகள்களெல்லாம் நிவோயியைப் பின்பற்ற முடிவு செய்து தங்கள் முன்னோர்களைக் கைவிட்டு விட்டால்..? ஆக்கன்கோவிற்கு இந்தப் பயங்கர முடிவு அழிவைப் போல நின்று அவரது முதுகுத் தண்டை நடுங்கச் செய்தது. அவரும் அவருடைய தந்தையரும் தங்கள் முன்னோர்களின் கோவிலில் வழிபாட்டுக்காகவும், பலிக்காகவும் சூழ்ந்திருப்பது போலக் கற்பனை செய்து பார்த்தார். அப்போது பழங்காலத்துச் சாம்பலைத் தவிர வேறொன்றும் இராமல், அவரது பிள்ளைகள் வெள்ளையரின் தெய்வத்திடம் செபித்துக் கொண்டிருப்பார்கள். அப்படி ஏதாவது நடக்கப் போகிறதென்றால், அவர்-ஆக்கன்கோ அவர்களை பூமியிலிருந்தே துடைத்தெரிந்து விடுவார்.

ஆக்கன்கோவை மக்கள் ‘கர்ஜிக்கும் நெருப்புச் சுவாலை’ என்று

அழைப்பார்கள். இப்போது அந்தப் பெயரை அவர் நினைவு கூர்ந்தார். அவர் சுவாலை விட்டெரியும் நெருப்புத் தான். அப்படி இருக்கும்போது நிவோயி போன்ற கழிசடையான பெண் மகனை எப்படிப் பெற்றிருக்க முடியும்? ஒரு வேளை அவன் அவருடைய மகனில்லையோ! இல்லை! இருக்க முடியாது. அவருடைய மனைவி ஏமாற்றி விட்டாள். அவளுக்குச் சரியான பாடம் கற்பிக்க வேண்டும். ஆனால் நிவோயி அவனுடைய தாத்தாவைப் போல, உனோகா போல, இருந்தான். அந்த எண்ணத்தை ஆக்கன்கோ உதறிப் போட்டார். அவர் - ஆக்கன்கோ - சுவாலை விடும் நெருப்பு என்று அழைக்கப்பட்டார். அவர் எப்படி ஒரு பெண்ணை மகனாகப் பெற்றிருக்க முடியும்? நிவோயியின் வயதில் ஆக்கன்கோ அவருடைய மல்யுத்தத் திறமைக்காகவும், அச்சமின்மைக்காகவும் உமோஃபியா முழுவதும் பெயர் வாங்கி விட்டார்.

ஆழ்ந்த பெரு மூச்சு விட்டார் ஆக்கன்கோ. அவருக்கு அனுதாபம் காட்டுவது போலக் கனிந்து கொண்டிருந்த கட்டையும் பெரு மூச்சு விட்டது. உடனே ஆக்கன்கோவின் கண்கள் திறந்தன. எரியும் நெருப்பு மலட்டுச் சாம்பலை உண்டாக்குகிறது. மீண்டும் ஆழ்ந்த பெருமூச்சு விட்டார்.

18

மபான்டாவின் புதிய கோவிலுக்குத் தொடக்கத்தில் இடைஞ் சல்கள் இருந்தன. முதலில் ஊரார் அதிக நாள் புதிய மதம் தாங்காது என்று எண்ணியிருந்தார்கள். ஆனால் உயிரோடு இருந்தது மட்டுமில்லாமல் வளர்ந்து கொண்டும் வந்தது. குலத்தாரும் கவலைப்பட்டார்கள். கவலை அதிகமென்று சொல்ல முடியாது. எஃபிலிஃபு கூட்டம் தீய காட்டில் இருக்க முடிவு செய்து விட்டதென்றால் அது அவர்கள் விருப்பம். கொஞ்சம் யோசித்துப் பார்த்தால் விரும்பத்தகாத மக்களுக்கு தீய காடுதான் சரியான புகலிடம். அவர்கள் புதர்களிலிருந்து இரட்டைக் குழந்தைகளைக் காப்பாற்றி வளர்த்தார்கள் என்பது உண்மை தான். ஆனால் அவர்களைக் கிராமத்திற்குள் கொண்டு வருவதில்லை. ஊராரைப் பொறுத்த வரையில், இரட்டையர்கள் அவர்களை எறிந்த இடத்திலே தான் இருந்தார்கள். பூமித் தெய்வம் மதம் பரப்புவோரின் பாவங்களுக்காகக் குற்றமறியாத கிராமத்தவர்களை உறுதியாகத் தண்டிக்காது அல்லவா?

ஆனால் ஒரு நேரத்தில், மதம் பரப்புவோர் தங்கள் எல்லையைத் தாண்ட முயன்றார்கள். மனந்திருந்திய மூன்று பேர் கிராமத்திற்குள் போய் தெய்வங்களெல்லாம் செத்து விட்டன, சக்தியற்றவை என்று பீற்றிக் கொண்டார்கள். அவற்றின் கோவில்களை எல்லாம் கொழுத்தி விடவும் தயாராக இருப்பதாகச் சொன்னார்கள்.

பூசாரிகளில் ஒருவர் போய் "உங்கள் தாய்மாரின் பிறப்புறுப்பைக் கொளுத்துங்கள்," என்றார். அவர்களைப் பிடித்து இரத்தம் வரும்

வரையில் அடித்தார்கள். அதன் பிறகு சபைக்கும் குலத்துக்கும் இடையில் அதிக நாட்கள் வரையில் ஒன்றும் நடக்கவில்லை.

இப்போது வேறு கதைகள் வரத் தொடங்கின. வெள்ளையன் புதிய மதத்தை மட்டுமில்லாமல் புதிய அரசாங்கத்தையே கொண்டு வந்து விட்டான் என்று பேசிக் கொண்டார்கள். அவர்களுடைய மதத்தைப் பின்பற்றுபவர்களைப் பாதுகாக்க ஒரு நீதிச் சாலையையே கட்டி விட்டார்கள் என்று சொன்னார்கள். ஒரு மதம்பரப்புவரைக் கொலை செய்தவனைத் தூக்கில் போட்டு விட்டார்கள் என்றும் கூறப்பட்டது.

இந்த மாதிரிக் கதைகள் நிறைய வந்தாலும், மபான்டாவைப் பொறுத்தவரையில் அவை தேவதைகள் கதை போலத் தோன்றின. அவை இன்னும் புதிய சபைக்கும் குலத்திற்கும் இடையிலுள்ள உறவைப் பாதிக்கவில்லை. இங்கே மதம் பரப்பும் யாரையும் கொல்ல வேண்டிய அவசியம் இல்லை. திரு. கியாகா பைத்தியக்காரர் தான்; ஆனால் யாருக்கும் தொந்தரவு தர மாட்டார். மதம் மாறியவர்களைப் பொறுத்த வரையில் அவர்களை யாரும் கொல்ல முடியாது. அப்படிக் கொன்று விட்டால் இனத்தை விட்டு ஓட வேண்டி வரும். ஏனென்றால் இன்னும் அவர்கள் அந்தக் குலத்தில் ஒருவர் தான். எனவே வெள்ளைக்காரரின் அரசாங்கம் பற்றியும், கிறிஸ்தவர்களைக் கொல்வதால் ஏற்படும் விளைவுகளைப் பற்றியும் யாரும் அதிகம் கவலைப்படவில்லை. அவர்கள் ஏதாவது தொந்தரவு கொடுத்தால் அவர்களைக் குலத்தை விட்டே துரத்தி விட வேண்டியது தான்.

புதிய சபைக்கும் பிரச்சனை; அதனால் இனத்தாருக்கு எந்த வகையிலும் இடைஞ்சல் ஏற்பட வாய்ப்பில்லை. எல்லாம் சாதி நீக்கம் செய்யப்பட்டவர்களை மதத்தில் சேர்த்துக் கொள்வது பற்றித்தான்.

சாதியை விட்டு நீக்கப்பட்டவர்களுக்கு 'ஆசு·க்கள்' என்று பெயர். இந்தப் புதிய மதம் இரட்டையர்களை ஏற்றுக் கொண்டது போலவே தங்களையும் ஏற்றுக் கொள்ளும் என்று எண்ணினார்கள். ஒரு ஞாயிற்றுக் கிழமை இரண்டு பேர் கோவிலுக்குள் நுழைந் தார்கள். உடனே சலசலப்பு ஏற்பட்டது. ஆனால் புதிய மதம் அவர்களை எவ்வளவு மாற்றியிருந்தது என்றால், சாதி நீக்கம் செய்யப்பட்டவர்கள் உள்ளே நுழைந்தவுடன் அவர்கள் வெளியே போகவில்லை. தங்கள் அருகில் யாராவது இருந்தால் எழுந்து

---

* ஆசு - சாதியிலிருந்து விலக்கப்பட்டவர். தெய்வத்திற்கு நேர்ந்து விடப்பட்டவர். ஆகவே சமூகத் தடை மற்ற உரிமைக் குடி மக்களோடு சேரத் தடை செய்யப்பட்டவர்

வேறு இருக்கைக்குப் போய் விட்டார்கள். அது ஒரு அதிசயம் தான். ஆனால் வழிபாடு முடியும் வரையில் தான் இருந்தது. சபை முழுவதும் எதிர்ப்புத் தெரிவித்து அவர்களை வெளியே துரத்த ஆரம்பித்தார்கள். திரு.கியாகா அவர்களைத் தடுத்து நிறுத்தி விளக்கத் தொடங்கினார்.

"கடவுள் முன்னால் அடிமையும் இல்லை, உரிமை பெற்றவனும் இல்லை. நாம் அனைவரும் கடவுளின் குழந்தைகள். இந்த நமது சகோதரர்களை நாம் ஏற்றுக் கொள்ள வேண்டும்," என்றார்.

மதம் மாறியவர்களில் ஒருவன், "உங்களுக்குப் புரியவில்லை. ஆசுக்களை நம் மத்தியில் ஏற்றுக் கொண்டோம் என்பதை அஞ்ஞானிகள் அறிய வந்தால் என்ன செய்வார்கள்? சிரிப்பார்கள்" என்றான்.

"அவர்கள் சிரிக்கட்டும்," என்றார் திரு.கியாகா. "நீதித் தீர்ப் பன்று கடவுள் அவர்களைப் பார்த்துச் சிரிப்பார். நாடுகள் ஏன் கோபப்படுகின்றன? மக்கள் ஏன் வீணானதைக் கற்பனை செய்து கொள்கிறார்கள்? வானுலகில் அமர்ந்திருப்பவர் சிரிப்பார். ஆண்டவர் அவர்களை கீழ்மைப்படுத்துவார்."

"உங்களுக்குப் புரியாது," என்று மதம் மாறியவர் வலியுறுத்தினார். "நீங்கள் எங்கள் ஆசிரியர். புதிய மதத்தின் உண்மைகளைப் பற்றி நீங்கள் எங்களுக்குக் கற்றுத் தரலாம். ஆனால் இது பற்றி எங்களுக்குத்தான் தெரியும்." பிறகு அவன் 'ஆசு' என்றால் யார் என்று விளக்கினான்.

'ஆசு' என்பவன் தெய்வத்திற்கு நேர்ந்து விடப்பட்டவன். தனியாக ஒதுக்கப்பட்டவன். எப்போதும் சமுதாயத் தடை. அவனும் அவனுடைய குழந்தைகளுமே ஒதுக்கப்பட்டவர்கள்தான். அவன் சுதந்தரமாகப் பிறந்தவர்களுடன் திருமண உறவு கொள்ள முடியாது. அவன் சாதியிலிருந்து நீக்கப்பட்டவன். ஊரில் தனியான ஓரிடத்தில் பெரிய கோவிலுக்கு அருகில் தான் வசிக்க வேண்டும். அவன் எங்கு போனாலும் விலக்கப்பட்ட சாதிக்காரன் என்பதற்கு அடையாளமாக நீண்ட முடிச்சு விழுந்த அழுக்குத் தலைமுடியோடு போக வேண்டும். சிரைக்கும் கத்தி அவனுக்குச் சமூகத் தடை. சுதந்தரமாகப் பிறந்தவர்களுடைய கூட்டத்திற்கு ஒரு ஆசு வர முடியாது. அதுபோல அவர்களும் ஆசுவின் வீட்டில் தங்க முடியாது. அவன் குலத்தில் நாலு பட்டங்களில் எதையும் எடுக்க முடியாது. அவன் இறந்தால் மற்ற ஆசுக்களால் தீய காட்டில் புதைக்கப்படுவான். அப்படிப்பட்டவன் எப்படி கிறிஸ்துவனாக ஆக முடியும்?

"உங்களை விட அவனுக்குத் தான் கிறிஸ்து தேவைப்படுகிறார்," என்றார் திரு.கியாகா.

“அப்படியானால் நான் இனத்தாரோடேயே போய் விடுகிறேன்” என்றான் மதம் மாறியவன். போயும் விட்டான். திரு. கியாகா உறுதியாக இருந்தார். அவருடைய உறுதிதான் அந்தப் புதிய சபையைக் காப்பாற்றியது. அவருடைய அசைக்க முடியாத நம்பிக்கையிலிருந்து புது மதத்தில் உறுதியில்லாமல் இருந்தவர்கள் கூட உற்சாகம் பெற்றார்கள். சாதி நீக்கம் செய்யப்பட்டவர்களைத் தங்களுடைய நீண்ட முடியை மழிக்குமாறு கட்டளை இட்டார். முதலில் அவர்கள் இறந்து விடுவோம் என்று பயந்தார்கள்.

“அஞ்ஞானிகளின் சின்னமான முடியை மழிக்காவிடில் உன்னைக் கோவிலுக்குள் சேர்க்க மாட்டேன்,” என்றார் திரு.கியாகா. “நீ இறந்து விடுவோம் என்று பயப்படுகிறாய்! ஏன் அப்படி நடக்க வேண்டும்? தங்கள் தலைமுடியை வெட்டிக் கொள்கிறவர்களிடமிருந்து நீ எந்த வகையில் வேறாக இருக்கிறாய்? ஒரே கடவுள் தான் உன்னையும் அவர்களையும் படைத்தார். ஆனால் உங்களை அவர்கள் தொழு நோயாளிகளைப் போலத் துரத்தி விட்டார்கள். இது கடவுளினுடைய விருப்பத்திற்கு எதிரானது. கடவுள் தனது தூய பெயரில் நம்பிக்கை கொள்கின்ற எவனுக்கும் நிலையான வாழ்வை உறுதியளித்திருக்கிறார். இதைச் செய்தால் அல்லது செய்யா விட்டால் நீ இறந்து விடுவாய் என்று அஞ்ஞானி கூறுகிறார். நீங்கள் பயப்படுகிறீர்கள். நான் இங்கே கோயிலைக் கட்டினேன் என்றால் இறந்து விடுவேன் என்றும் அவர்கள் சொன்னார்கள். நான் இறந்து விட்டேனா? இரட்டைக் குழந்தைகளை எடுத்து வளர்த்தால் நான் இறந்து விடுவேன் என்றார்கள். நான் இன்னும் உயிரோடு தான் இருக்கிறேன். அஞ் ஞானிகள் பொய்யைத் தவிர வேறு எதையும் பேசுவதில்லை. கடவுளின் வார்த்தை மட்டும்தான் உண்மையானது.”

குலத்தை விட்டு விலக்கப்பட்ட அந்த இருவரும் தங்கள் தலையை மழித்துக் கொண்டார்கள். அவர்கள் புதிய மதத்தின் தீவிர உறுப்பினர்களாக ஆகி விட்டார்கள். அவர்களைத் தொடர்ந்து மபான்டாவின் எல்லா ஆசுக்களும் மதம் மாறி விட்டார்கள். அவர்களில் ஒருவன் தான் குலத்தாருக்கும் கிறிஸ்தவ சபைக்கும் இடையில் பெரிய சண்டையை ஏற்படுத்தி விட்டான். நீர்க் கடவுளின் அவதாரமான புனித மலைப்பாம்பை அடுத்த ஆண்டு கொன்று விட்டான்.

மபான்டாவிலும் சுற்றியுள்ள பகுதிகளிலும் மிகவும் மரியாதைக்குரிய ஒன்று இந்த இராஜ மலைப்பாம்பு. அதனை ‘எங்கள் தந்தையே’ என்று தான் அழைப்பார்கள். அதனை எங்கு வேண்டுமானாலும் போக விட்டு விடுவார்கள். படுக்கைக்குள் கூட வந்து விடும். வீட்டிலுள்ள எலிகள், சில வேளைகளில் முட்டைகளைக் கூடத் தின்று விடும். தவறுதலாகக் கவனக்

குறைவால் ஒருவன் ஒரு மலைப்பாம்பைக் கொன்று விட்டால், அந்தப் பாவத்திற்குப் பரிகாரமாக அவன் தியாகங்கள் செய்ய வேண்டும். பெரிய மனிதர் ஒருவரைப் புதைப்பதுபோலச் செலவு செய்து அதனைப் புதைக்க வேண்டும். ஆனால் வேண்டு மென்றே ஒருவன் மலைப்பாம்பைக் கொன்றால், அதற்கென்று தண்டனை ஒன்றும் குறிக்கப்படவில்லை. அப்படி நடக்குமென்று யாரும் நினைத்து கூடப் பார்த்ததில்லை.

அந்த மாதிரி நடந்தே இருக்காது. முதலில் அப்படித் தான் குலத்தார் இது பற்றி எண்ணினார்கள். அவன் அதைச் செய்ததை யாரும் பார்க்கவில்லை. கதையே கிறிஸ்தவர்களின் மத்தியில் தான் தோன்றியது.

எப்படியிருப்பினும் மபான்டாவின் ஆட்சியாளர்களும், மூத்தோரும் இது பற்றி நடவடிக்கை எடுக்கக் கூடினார்கள். பலர் கோபத்தில் நீண்ட உரை நிகழ்த்தினார்கள். போர்க்குணம் வெளிப்பட்டது. தனது தாய்நாடு விசயங்களில் பங்கு வகிக்கத் தொடங்கியிருந்த ஆக்கன்கோவும் வந்திருந்தார். வெறுக்கத் தக்க அந்தக் கூட்டத்தையே ஊரை விட்டுச் சவுக்கால் அடித்துத் துரத்தினால் ஒழிய அமைதி இருக்காது என்றார் அவர்.

ஆனால் பலர் இந்த நிகழ்ச்சியை வேறு வடிவமாகப் பார்த் தார்கள். கடைசியில் அவர்கள் கருத்துத் தான் மேலோங்கி இருந்தது.

“நமது தெய்வங்களுக்காகப் போராடுவது நம் வழக்கமில்லை. இப்போதும் அப்படிச் செய்ய வேண்டும் என்று நினைக்க வேண்டும். யாராவது ஒருவன் அவனது குடிசைக்குள் ஒரு மலைப்பாம்பைக் கொன்று விட்டான் என்றால் அது அவனுக்கும் தெய்வத்திற்கும் இடையிலான காரியம். நாம் அதைப் பார்க்கவில்லை. தெய்வத்திற்கும் குற்றவாளிக்கும் இடையில் நாம் நின்றோமென்றால் அவனுக்கு அளிக்கப்படும் அடி நமக்கும் விழும். ஒருவன் தெய்வ நிந்தனை செய்தால் நாம் என்ன செய்கிறோம்? அவனுடைய வாயை அடைத்து விடுகி றோமா? இல்லை. நாம் நமது விரல்களை வைத்துக் காதுகளை மூடிக் கொண்டு கேட்காமல் இருந்து விடுகிறோம். அது தான் அறிவுக்கு உகந்த வழி,” என்று ஒருவர் கூறினார்.

“நாம் கோழைகளைப் போலப் பேச வேண்டாம்,” என்றார் ஆக்கன்கோ. “ஒருவன் என் குடிசைக்குள் வந்து நடு வீட்டில் மலங்கழித்தால் நான் என்ன செய்வேன்? கண்களை மூடிக் கொள்வேனா? இல்லை! நான் கம்பை எடுத்து அவன் மண்டையை உடைத்து விடுவேன். இந்த ஆட்கள் தினமும் நமது தலையில் அசிங்கத்தைக் கொட்டுகிறார்கள். அதை நாம்

பார்க்காதது போலப் பாசாங்கு செய்ய வேண்டும் என்று ஆசிகி சொல்கிறார்." ஆக்கன்கோ வெறுப்பைக் காட்டும் வகையில் செருமிக் கொண்டார். அவருடைய தந்தை நாட்டில், உமோஃபியாவில், இதுபோன்று எதுவும் நடக்க முடியாது.

"ஆக்கன்கோ உண்மையைக் கூறி விட்டார். நாம் ஏதாவது செய்ய வேண்டும். ஆனால் முதலில் அவர்களைச் சாதி நீக்கம் செய்து விடுவோம். பிறகு அவர்களுடைய பழி பாவங்களுக்கு நாம் பொறுப்பாக மாட்டோம்," என்றார் இன்னொருவர்.

கூட்டத்திலிருந்த ஒவ்வொருவரும் பேசினார். பிறகு கிறிஸ்தவர்களை விலக்கி வைப்பது என்று தீர்மானிக்கப்பட்டது. ஆக்கன்கோ வெறுப்பில் பற்களைக் கடித்துக் கொண்டார்.

அன்று இரவு தமுக்கடிப்பவர் மபான்டா முழுவதும் புது மதத்தைச் சேர்ந்தவர்கள் அன்று முதல் குலத்தவரின் வாழ்க்கை உரிமைகளிலிருந்து விலக்கப்பட்டார்கள் என்று அறிவித்தார்.

கிறிஸ்தவர்களின் எண்ணிக்கை அதிகமாயிருந்தது. ஆண்கள், பெண்கள், குழந்தைகள் என்று தன்னம்பிக்கையும் உறுதியும் உள்ள ஒரு சமூகமே உண்டாகி விட்டிருந்தது. வெள்ளைக்கார மதம் பரப்புபவரான திரு.பிரவுன் இப்போது அவர்களைப் பார்க்க அடிக்கடி வந்தார். "உங்கள் மத்தியில் விதை விதைத்துப் பதினெட்டு மாதங்கள்தான் ஆகியிருக்கின்றன என்று எண்ணும் போது, ஆண்டவர் செய்துள்ள அரிய செயலைக் கண்டு நான் வியப்படைகிறேன்," என்றார்.

புனித வாரத்தின் புதன் கிழமை. அன்று கியாகா பெண்களிடம் ஈஸ்டர் பண்டிகைக்காகக் கோயிலைச் சுத்தம் பண்ண செம்மண், வெள்ளைச் சுண்ணாம்புக் கட்டி, தண்ணீர் ஆகியவற்றைக் கொண்டு வருமாறு கூறினார். இந்த வேலைக்காகப் பெண்களை மூன்று குழுக்களாக அமைத்துக் கொண்டார்கள். அதிகாலையில் புறப்பட்டார்கள். ஒரு கூட்டம் குடங்களுடன் ஆற்றுக்குச் சென்றது. இன்னொன்று கிராமத்தின் செம்மண் குழிக்கு மண்வெட்டி, கூடைகளுடன் சென்றது. அடுத்தது சுண்ணாம்புக் குன்றுக்குச் சென்றது.

திரு.கியாகா கோயிலில் செபித்துக் கொண்டிருந்தார். அப் போது பெண்கள் சத்தமாகப் பேசிக் கொண்டிருந்தது கேட்டது. காலிக்குடத்துடன் அவர்கள் நீரோடையிலிருந்து வந்திருந்தார்கள். சில இளைஞர்கள் அவர்களைச் சவுக்கால் அடித்து விரட்டி விட்டார்கள் என்றார்கள். சிறிது நேரத்தில் செம்மண் எடுக்கப் போன பெண்களும் காலிக் கூடையுடன் வந்தார்கள். தங்களைச் சாட்டையால் அடித்து விட்டார்கள் என்றார்கள். சுண்ணாம்பு கொண்டு வரப் போனவர்களும் இதே கதையைச் சொன்

னார்கள்.

"இதற்கு என்ன பொருள்?" என்று கேட்டார் திரு.கியாகா, குழப்பத்துடன்.

"ஊர் எங்களை விலக்கி வைத்து விட்டது," என்றாள் அவர்களில் ஒரு பெண். "தமுக்கடிப்பவர் நேற்றிரவு அறிவித்தார். ஆனால் நீரோடையிலிருந்தோ, சுண்ணாம்புக் குன்றிலிருந்தோ யாரையும் தடுப்பது எங்கள் வழக்கம் இல்லை."

இன்னொரு பெண், "நம்மை அழிக்க அவர்கள் திட்டம் போடுகிறார்கள். எங்களைச் சந்தைக்குள்ளும் விட மாட்டார்கள், அப்படித்தான் அவர்கள் சொன்னார்கள்," என்றாள்.

மதம் மாறிய ஆண்களை அழைத்து வரச் சொல்ல திரு. கியாகா ஆள் அனுப்பியிருந்தார். அதற்குள் அவர்களே வந்து விட்டார்கள். எல்லோரும் மணி அடிப்பவர் முந்தைய இரவு அறிவித்ததைக் கேட்டிருந்தார்கள். ஆனால் பெண்கள் நீரோடைக்குப் போவதைத் தடுப்பார்கள் என்று அவர்கள் நினைக்கவேயில்லை.

"எங்களோடு வாருங்கள்" என்று பெண்களிடம் அவர்கள் கூறினார்கள். "அந்தக் கோழைகளைப் பார்க்க நாங்களும் உங்களோடு வருகிறோம்." அவர்கள் கையில் பெரிய கம்புகளையும், பட்டாக் கத்திகளையும் வைத்திருந்தார்கள்.

திரு.கியாகா அவர்களைத் தடுத்து நிறுத்தினார். ஏன் அவர்கள் சாதி நீக்கம் செய்யப்பட்டார்கள் என்று அறிந்து கொள்ள விரும்பினார்.

"ஆகோலி புனித மலைப்பாம்பைக் கொன்று விட்டான் என்று சொல்கிறார்கள்," என்று சொன்னான் ஒருவன்.

"பொய்," என்றான் இன்னொருவன். "ஆகோலியே இது பொய் என்று என்னிடம் கூறினான்."

பதில் சொல்ல ஆகோலி அங்கில்லை. முதல் நாள் இரவு அவனுக்குச் சுகமில்லாமல் போயிற்று. அன்றே அவன் இறந்து விட்டான். தெய்வங்கள் தங்களுடைய சண்டையைத் தாங்களே நடத்திக் கொள்வார்கள் என்று அவன் சாவு காட்டிற்று. கிறிஸ் தவர்கள் மேல் கை வைக்கக் குலத்தாருக்குக் காரணம் எதுவு மில்லை.

19

அந்த ஆண்டின் கடைசி மழை பொழிந்து கொண்டிருந்தது. சுவர்கள் கட்டுவதற்காகச் செம்மண்ணைக் குழைப்பதற்குத் தகுந்த நேரம். இதற்கு முன்னால் செய்ய முடியாது. ஏனென்றால் மழை கொட்டும்போது குழைத்த மண்ணையெல்லாம் அரித்துக் கொண்டு போய் விடும். அதற்குப் பின்னரும் செய்ய முடியாது. ஏனென்றால் பிறகு அறுவடைக் காலம் தொடங்கி விடும், அதன் பிறகு வறண்ட காலம்.

மபான்டாவில் ஆக்கன்கோவிற்கு அது தான் கடைசி அறுவடைக் காலம். வீணாகிப் போன ஏழு ஆண்டு காலம் முடிவுக்கு வரப் போகிறது. தன்னுடைய தாய்நாட்டில் ஆக்கன்கோ நன்றாக முன்னேறியிருந்தாலும், உமோஃபியாவில் இன்னும் நன்றாக வளர்ந்திருப்பார்; அவருடைய தந்தை நாட்டில் மக்கள் தைரியசாலிகள், போர்க் குணம் கொண்டவர்கள். இந்த ஏழு ஆண்டுகளில் அவர் உச்சிக்குப் போயிருப்பார். அவருடைய நாடு கடத்தலின் ஒவ்வொரு நாள் பற்றியும் அவர் வருத்தப்படாமல் இருந்ததில்லை. அவருடைய தாயாரின் உறவினர்கள் அவரிடம் மிக அன்பாக நடந்து கொண்டார்கள். அதற்காக அவர் அவர்களுக்கு நன்றியுடன் இருந்தார். ஆனால் அதனால் நிலைமை மாறி விடவில்லை. நாடு கடத்தப்பட்ட பிறகு அவருக்குப் பிறந்த முதல் குழந்தைக்கு நீகா என்று பெயரிட்டார். “தாயே உயர்ந்தவர்” என்று பொருள். தனது தாயின் உறவினர்களுக்கு மரியாதை காட்ட அந்தப் பெயர் சூட்டினார். ஆனால் இரண்டு ஆண்டுகளுக்குப் பிறகு ஒரு மகன் பிறந்த

போது அவனை நிவோஃபியா என்று அழைத்தார். நிவோஃபியா என்றால் 'கானகத்தில் பிறந்தவன்' என்று பொருள்.

கடைசி ஆண்டின் போது ஆக்கன்கோ ஆபியெரிக்காவிற்கு தன்னுடைய வளாகத்தில் இரண்டு குடிசைகள் கட்டச் சொல்லிப் பணம் அனுப்பி வைத்தார். அவரும் அவருடைய குடும்பத்தாரும் வேறு குடிசைகளையும் சுற்றுச் சுவரையும் கட்டுவது வரையில் அங்கு இருப்பார்கள். அவருடைய ஆபியையும், சுற்றுச் சுவர்களையும் கட்டுமாறு வேறு ஒரு ஆளிடம் அவர் கூற முடியாது. இவற்றையெல்லாம் ஓர் ஆண் தானே கட்டிக் கொள்ள வேண்டும் அல்லது முன்னோரிடமிருந்து வாரிசுரிமையாகப் பெற வேண்டும்.

ஆண்டின் கடைசி மழை பெய்யத் தொடங்கியவுடன் ஆபியெரிக்கா இரண்டு குடிசைகளைக் கட்டியாகி விட்டது என்று செய்தி அனுப்பினார். ஆக்கன்கோவும் மழைக்குப் பின்னர் புறப்படுவதற்கு ஆயத்தம் செய்யத் தொடங்கினார். மழை நிற்பதற்கு முன்னரே ஊருக்குத் திரும்பித் தனது சுற்றுச் சுவரைக் கட்டுவதற்கு அவருக்கு விருப்பம் தான். ஆனால் அப்படி என்றால் ஏழாண்டு ஊர் விலக்கியிருந்த தண்டனையை முடிக்காததாக ஆகி விடும். அப்படி நடக்கக் கூடாது. அதனால் வறட்சிக் காலம் தொடங்குவதற்காகப் பொறுமை இழந்து காத்திருந்தார்.

மெதுவாகத்தான் வந்தது. மழை சிறிது சிறிதாகக் குறைந்து சாய்வுத் தூற்றலாக ஆயிற்று. சில சமயங்களில் சூரியக் கதிர்கள் மழையின் ஊடே தோன்றும். மென்மையான தென்றல் வீசும். வானவில்லும் தோன்றிற்று. சில வேளைகளில் இரண்டு வான வில்கள். அம்மாவும், மகளும் போல, ஒன்று இளமையாய், அழகாய், இன்னொன்று வயதானதாக, மெல்லிய நிழல் போல. வானவில் வானத்தின் மலைப்பாம்பு என்று அழைக்கப்பட்டது.

ஆக்கன்கோ தன்னுடைய மூன்று மனைவியரையும் அழைத்து ஒரு பெரிய விருந்தைத் தயாரிக்குமாறு சொன்னார். "என்னுடைய தாய் வழிக்காரர்களுக்கு நான் போவதற்கு முன்னர் நன்றி கூற வேண்டும்," என்றார்.

எக்வெஃபியிடம் மட்டும்தான் கொஞ்சம் கப்பைக் கிழங்கு இருந்தது. அவளுடைய தோட்டத்தில் சென்ற ஆண்டு பயிரிட்டதில் மிச்சம். மற்ற இரண்டு மனைவியரிடமும் இல்லை. அவர்கள் சோம்பேறிகள் என்பதில்லை. அவர்களுக்குத் தங்கள் குழந்தைகளைப் பார்த்துக் கொள்ள வேண்டியிருந்தது. (ஆகவே எக்வெஃபி விருந்திற்கான கிழங்கைக் கொண்டு வருவாள்.) நிவோயின் அம்மாவும், அஜஃகோவும் சூப்பிற்கான கருவாடு,

பனை எண்ணெய், மிளகு ஆகியவற்றைக் கொடுப்பார்கள். இறைச்சி மற்றும் சேனைக் கிழங்கை ஆக்கன்கோ பார்த்துக் கொள்வார். அடுத்த நாள் எக்வெஃபி காலை சீக்கிரம் எழுந்து தனது மகள் எசின்மா, அஜூகோவின் மகள் ஆபியாஜெலியுடன் கிழங்கைத் தோண்டப் புறப்பட்டுப் போனாள். ஒவ்வொருத்தியும் நீளமான மூங்கில் கூடையையும், செடியை வெட்ட வெட்டுக் கத்தியையும், கிழங்கைத் தோண்டி எடுக்கக் களைக் கொத்தியையும் கொண்டு போனார்கள். முதல் நாள் இரவு லேசான மழை பெய்திருந்ததால் மண் இறுகிப் போயிருக்காது.

"நமக்கு வேண்டிய அளவு எளிதாகத் தோண்டி விடலாம்," என்றாள் எக்வெஃபி.

"இவையெல்லாம் ஈரமாக இருக்குமே!" என்றாள் எசின்மா. அவளது கூடையை தலையில் வைத்துக் கைகளை மார்பில் கட்டியிருந்தாள். அவளுக்குக் குளிரியது. "என் முதுகில் குளிர்ந்த நீர் சொட்டிக் கொண்டிருப்பது எனக்குப் பிடிக்காது. சூரியன் மேலே போய் இவையெல்லாம் உலர்ந்த பிறகு நாம் வந்திருக்க வேண்டும்."

ஆபியஜலி அவளை "உப்பு" என்று கூப்பிட்டாள். தண்ணீர் அவளுக்குப் பிடிக்காததால் அவளுக்கு அந்தப் பெயரிட்டாள். "கரைந்து போய் விடுவோம் என்று பயமோ?"

பிடுங்குவது எளிதாக இருந்தது. எசின்மா ஒவ்வொரு செடியையும், தண்டை வெட்டிக் கிழங்கைத் தோண்டுவதற்கு முன்னர் ஒரு குச்சியை வைத்து நன்றாக ஆட்டி விட்டாள். சில சமயங்களில் தோண்ட வேண்டியதே இல்லை. மேல் தண்டைப் பிடித்து இழுத்தவுடன், மண் மேலே வந்து, வேர்கள் அறுந்து கிழங்கு மேலே வந்து விடும்.

தேவையான அளவு பிடுங்கியவுடன் இரண்டு நடையாக அவற்றை நீரோடைக்குக் கொண்டு சென்றார்கள். சிறு கிணறு தோண்டி ஒவ்வொருத்தியும் கிழங்கை ஊற வைத்தாள். கிழங்கு நொதிக்க வேண்டும்.

"மூன்று நான்கு நாட்களில் கிழங்கு தயாராகி விடும்," என்றாள் ஆமியாஜெலி. "எல்லாம் இளங் கிழங்குகள்."

"எல்லாமே இளங் கிழங்குகள் என்று சொல்ல முடியாது. நான் நட்டு இரண்டு ஆண்டுகள் ஆகின்றன. மண் சரியில்லை. அதனால்தான் கிழங்குகள் சிறிதாக இருக்கின்றன," என்றாள் எக்வெஃபி.

ஆக்கன்கோ எதையும் அரை குறையாயச் செய்வதில்லை. அவருடைய மனைவி எக்வெஃபி விருந்துக்கு இரண்டு ஆடுகள்

போதும் என்றபோது அவர் அது அவருடைய வேலை என்று கூறி விட்டார்.

"எனக்கு வசதியிருப்பதால்தான் நான் விருந்து கொடுக்கிறேன். ஆற்றோரம் இருந்து கொண்டு எச்சிலைக் கொண்டு கை கழுவ முடியாது. என்னுடைய அம்மா வீட்டு மக்கள் என்னிடம் அன் பாக நடந்து கொண்டார்கள். நான் அவர்களுக்கு என்னுடைய நன்றியைக் காட்ட வேண்டும்."

எனவே மூன்று ஆடுகளை வெட்டினார்கள். நிறையக் கோழிகளையும் அறுத்தார்கள். ஏதோ திருமண விருந்து போல இருந்தது. ஃபூஃபூ, சேனைக் கிழங்குக் குழம்பு, எகுசி சூப், கசப்பு இலை சூப், மொந்தை மொந்தையாகக் கள்.

எல்லா உமுன்னாக்களும் அழைக்கப்பட்டார்கள். இருநூறு ஆண்டுக்கு முன்னால் இருந்த ஆகோலோபின் வாரிசுகள் விருந்துக்கு அழைக்கப்பட்டார்கள். இந்தப் பெரிய குடும்பத்தில் வயதில் மூத்தவர் ஆக்கன்கோவின் மாமா உச்செண்டு தான். அவரிடம் கோலாப் பருப்பைக் கொடுத்து உடைக்கச் சொன் னார்கள். அவர் முன்னோர்களிடம் மன்றாடினார். நல்ல உடல் நலத்துக்காகவும் குழந்தைகளுக்காகவும் அவர் வேண்டினார். "நாங்கள் செல்வத்திற்காக மன்றாடவில்லை. ஏனென்றால் உடல் நலமும், குழந்தைகளும் உள்ளவன் செல்வத்தைத் தேடிக் கொள்ள முடியும். இன்னும் பணம் வேண்டும் என்று கேட்க வில்லை; இன்னும் உறவுக்காரர்கள் வேண்டும் என்று தான் கேட்கிறோம். எங்கள் உறவுக்காரர்கள் இருப்பதால்தான் நாங்கள் விலங்குகளை விட நன்றாக இருக்கிறோம். விலங்கு தனது அரிக்கும் முதுகை மரத்தில் தேய்க்கிறது. ஆனால் மனிதன் தனது உறவுக்காரனை தேய்த்து விடச் சொல்கிறான்." ஆக்கன்கோவிற்காகவும், அவருடைய குடும்பத்தினருக்காகவும் சிறப்பாகச் செபித்தார். பிறகு கோலாப் பருப்பை உடைத்து ஒரு பகுதியை முன்னோர்களுக்காக தரையில் விட்டெறிந்தார்.

உடைத்த கோலா பருப்புகள் சுற்றி வந்து கொண்டிருந்தபோது, ஆக்கன்கோவின் மனைவியரும், குழந்தைகளும், சமையலுக்கு உதவ வந்தவர்களும் உணவுப் பொருட்களைக் கொண்டு வரத் தொடங்கினார்கள். அவருடைய மகன்கள் பானை பானையாகக் கள் கொண்டு வந்தார்கள். உணவும் கள்ளும் ஏராளமாக இருந்ததைப் பார்த்து உறவுக்காரர்கள் ஆச்சரியத்தில் சீட்டி அடித்தார்கள். உணவு பரிமாறப்பட்டவுடன் ஆக்கன்கோ பேச எழுந்தார்.

"இந்தச் சிறிய கோலாவை நீங்கள் ஏற்றுக் கொள்ளுமாறு வேண்டுகிறேன். இந்த ஏழு ஆண்டுகளாக நீங்கள் எனக்குச்

செய்த நன்மைக்குப் பிரதியாக நான் இதைச் செய்வதாக நினைக் காதீர்கள். குழந்தை தனது தாயின் பாலுக்கு விலை தர முடியாது. நாங்கள் உங்களை எல்லாம் அழைத்தது எல்லோரும் ஒன்றாகச் சந்திப்பது நல்லது என்பதற்காகத் தான்," என்று பேசினார்.

சேனைக் கிழங்குக் கஞ்சியை முதலில் பரிமாறினார்கள். ஏனென்றால் ஃபூஃபூவை விட லேசானது; மேலும் கிழங்குதான் முதலில் வர வேண்டும். அடுத்து ஃபூஃபூ பரிமாறப்பட்டது. சிலர் அதை எகுசி சூப்புடனும் சிலர் கசப்பு இலை சூப்புடனும் உண்டார்கள். அடுத்து இறைச்சியைக் கூறு போட்டார்கள். உமுன்னாவின் ஒவ்வொரு உறுப்பினருக்கும் ஒரு பகுதி கிடைக்க வேண்டும். வயதுப்படி ஒவ்வொருவரும் வரிசையாக வந்து தனது பங்கை எடுத்துக் கொண்டார்கள். வர முடியாதவர்களுக்குக் கூட பங்கு தரப்பட்டது.

கள்ளைக் குடித்துக் கொண்டிருந்தபோது உமுன்னாவின் வய தான உறுப்பினர் ஆக்கன்கோவிற்கு நன்றி சொல்ல எழுந்தார்.

"இவ்வளவு பெரிய விருந்தை நாங்கள் எதிர்பார்க்கவில்லை என்று சொன்னால், எங்கள் மகன் ஆக்கன்கோவின் தாராள மனம் எங்களுக்குத் தெரியாது என்பது போலாகி விடும். அவரை எங்களுக்குத் தெரியும். ஆகவே பெரிய விருந்தைத்தான் எதிர்பார்த்தோம். ஆனால் நாங்கள் எதிர்பார்த்ததை விடப் பெரியதாக இருந்தது. நன்றி. நீங்கள் கொடுத்தது எல்லாம் பத்து மடங்காகப் பெருகட்டும். இளைய தலைமுறை இந்த நாட்களில் அவர்கள் முன்னோர்களை விட அறிவாளிகளாகக் கருதிக் கொள்கிறது. அவர்கள் பழைய கால முறையில் பிரமாண்டமாக ஒருவர் செய்வதைப் பார்ப்பது நல்லது. விருந்துக்கு அழைப்பவர் விருந்தினர்களைப் பட்டினி கிடக்காமல் காப்பாற்றுவதற்காக இல்லை. அவர்களுக்கு எல்லாம் வீட்டில் உணவு இருக்கிறது. நிலா வெளிச்சத்தில் கிராமத்து மைதானத்தில் கூடுவது நிலவைப் பார்ப்பதற்காக இல்லை. அதை அவர்கள் வீட்டு வளாகத்திலேயே பார்த்துக் கொள்ளலாம். ஏன் ஒன்றாகச் சேர்கிறோமென்றால் அப்படி உறவுக்காரர்கள் கூடுவது நல்லது. இதையெல்லாம் நான் ஏன் சொல்கிறேன் என்று நீங்கள் கேட்கலாம். ஏனென்றால் நான் இளைய தலைமுறையினருக்காக, உங்களுக்காக அஞ்சுகிறேன்." இளைஞர்கள் அமர்ந்திருந்த பக்கத்தை நோக்கிக் கைகளை வீசினார். "என்னைப் பொறுத்த வரையில் எனக்குச் சிறிது காலம் தான் இருக்கிறது. அதுபோலத் தான் உச்செண்டுவுக்கும், உனாசுக்குவுக்கும், எமிஃபோவுக்கும். ஆனால் நான் உங்களுக்காக அஞ்சுகிறேன். ஏனென்றால் உங்களுக்கு உறவின் கட்டு எவ்வளவு உறுதியாக இருக்கிறது என்று புரியவில்லை. ஒரே குரலில் பேசுவது என்னவென்று உங்களுக்குத் தெரியவில்லை. அதன்

விளைவு என்ன? உங்கள் மத்தியில் வெறுக்கத்தக்க ஒரு மதம் காலூன்றி விட்டது. ஒருவன் இப்போது தனது தந்தையையும் சகோதரர்களையும் விட்டு விட்டுப் போய் விடலாம். அவனுடைய தந்தையரின், முன்னோரின் தெய்வங்களை வேட்டை நாய் திடீரென்று வெறி பிடித்துத் தனது எசமானனை நோக்கித் திரும்புவது போலச் சபிக்கலாம். உங்களுக்காக அஞ்சுகிறேன்." பிறகு ஆக்கன்கோவின் பக்கம் திரும்பி, "எங்கள் அனைவரையும் ஒன்றாக அழைத்ததற்கு நன்றி," என்றார்.

பாகம் மூன்று

20

தன்னுடைய குலத்தாரிடமிருந்து ஏழாண்டுகள் பிரிந்திருப்பது என்பது கடினம். ஒருவருடைய இடம் அவருக்காகக் காத்துக் கொண்டு அங்கேயே இருப்பதில்லை. அவர் போன பிறகு வேறொருவர் எழுந்து அந்த இடத்தை நிரப்பி விடுவார். குலம் என்பது ஒரு பல்லியைப் போல; வாலை இழந்து விட்டால் இன்னொன்றை வளர்த்துக் கொள்ளும்.

ஆக்கன்கோவிற்கு இவை எல்லாம் தெரியும். குலத்தார் மத்தியில் நீதி செலுத்தும் ஒன்பது முகமூடி அணிந்த ஆவிகளிடத்தில் தனக்கிருந்த இடம் போய் விட்டது என்பது அவருக்குத் தெரியும். புதிய மதத்திற்கு எதிராகத் தனது போர்க் குணம் கொண்ட இனத்தாரை நடத்திச் செல்லும் வாய்ப்பை இழந்து விட்டிருந்தார். இப்போது அந்த மதம் வேரூன்றி விட்டது என்று சொன்னார்கள். குலத்தாரின் மத்தியில் மிக உயர்ந்த பட்டங்களை அவர் எடுத்திருக்கக் கூடிய ஆண்டுகளும் போய் விட்டன. ஆனால் அவருடைய இழப்புகள் எல்லாமே ஈடு செய்ய முடியாதவை அல்ல. அவர் திரும்பி வந்தது மக்களுக்கு ஒரு சிறப்பான நிகழ்வாக இருக்க வேண்டும் என்று அவர் தீர்மானித்தார். ஒரு ஆரவாரத்தோடு திரும்பி வந்து ஏழாண்டுகள் இழந்ததைத் திரும்பப் பெறுவார்.

அவர் நாடு கடத்தப்பட்ட முதலாண்டிலேயே அவர் திரும்பி வருவதையும் திட்டமிட்டு விட்டார். திரும்பி வந்து அவர் முதலில் செய்ய வேண்டியது தனது வளாகத்தைப் பெரிய அளவில் கட்ட வேண்டும். இரண்டு புதிய மனைவியருக்குப்

புதிய குடிசைகள் கட்டுவார். முன்னால் இருந்ததை விடப் பெரிய களஞ்சியத்தைக் கட்டுவார். அதன்பிறகு அவருடைய மகன்களை ஆசோ* சமூகத்தில் சேர்த்துத் தனது செல்வத்தை விளம்பரப்படுத்துவார். குலத்தவரில் மிகப் பெரியவர்கள்தான் இதைச் செய்ய முடியும். அப்போது அவரை மிக உயர்ந்த இடத்தில் வைத்து மரியாதை செலுத்துவார்கள் என்று தெளிவாக இருந்தார். அந்த நாட்டிலேயே மிக உயர்ந்த பட்டத்தையும் எடுப்பார்.

ஒவ்வோர் ஆண்டாக அவருடைய நாடு கடத்தல் கழியும்போது அவருடைய சி அவருடைய முந்தைய இழப்புகளுக்கு ஈடு செய்வதாக நினைத்தார். அவருடைய சேனைக்கிழங்குகள் செழிப்பாக வளர்ந்தன. தாய் நாட்டில் மட்டுமில்லை; அவருடைய நண்பர் உமோஃபியாவில் வாரத்திற்கு விட்டிருந்தவையும் நல்ல பலன் தந்தன.

அப்போதுதான் அவருடைய முதல் மகனால் அந்தத் துன்பம் நிகழ்ந்தது. முதலில் அவருடைய மன உறுதி அதைத் தாங்காதது போலத் தோன்றியது. ஆனால் அவருடைய மனம் மீண்டும் எழக் கூடியதாக இருந்தது. இறுதியில் ஆக்கன்கோ தனது துன்பத்திலிருந்து மீண்டு வந்தார். அவருக்கு வேறு ஐந்து மகன்கள் இருக்கிறார்கள். அவர்களைக் குல வழக்கப்படி வளர்ப்பார்.

அவருடைய ஐந்து மகன்களையும் அழைத்தார். அவர்கள் அவருடைய ஆபியில் வந்து அமர்ந்திருந்தார்கள். கடைசி மகனுக்கு நான்கு வயது.

"உங்களுடைய சகோதரன் செய்த பழிச் செயலை நீங்கள் பார்த்தீர்கள். இப்போது அவன் என் மகனில்லை. உங்களுடைய சகோதரனும் இல்லை. நல்ல ஆண் மகனாக, என் இனத்தார் மத்தியில் தலை நிமிர்ந்து நிற்பவனைத்தான் என் மகனாக ஏற்றுக் கொள்வேன். உங்களில் யாராவது ஒருவன் பொய்யாக இருக்க விரும்பினால், இப்போதே நான் உயிரோடு இருக்கும்போதே நிவோயியைப் பின்பற்றிப் போய் விடுங்கள். அப்போது தான் நான் அவனைச் சபிக்க முடியும். நான் இறந்த பிறகு எனக்கு எதிராகத் திரும்பினால் நான் திரும்பி வந்து உங்கள் குரல் வளையை நெரித்து விடுவேன்."

ஆக்கன்கோ தனது மகள்கள் பற்றிக் கொடுத்து வைத்தவர். எசின்மா பெண்ணாகப் பிறந்து விட்டது குறித்து அவருக்கு வருத்தம்தான். அவருடைய எல்லாக் குழந்தைகளிலும் அவள்தான்

---

* ஆசோ - பட்டங்கள் அல்லது தர வரிசையில் ஒன்று.

அவரது மனநிலையை அறிந்து அதற்குத் தகுந்தாற்போல நடந்து கொள்வாள். ஆண்டுகள் போகப் போக அவர்கள் இருவர் இடையேயும் ஒரு பாசப் பிணைப்பு ஏற்பட்டு விட்டது.

நாடு கடத்தப்பட்ட ஆண்டுகளில் எசின்மா வளர்ந்து மபான்டாவின் அழகிகளில் ஒருத்தியாக இருந்தாள். அவளை அழகின் படிகம் என்று அழைத்தார்கள். அப்படித்தான் அவளுடைய அம்மாவை அழைப்பார்கள். அவளுடைய இளவயதில் அவளுடைய அம்மாவிற்குக் கவலையைத் தந்த எசின்மா ஒரே நாளில் முழுவதுமாக மாறித் துள்ளும் உற்சாகமுள்ள இளநங்கையாக ஆகி விட்டாள். ஆனால் அவளும் சில நேரங்களில் கோபமுற்ற நாய் போல வள்ளென்று விழுவாள். இப்படிப்பட்ட மன அழுத்தம், மன நிலை சில நேரங்களில் ஒரு காரணமும் இன்றி வரும். ஆனால் எப்போதாவதுதான் வரும், உடனே போய் விடும். அந்த மனநிலையில் அவளுடைய தந்தையைத் தவிர வேறு யாரையும் அவளால் தாங்கிக் கொள்ள முடியாது.

பல இளைஞர்களும், பணம் படைத்த மத்திய வயதுக்காரர்களும் அவளை மணமுடிக்க முன் வந்தார்கள். ஆனால் அவர்கள் அனைவரையும் அவள் மறுத்து விட்டாள். ஏனென்றால் ஒரு நாள் அவளுடைய தந்தை அவளை அழைத்துச் சொன்னார்: "இங்கே நல்லவர்கள், பணக்காரர்கள் இருக்கிறார்கள். ஆனால் உமோஃபியா திரும்பிய பிறகு அங்கே மணம் முடித்துக் கொண்டால் எனக்கு மகிழ்ச்சியாக இருக்கும்."

அவ்வளவுதான் அவர் சொன்னார். ஆனால் அந்தச் சொற்களில் அடங்கியிருந்த உட்பொருளையும், தந்தையின் எண்ணத்தையும் தெளிவாக எசின்மா புரிந்து கொண்டாள். உடனே ஒப்புக் கொண்டாள்.

"உன் தங்கை ஆபியாஜெலிக்கு இது புரியாது. நீ தான் அவளுக்கு விளக்கிச் சொல்ல வேண்டும்," என்றார்.

இரண்டு பேருக்கும் ஒரே வயதானாலும் எசின்மாவிற்கு அவளுடைய சகோதரியிடம் அதிகச் செல்வாக்கு இருந்தது. ஆகவே அவளுக்கு அங்கு ஏன் மணம் செய்யக் கூடாது என்று விளக்கியவுடன் அவளும் ஏற்றுக் கொண்டாள். எனவே மபான்டாவில் அவர்களை மணம் செய்ய வந்தவர்களை எல்லாம் இருவரும் மறுத்து விட்டார்கள்.

இவள் பையனாக இருந்திருந்தால் நன்றாக இருந்திருக்கும் என்று ஆக்கன்கோ எண்ணிக் கொண்டார். அவள் எளிதாக அனைத்தையும் புரிந்து கொண்டாள். அவருடைய குழந்தைகளில் வேறு யார் அவருடைய எண்ணங்களைப் புரிந்து கொள்ள

முடியும்? அழகான இரண்டு மகள்களுடன் உமோஃபியாவிற்கு வந்தால் அது பலரைக் கவரும். அவர்களை மணக்க வரும் மருமகன்கள் குலத்தவர்களில் அதிகாரம் உடையவர்களாக இருப்பார்கள். ஊர் பேர் தெரியாத ஏழைகள் யாரும் வர மாட்டார்கள்.

ஆக்கன்கோ நாடு கடத்தப்பட்டிருந்த இந்த ஏழு ஆண்டுகளில் உமோஃபியா மிகவும் மாறிப் போயிருந்தது. புதிய மதம் வந்து பலரை இழுத்துக் கொண்டது. கீழ்நிலையிலிருந்தவர்கள், குலத்திலிருந்து விலக்கப்பட்டவர்கள் மட்டுமின்றி வசதியானவர்கள் கூட அதில் சேர்ந்து விட்டார்கள். ஆக்பியிஃபி உகோனா அப்படிப் பட்டவர்களில் ஒருவர். இரண்டு பட்டங்களை எடுத்தவர். பைத்தியக்காரனைப் போல அவருடைய பட்டங்களின் அடையாளமான கொலுசுகளை அறுத்து எறிந்து விட்டு கிறிஸ்தவர்களோடு சேர்ந்து கொண்டார். வெள்ளைக்கார மதம் பரப்புபவர் அவரைப் பற்றிப் பெரிதும் பெருமைப்பட்டுக் கொண்டார். அவர்தான் முதன் முதலாக திவ்ய நற்கருணை என்ற அருட்சாதனத்தைப் பெற்றுக் கொண்டார். ஈபோவில் அதைத் திரு விருந்து என்று அழைத்தார்கள். ஆக்பியிஃபி அந்த விருந்தை குடிப்பதும் உண்பதுமாக எண்ணிக் கொண்டார். கிராமத்து விருந்தை விட இது புனிதமானதாக இருக்கும் என்று கருதினார். எனவே அந்த நிகழ்ச்சிக்காகத் தனது ஆட்டுத் தோல் பையில் கொம்பையும் கொண்டு வந்திருந்தார்.

இதற்கும் மேலாக வெள்ளையர்கள் அரசாங்கத்தையும் கொண்டு வந்து விட்டார்கள். நீதிமன்றம் ஒன்றைக் கட்டி, அதில் மாவட்ட ஆணையர் விசாரணை நடத்தினார். நீதிமன்றத் தூதுவர்கள் விசாரணைக்கு ஆட்களைக் கூட்டி வந்தார்கள். இந்தத் தூதுவர்களில் பெரும்பாலோர் பெரிய ஆற்றின் கரையிலுள்ள உமுருவிலிருந்து வந்தவர்கள். அங்குதான் முதன் முதலில் வெள்ளைக்காரர்கள் வந்து அவர்களுடைய மதம், வர்த்தகம் மற்றும் அரசாங்கத்தின் மையத்தை அமைத்துக் கொண்டார்கள். இந்த நீதிமன்றத் தூதுவர்கள் மேல் உமோஃபியாவில் அனை வருக்கும் கடுமையான வெறுப்பு. ஏனென்றால் அவர்கள் வெளி நாட்டவர், அகந்தை பிடித்தவர்கள், முரட்டுத்தனமாக நடந்து கொண்டார்கள். ஆகவே அவர்களைக் கோட்மா*வென்று அழைத்தார்கள். அதோடு அவர்கள் சாம்பல் நிறக் கால்சட்டை அணிந்திருந்தால் அவர்களுக்கு 'சாம்பல் பின்புறம்' என்ற அடைமொழி வேறு. வெள்ளையர்களின் சட்டத்திற்கு எதிராகக்

---

* கோட்மா - நீதிமன்றத் தூதுவர். இந்தச் சொல் ஈபோச் சொல் இல்லை. கோர்ட் மெசஞ்சர் என்ற ஆங்கிலச் சொல்லின் மரு.

குற்றம் செய்தவர்களைச் சிறையில் அடைத்தார்கள். அது நிரம்பி இருந்தது. அதைக் காவல் காப்பதும் தூதுவர்கள் தான். சிறையில் அடைக்கப்பட்டவர்களில் பலர் தங்கள் இரட்டையர்களை எறிந்து விட்டவர்கள். சிலர் கிறிஸ்தவர்களை வன்முறையுடன் நடத்தியவர்கள். கோட்மாக்கள் அவர்களைச் சிறையில் அடிப்பார்கள். காலையில் அவர்களுக்கு வேலை. நீதிமன்ற வளாகத்தைக் கூட்டித் தூய்மைப்படுத்த வேண்டும். வெள்ளைக்கார ஆணையருக்கும் நீதிமன்றத் தூதுவர்களுக்கும் விறகு கொண்டு வர வேண்டும். சிறையில் அடைக்கப்பட்டிருந்த சிலர் பட்டம் எடுத்தவர்கள். அவர்களுக்கு இந்தக் கீழ்த்தரமான வேலை அவமானமாக இருந்தது. இந்த அவமானத்திற்காக வருந்தினார்கள். அவர்களுடைய தோட்டங்கள் வீணாவதற்குத் துக்கப்பட்டார்கள். காலையில் புல் வெட்டும்போது, வெட்டுக் கத்தியின் சத்தத்திற்கு ஏற்ப இளைஞர்கள் பாட்டுப் பாடினார்கள்.

"சாம்பல் பின்புறக் கோட்மா
அடிமையாக இருக்கத்தான் லாயக்கு
வெள்ளையனுக்கு அறிவில்லை,
அடிமையாக இருக்கத்தான் லாயக்கு.

நீதிமன்றத் தூதுவர்களுக்கு சாம்பல் பின்புறம் என்று அழைப்பது பிடிக்கவில்லை. ஆகவே அவர்களை அடித்தார்கள். ஆனால் பாட்டு உமோஃபியா முழுவதும் பரவிற்று.

ஆபியெரிக்கா இந்தக் கதைகளை எல்லாம் கூறக் கேட்ட ஆக்கன்கோவின் தலை தொங்கிப் போயிற்று.

"நான் அதிக நாள் வெளியில் இருந்து விட்டேன் போலும்," என்றார் ஆக்கன்கோ தனக்குத் தானே கூறிக் கொள்வது போல. "ஆனால் நீங்கள் கூறுவது எதுவும் எனக்குப் புரியவில்லை. நமது மக்களுக்கு என்னவாயிற்று? ஏன் அவர்கள் சண்டை போடும் சக்தியை இழந்து விட்டார்கள்?"

"அபாமியை முழுவதுமாக வெள்ளைக்காரன் அழித்து விட்டது தெரியாதா?" என்று கேட்டார் ஆபியெரிக்கா.

"கேள்விப்பட்டேன். ஆனால் அபாமி மக்கள் வலிமையற்றவர்கள், முட்டாள்கள் என்றும் கேள்விப்பட்டிருக்கிறேன். ஏன் அவர்கள் திரும்பச் சண்டை போடவில்லை? அவர்களிடம் வெட்டுக் கத்திகளும் துப்பாக்கிகளும் இல்லையா? அபாமி மக்களுடன் நம்மை ஒப்பிடுவதற்கு நாம் கோழைகளாக இருக்க வேண்டும். அவர்கள் முன்னோர் நமது முன்னோருடன் எதிர்த்து நிற்கத் துணிந்ததில்லை. நாம் அவர்களுடன் சண்டையிட்டு அவர்களை நமது நாட்டை விட்டுத் துரத்த வேண்டும்."

சினுவ அச்சிபி ❖ 169

"கால தாமதம் ஆகிவிட்டது," என்றார் ஆபியெரிக்கா சோகத்துடன். "அந்நியருடன் நமது ஆண்களும் மகன்களும் சேர்ந்து விட்டார்கள். அவர்களுடைய மதத்தில் இணைந்து விட்டார்கள். அவர்களுடைய அரசாங்கத்தைக் காப்பாற்ற உதவுகிறார்கள். வெள்ளையர்களை உமோஃபியாவிலிருந்து வெளியேற்ற வேண்டுமென்றால் எளிதுதான். இரண்டு பேர்தான் இருக்கிறார்கள். ஆனால் அவர்கள் வழியைப் பின்பற்றுகிற நமது ஆட்களை என்ன செய்வது? அவர்களுக்கும் அதிகாரம் தந்திருக்கிறார்கள் வெள்ளையர்கள். அவர்கள் உமுருவிற்குப் போய் இராணுவ வீரர்களைக் கூட்டி வந்து விடுவார்கள். பிறகு நமக்கும் அபாமியின் கதி தான்." ஆபியெரிக்கா சிறிது நிறுத்தினார். பிறகு, "நான் உன்னைப் பார்க்க வந்திருந்த போது அனிட்டோவைத் தூக்கிலிட்டது பற்றிச் சொல்லியிருக்கிறேன்," என்றார்.

"தகராறில் இருந்த நிலம் என்னவாயிற்று?" என்று கேட்டார் ஆக்கன்கோ.

"வெள்ளையரின் நீதிமன்றம் அது நியாமாவின் குடும்பத்திற்குச் சொந்தம் என்று தீர்ப்பு வழங்கி விட்டது. அவர்கள் வெள்ளையரின் தூதுவர்களுக்கும் மொழி பெயர்ப்பாளர்களுக்கும் நிறையப் பணம் கொடுத்து விட்டார்கள்."

"நமது நாட்டின் பழக்க வழக்கங்கள் பற்றி வெள்ளைக்காரனுக்கு ஏதாவது தெரியுமா?"

"நமது மொழியையே பேசாதபோது அவனுக்கு எப்படித் தெரியும்? ஆனால் நமது வழக்கங்கள் கெட்டவை என்று சொல்கிறான். அவனுடைய மதத்தைத் தழுவிய நமது சகோதரர்களே நமது பழக்க வழக்கங்கள் கெட்டவை என்று சொல்கிறார்கள். நம்முடைய சகோதரர்களே நமக்கு எதிராகத் திரும்பிய பிறகு நாம் எப்படிச் சண்டை போடுவது? வெள்ளையன் கெட்டிக்காரன். அமைதியாகத் தனது மதத்துடன் வந்தான். அவனுடைய முட்டாள் தனத்தைப் பார்த்துச் சிரித்து அவனை இருக்க அனுமதித்து விட்டோம். இப்போது அவன் நமது சகோதரர்களைக் கைக்குள் போட்டுக் கொண்டான். நமது இனமும் ஒற்றுமையோடு இல்லை. நம்மை ஒன்றாக இணைத்தவற்றில் அவன் கத்தியை வைத்து விட்டான். அனைத்தும் சிதறி சிதைந்து போயிற்று."

"அனிட்டோவை எப்படிப் பிடித்துத் தூக்கிலிட்டார்கள்?" என்று கேட்டார் ஆக்கன்கோ.

"நிலத் தகராறில் அவன் ஆடுச்சியைக் கொன்றவுடன் அவன் பூமித் தெய்வத்திற்குப் பயந்து அனின்டாவிற்கு ஓடிப் போனான். இது சண்டைக்கு எட்டு நாட்களுக்குப் பிறகு

நடந்தது. ஏனென்றால் ஆடுச்சி காயங்களுடன் உடனே இறந்து விடவில்லை. ஏழாம் நாள் தான் இறந்தான். ஆனால் அவன் இறந்து விடுவான் என்று எல்லோருக்கும் தெரியும். ஆகவே ஓடுவதற்காக அனிட்டோ தன்னுடைய பொருட்களை எல்லாம் மூட்டை கட்டி வைத்திருந்தான். ஆனால் கிறிஸ்தவர்கள் இந்த விபத்து பற்றி வெள்ளைக்காரனிடம் கூறி விட்டார்கள். அவன் அனிட்டோவைப் பிடிக்க கோட்மாவை அனுப்பினான். அவனையும் அவன் வீட்டிலிருந்த தலைவர்களையும் பிடித்துச் சிறையிலடைத்தார்கள். கடைசியில் ஆடுச்சி இறந்து விட்டான். அனிட்டோவை உமுருவிற்குக் கூட்டிப் போய்த் தூக்கிலிட்டு விட்டார்கள். மற்றவர்களை விடுதலை செய்து விட்டார்கள். ஆனால் அவர்கள் பட்ட துன்பத்தைப் பற்றிச் சொல்ல இன்னும் அவர்களுக்கு நாக்கு எழும்பவில்லை."

பிறகு நெடுநேரம் இருவரும் பேசாமல் அமர்ந்திருந்தார்கள்.

21

உமோஃபியாவில் புதிய அமைப்பு முறை பற்றி ஆக்கன்கோவைப் போல ஆத்திரப்படுபவர்கள் அதிகம் பேரில்லை. வெள்ளைக்காரன் ஒரு பைத்தியக்காரத்தனமான மதத்தைக் கொண்டு வந்தது உண்மை தான். ஆனால் அவன் ஒரு வியாபார மையத்தையும் திறந்து விட்டிருந்தான். முதல் முறையாக பனை எண்ணெய்க்கும், எண்ணெய்ப் பருப்புக்கும் அதிக விலை கிடைத்தது. அதிகப் பணம் உமோஃபியாவில் புழங்கத் தொடங்கியது.

மதத்தைப் பொறுத்த வரையிலும், அதிலும் கூட ஏதாவது இருக்கலாமோ என்ற உணர்வு வளரத் தொடங்கிற்று. அதிகமான பைத்தியக்காரத்தனம் இருந்தாலும், அதிலும் ஒரு முறை இருப்பது போலத் தோன்றிற்று.

இப்படிப் புதிய மதம் பற்றி கருத்து மாறுவதற்குக் காரணம் வெள்ளை மதம் பரப்புபவரான திரு.பிரவுன் தான். அவர் குலத்த வரின் கோபத்தைத் தூண்டும் எந்தச் செயலையும் அனுமதிக்க மாட்டார். ஆனால் ஒருவனை மட்டும் அவரால் கட்டுப்படுத்த முடியவில்லை. அவன் பெயர் ஈனோக். அவனுடைய தந்தை பாம்பு மரபின் பூசாரி. ஈனோக் புனிதமான மலைப்பாம்பைக் கொன்று தின்று விட்டதாகவும், அவனுடைய தந்தை அவரைச் சபித்து விட்டதாகவும் கதைகள் உலவின.

இப்படி அதிகப்படியான வெறிக்கு எதிராக திரு.பிரவுன் பேசி வந்தார். வெறியோடு இருந்த அவருடைய மந்தையிடம் அனைத் தும் நடக்கக் கூடியது, ஆனால் அனைத்தும் நடக்க வேண்டிய அவசியமில்லை என்று கூறினார். எனவே அவர் மென்மையாகத்

தனது மதம் பற்றி நடந்து கொண்டதால் குலத்தவர் கூட அவரை மதிக்கத் தொடங்கினார்கள். குலத்தின் பெரிய மனிதர்களுடன் நட்புக் கொண்டார். பக்கத்துக் கிராமங்களுக்கு அடிக்கடி போவார். அப்படி ஒரு முறை போன போது யானைத் தந்தம் பரிசளித்தார்கள். இது கண்ணியத்துக்கும், தகுதிக்கும் அடையாளம். அந்த ஊரின் பெரிய மனிதர்களில் ஒருவர் பெயர் அருன்னா. அவர் தனது மகன்களில் ஒருவனைத் திரு.பிரவுன் நடத்திய பள்ளிக்கு வெள்ளைக்காரனுடைய அறிவைக் கற்றுக் கொள்ள அனுப்பி வைத்தார்.

அந்தக் கிராமத்திற்குப் போன போதெல்லாம், அருன்னாவுடன் அவருடைய ஆபியில் பல மணி நேரம் செலவழிப்பார். ஒரு மொழி பெயர்ப்பாளர் மூலம் மதம் பற்றிப் பேசுவார்கள். ஆனால் ஒருவரும் அடுத்தவரை மதம் மாற்ற முடியவில்லை. எனினும் வெவ்வேறு நம்பிக்கைகள் பற்றித் தெரிந்து கொண்டார்கள்.

அப்படி பிரவுன் ஒரு முறை அருன்னாவைப் பார்க்க வந்த போது அருன்னா அவரிடம், "இந்தப் பூமியையும் வானத்தையும் படைத்த ஒரே கடவுள் இருக்கிறார் என்று கூறுகிறீர்கள். நானும் அவரை நம்புகிறேன். அவரை சுக்வு என்று அழைக்கிறேன். அவர் தான் உலகையும் தெய்வங்களையும் உண்டாக்கினார்," என்றார்.

"வேறு தெய்வங்கள் எதுவும் இல்லை," என்ற திரு.பிரவுன், "சுக்வு மட்டும் தான் கடவுள். மற்றவை எல்லாம் பொய். நீங்கள் மரத் துண்டைச் செதுக்குகிறீர்கள் இது போல" (உத்தரத்திலிருந்து தொங்கிய அருன்னா செதுக்கிய அய்க்கங்காவைக் காட்டினார்.) "இதனைத் தெய்வம் என்று அழைக்கிறார்கள். அது ஒரு மரத் துண்டு தான்."

"ஆமாம். உண்மையில் அது மரக்கட்டை தான். அந்தக் கட்டை வந்த மரத்தை சுக்வு தான் உண்டாக்கினார். எல்லாக் குட்டித் தெய்வங்களையும் அவர்தான் உண்டாக்கினார். ஆனால் அவற்றை எல்லாம், நாம் அவரை அணுகுவதற்கு வசதி யாக அவருடைய தூதுவர்களாக உண்டாக்கினார். உங்களைப் போலத்தான், நீங்கள் உங்கள் சபையின் தலைவர்," என்றார் அருன்னா.

"இல்லை," என்று மறுத்தார் திரு.பிரவுன் "என்னுடைய சபையின் தலைவர் கடவுள் தான்."

"எனக்குத் தெரியும். ஆனால் இந்த உலகில் மனிதர் மத்தியில் ஒரு தலைவர் வேண்டும். உங்களைப் போன்ற ஒருவர் தலைவராக இருக்கிறார்."

"அந்த அர்த்தத்தில் பார்த்தால் எனது திருச்சபையின் தலைவர் இங்கிலாந்தில் இருக்கிறார்."

"இதையேதான் நானும் சொல்கிறேன். உங்களுடைய சபையின் தலைவர் உங்கள் நாட்டில் இருக்கிறார். உங்களை அவருடைய தூதுவராக அனுப்பியிருக்கிறார். நீங்களும் உங்களுடைய தூதுவர் களையும் பணியாட்களையும் நியமித்திருக்கிறீர்கள் அல்லது இன்னொரு எடுத்துக்காட்டு தருகிறேன். மாவட்ட ஆணையர் அவர்கள் உங்கள் மன்னனால் அனுப்பப்பட்டவர்."

"அவர்களுக்கு அரசன் இல்லை; அரசி தான்," என்று மொழி பெயர்ப்பாளர் தானாகவே கூறினார்.

"உங்களுடைய அரசி தனது தூதுவராக மாவட்ட ஆணையரை அனுப்பியுள்ளார். அவர் தானாக வேலை செய்ய முடியாததால் தனக்கு உதவியாக கோட்மாவை நியமிக்கிறார். அதுபோலத் தான் கடவுளும், அல்லது சுக்வும். ஒரு ஆளால் தனியாகச் செய்ய முடியாததால் சிறிய தெய்வங்களைத் தனக்குத் துணையாக நியமிக்கிறார்."

"நீங்கள் அவரை ஒரு மனிதராகக் கருதக் கூடாது," என்றார் திரு.பிரவுன். "நீங்கள் அப்படிக் கருதுவதால்தான் அவருக்கு உதவிக்கு ஆட்கள் தேவைப்படும் என்று கற்பனை செய்து கொள்கிறீர்கள். இதில் மோசமானது என்னவென்றால், நீங்கள் உண்டாக்கிய இந்தப் பொய்த் தெய்வங்களை நீங்கள் முழுவது மாக வழிபடுகிறீர்கள்."

"அது அப்படி இல்லை. சிறிய தெய்வங்களுக்கு நாங்கள் பலிகள் செலுத்துகிறோம். அவர்கள் எங்களைக் கை விட்டு விட்டால் நாங்கள் சுக்வுவைத் தவிர வேறு யாரிடமும் போக முடியாது. அப்படிப் போவது தான் சரி. ஒரு பெரிய மனிதரை அவருடைய பணியாட்கள் மூலமாகத் தான் அணுகுகிறோம். ஆனால் அவருடைய பணியாளர்கள் உதவவில்லை என்றால் நாங்கள் நம்பிக்கையின் மூலத்திற்கு போகிறோம். நாங்கள் சிறிய தெய்வங்கள் மேல் அதிகப்படியான கவனம் செலுத்துவது போலத் தோன்றும். அவர்களை அதிகமாகத் தொந்தரவுபடுத்தக் காரணம் அவர்களுடைய தலைவரைத் தொந்தரவு செய்யப் பயப்படுவது தான். எங்கள் தந்தையருக்குச் சுக்வு தான் அனைவருக்கும் தலைவர் என்பது தெரியும். எனவேதான் பலர் தங்கள் குழந்தைகளுக்குச் சுக்வு என்று பெயர் சூட்டுகிறார்கள். சுக்வு என்றால் தலையானவர்."

"நீங்கள் சொன்னவற்றில் ஒன்று மிகவும் முக்கியமானது," என்றார் திரு.பிரவுன். "நீங்கள் சுக்வுக்குப் பயப்படுகிறீர்கள். என்னுடைய மதத்தில் சுக்வு அன்பான தந்தை. அவர்

விருப்பப்படி நடப்பவர்கள் யாரும் அவருக்குப் பயப்பட வேண்டியதில்லை.”

“நாம் அவருடைய விருப்பப்படி நடக்கா விட்டால் பயப்பட வேண்டுமல்லவா?” என்றார் அருன்னா. “அவருடைய விருப்பம் என்னவென்று யார் சொல்வது? அதைப் புரிந்து கொள்வது கடினம்.”

இவ்வாறு திரு.பிரவுன் குலத்தாரின் மதம் பற்றி நிறையத் தெரிந்து கொண்டார். எனவே நேரடியாக அதனைத் தாக்குவதால் எந்தப் பயனும் இல்லை என்ற முடிவுக்கு வந்தார். ஆகவே உமோஃபியாவில் ஒரு பள்ளிக் கூடத்தையும், மருத்துவ மனையையும் கட்டினார். வீடு வீடாகச் சென்று அவர்களுடைய குழந்தைகளைப் பள்ளிக்கு அனுப்புமாறு கெஞ்சினார். முதலில் அவர்களுடைய அடிமைகள் அல்லது சோம்பேறிக் குழந்தைகளை அனுப்பினார்கள். திரு.பிரவுன் கெஞ்சினார், விவாதம் செய்தார், வருங்காலம் பற்றிப் பேசினார். வருங்காலத்தில் ஊர்த் தலைவர்கள் எல்லாம் எழுதப் படிக்கத் தெரிந்த ஆண்களும் பெண்களுமாக இருப்பார்கள் என்றார். “உமோஃபியா தனது குழந்தைகளைப் பள்ளிக்கு அனுப்பவில்லை என்றால் வெளி ஆட்கள் அவர்களை ஆள வந்து விடுவார்கள். உள்ளூர் நீதிமன்றத்தில் என்ன நடக்கிறது என்று நீங்கள் பார்த்திருப்பீர்கள். மாவட்ட ஆணையரைச் சுற்றி அவருடைய மொழியைப் பேசுகிற வெளி ஆட்கள் உட்கார்ந்திருக்கிறார்கள். முதன் முதலில் வெள்ளையர்கள் வந்த இடமான பெரிய ஆற்றின் கரையிலுள்ள உமுருவிலிருந்தவர்கள் அவர்களில் பலர்.”

கடைசியில் திரு. பிரவுன் முன் வைத்த விவாதத்திற்குப் பயன் ஏற்பட்டது. பள்ளியில் அதிகம் பேர் சேரத் தொடங்கினார்கள். அவர்களுக்குத் துண்டுகள், காகிதங்கள் பரிசாகக் கொடுத்து உற்சாகப்படுத்தினார். படிக்க வந்தவர்கள் எல்லோருமே இள வயதினர் இல்லை. சிலருக்கு முப்பது வயதுக்கு மேல் ஆகியிருந்தது. காலையில் தோட்டத்திற்கு வேலைக்குப் போய் விட்டு பிற்பகல் பள்ளிக்கு வந்தார்கள். விரைவிலேயே வெள்ளைக்காரரின் மருந்து வேகமாக வேலை செய்கிறது என்று மக்கள் சொல்லத் தொடங்கினார்கள். திரு.பிரவுனுடைய பள்ளி நல்ல பயனைத் தந்தது. அங்கு சில மாதங்கள் படித்தாலே நீதிமன்றத் தூதுவர்களாகவோ, நீதிமன்ற எழுத்தர்களாகவோ ஆக முடிந்தது. அதிக நாள் படித்தவர்கள் ஆசிரியர்களாக ஆனார்கள். உமோஃபியாவிலிருந்து தொழிலாளர்கள் ஆண்டவரின் திராட்சைத் தோட்டத்திற்குச் சென்றார்கள். சுற்றுக் கிராமங்களில் புதிய கோவில்கள் கட்டப்பட்டன. அவற்றோடு சில பள்ளிகளும் வந்தன. தொடக்கத்திலிருந்தே கல்வியும், மதமும் சேர்ந்தே

சினுவ அச்சிபி ❖ 175

வளர்ந்தன.

திரு. பிரவுனுடைய மறைப் பணி வலிமை பெற்று வந்தது. புதிய அரசோடு தொடர்பு இருந்ததால் சமுதாயத்தில் மதிப்பு கூடியது. ஆனால் திரு.பிரவுன் உடல் நலம் குன்றத் தொடங்கினார். முதலில் அவர் அதன் அறிகுறிகளைக் கண்டு கொள்ளவில்லை. கடைசியில் அவருடைய மந்தையை விட்டுச் சோகத்துடன் போக வேண்டியதாயிற்று.

ஆக்கன்கோ உமோஃபியாவிற்குத் திரும்பிய மழைக் காலத்தில் தான் திரு.பிரவுன் தனது தாய்நாடு திரும்பினார். ஐந்து மாதங்களுக்கு முன்னர் ஆக்கன்கோ திரும்பி விட்டதை அறிந்து திரு.பிரவுன் அவரைப் பார்க்க வந்தார். அவருடைய மகன் நிவோயிக்கு இப்போது ஐசக் என்று பெயர். உமுருவிலுள்ள ஆசிரியர் பயிற்சிக் கல்லூரிக்கு இப்போதுதான் அவனை அனுப்பி வைத்திருந்தார் திரு.பிரவுன். இது பற்றித் தெரிந்தால் ஆக்கன்கோ மகிழ்ச்சியடைவார் என்று நினைத்தார் அவர். ஆனால் மீண்டும் பிரவுன் தனது வளாகத்துக்குள் நுழைந்தால் அவரைத் தூக்கித் தான் போக வேண்டியதிருக்கும் என்று ஆக்கன்கோ பயமுறுத்தி விரட்டி விட்டார்.

ஆக்கன்கோ எதிர்பார்த்தது போல அவர் உமோஃபியா திரும்பியதால் நினைவு கூறத்தக்கதாக எதுவும் நிகழவில்லை. அவருடைய அழகான மகள்களுக்கு மணமகன்கள் வரத்தான் செய்தார்கள். பேச்சு வார்த்தையும் நடந்து வந்தது. ஆனால் அதற்கு மேலே ஒரு பெரிய வீரன் திரும்பி வந்ததை உமோஃபியா கண்டுகொள்ளவில்லை. அவர் நாடு கடத்தப்பட்டிருந்த காலத்தில் உமோஃபியாவும் குலத்தாரும் அடையாளம் காண முடியாதபடி மாறியிருந்தன. புதிய மதமும், அரசும், வர்த்தக மையங்களும் மக்கள் கவனத்தை அதிகமாகக் கவர்ந்து விட்டிருந்தன. இந்த அமைப்புகள் தீயவை என்று சொல்பவர்கள் அதிகம் பேர் இருந்தார்கள். ஆனால் அவர்களும் கூட வேறு எதையும் பற்றிச் சிந்திக்கவோ பேசவோ செய்யவில்லை. அதுவும் ஆக்கன்கோ திரும்பி வந்ததைப் பற்றிப் பேசவே இல்லை.

அந்த ஆண்டும் அவருடைய முன்னேற்றத்திற்கு ஊக்கமளிப் பதாக இல்லை. ஆசோ சமுதாயத்தில் தனது இரண்டு மகன் களையும் அறிமுகப்படுத்தியிருந்தாலாவது ஓரளவு சலசலப்பை ஏற்படுத்தியிருக்க முடியும். ஆனால் அப்படி அறிமுகப்படுத்துவது உமோஃபியாவில் மூன்றாண்டுகளுக்கு ஒரு முறை தான். எனவே அடுத்த சடங்குகளுக்காக இரண்டு ஆண்டுகள் காத்திருக்க வேண்டும்.

ஆக்கன்கோ ஆழ்ந்த துக்கத்தில் ஆழ்ந்தார். அவருடைய

வருத்தம் தனிப்பட்டதாக இல்லை. அவருடைய குலத்திற்காக அவர் மனம் வருந்தினார். அது உடைந்து சிதறிச் சிதைந்து போய்க் கொண்டிருந்தது. உமோஃபியாவின் போர்க் குணம் கொண்ட ஆண்கள் இப்போது பெண்கள் போல ஆகிவிட்டதற்காக வருந்தினார்.

22

திரு.பிரவுனுக்குப் பின்னர் வந்தவர் பெயர் அருட்திரு.ஜேம்ஸ் ஸ்மித். அவர் வேறு மாதிரியான ஆள். திரு.பிரவுனுடைய விட்டுக் கொடுத்துச் சமாதானமாகப் போகும் கொள்கையை வெளிப்படையாகவே கண்டனம் செய்தார். அவருக்கு கறுப்பு, வெள்ளை தான் தெரியும். கறுப்பெல்லாம் கெட்டது. உலகை ஒளியின் குழந்தைகள் இருளின் மக்களோடு நிகழ்த்தும் போராட்டக் களமாக அவர் பார்த்தார். அவருடைய மறையுரைகளில் அவர் செம்மறி ஆடுகள் வெள்ளாடுகள் பற்றியும், கோதுமை பதர்கள் பற்றியும் பேசினார். பகால் தெய்வத்தின் தீர்க்கதரிசிகளைக் கொல்ல வேண்டும் என்றார்.

அவருடைய மந்தையில் பெரும்பான்மையோருடைய அறியாமை பற்றி திரு.ஸ்மித் மிக வருந்தினார். அவர்களுக்கு மூவொரு கடவுள், அரட்சாதனங்கள் பற்றிக் கூட ஒன்றும் தெரிய வில்லை. அவர்கள் பாறை நிலத்தில் விழுந்த விதைகள் என்பது தெளிவாகத் தெரிந்தது. திரு.பிரவுனுக்கு எண்ணிக்கை தான் முதன்மை. கடவுளின் அரசு கூட்டத்தைச் சார்ந்திருக்கவில்லை என்பது அவருக்குத் தெரிந்திருக்க வேண்டும். நமது ஆண்டவர் கூட சிறிய எண்ணிக்கையைத் தான் வலியுறுத்தினார். வழியோ குறுகியது, ஆட்களோ குறைவு. ஆண்டவரின் தேவாலயத்தை அடையாளங்களைத் தேடுகிற சிலை வழி பாட்டுக் கூட்டத்தால் நிறைப்பது முடிவில்லா விளைவை உண்டாக்கும் மடமையாகும். நமது ஆண்டவர் சாட்டையை ஒரு முறை தான் பயன்படுத்தினார், தனது கோவிலிருந்து கூட்டத்தைத் துரத்த.

உமோஃபியாவுக்கு வந்த சில வாரங்களிலேயே திரு.ஸ்மித் ஒரு இளம் பெண்ணை, புதிய கள்ளைப் பழைய மொந்தையில் ஊற்றியதற்காகக் கோவிலிலிருந்து இடை நீக்கம் செய்து விட்டார். இந்தப் பெண் தனது அஞ்ஞானிக் கணவன் தனது இறந்து போன குழந்தையைச் சிதைக்க அனுமதித்து விட்டாள். இந்தக் குழந்தை ஒரு ஆக்பஞ்சி. திரும்பத் திரும்பப் பிறந்து தனது தாயைத் துன்புறுத்திக் கொண்டிருந்தது. இப்படி இந்தக் குழந்தை நான்கு முறை வந்து விட்டது. ஆகவே அது திரும்பி வராதிருக்க அதனைச் சிதைத்து விட்டார்கள்.

இது பற்றிக் கேள்விப்பட்டவுடன் திரு.ஸ்மித்திற்குக் கோபம் பொங்கியது. உண்மையில் கெட்ட குழந்தைகள் இப்படிச் சிதைவுண்டதற்குக் கட்டுப்படாமல் திரும்பத் தழும்புகளுடன் வருவதாகச் சொல்லப்பட்ட கதையை ஸ்மித் நம்பவில்லை. ஆனால் அவருடைய தீவிரக் கிறிஸ்தவர்கள் கூட அதை உறுதி செய்தார்கள். இப்படிப்பட்ட கதைகளை சாத்தான் மனிதர்களைப் படுகுழிக்குள் தள்ளப் பரப்பி வருகிறது என்றார். அத்தகைய கதைகளை நம்புவோர் ஆண்டவரின் மேசையில் பந்தியமரத் தகுதியற்றவர்கள்.

உமோஃபியாவில் ஒரு பழமொழி உண்டு. ஒருவன் ஒரு நடனம் ஆடினால் அவனுக்குத் தகுந்தாற்போல மேளம் தட்டப் படுமாம். திரு.ஸ்மித் கோப நடனம் ஆடினார். மேளங்களும் வேகமாகத் தட்டப்பட்டன. புதிதாக மதம் மாறியவர்கள் மிதமிஞ்சிய உற்சாகத்தில் வேலை செய்தார்கள். இப்போது திரு.பிரவுனுடைய தடை இல்லாதது வசதியாகப் போயிற்று. அவர்களில் ஒருவன்தான் ஈனோக், பாம்புப் பூசாரியின் மகன். அவன் தான் புனிதமான மலைப்பாம்பைக் கொன்று தின்று விட்டதாகச் சொல்லப்பட்டவன். புது மதத்தின் மேல் அவன் கொண்டிருந்த வெறி பிடித்த நம்பிக்கை, திரு.பிரவுனுடைய நம்பிக்கையை விட அதிகமாக இருந்தது. ஊரார் அவனைச் 'சாகக் கொடுத்தவர்களை விட உரக்க அழும் வெளியூர்க்காரன்' என்று அழைத்தார்கள்.

ஈனோக் குட்டையாக ஒல்லியாக இருப்பான். வேகமாக எங்கோ போவது போல எப்போதும் இருப்பான். அவனுடைய பாதங்கள் குட்டையாக அகலமாக இருக்கும். அவன் நின்றாலோ நடந்தாலோ அவனுடைய குதிகால்கள் ஒன்று சேர்ந்து, அவனுடைய கால்கள் சண்டை போட்டுக் கொண்டு வெவ்வேறு திசைகளில் செல்வது போல விரிந்து கொள்ளும். அவனுடைய உடலில் எவ்வளவு சக்தி அடைபட்டுக் கிடந்தது என்றால் அது எப்போதும் சண்டைகளாக வெடித்து விடும். ஞாயிற்றுக் கிழமைகள் மறையுரை அவனுடைய பகைவர்களுக்காகப்

பேசப்பட்டதாக எண்ணிக் கொள்வான். அவர்கள் பக்கத்தில் அவன் உட்கார்ந்திருந்தால் அவர்கள் பக்கம் திரும்பி 'நான் சொன்னேன் இல்லையா?' என்று கூறுவது போல அர்த்தம் மிக்க பார்வை ஒன்றை வீசுவான். திரு.பிரவுன் போன பிறகு திருச்சபைக்கும் குலத்தாருக்கும் இடையில் பெரிய போராட்டத்தைத் தூண்டி விட்டவன் இவன் தான்.

பூமித் தெய்வத்திற்கு மரியாதை செய்ய ஆண்டுதோறும் நடக்கும் சடங்கின்போது தான் அது நடந்தது. குலத்தின் முன்னோர்கள் இறந்த போது பூமித் தாயிடம் ஒப்படைக்கப்பட்டிருப்பார்கள். அவர்கள் இப்போது தான் எக்வுக் ஆக சிறிய எறும்புத் துவாரங்களின் வழியாக வருவார்கள்.

இந்த எக்வுக்வுக்கள் அணிந்திருக்கும் முகமூடியை மக்கள் மத்தியில் கழற்றுவது மிகப் பெரிய குற்றம். அவர்களின் இறப்பில்லாத தன்மையைப் புதியவர்கள் மத்தியில் இழிவுபடுத்துவது குற்றம். அதைத்தான் ஈனோக் செய்து விட்டான்.

பூமித் தெய்வத்தின் ஆண்டு வழிபாடு ஒரு ஞாயிற்றுக்கிழமையில் நடந்தது. முகமூடி அணிந்த ஆவிகள் உலவிடும் கோவிலுக்குப் போயிருந்த கிறிஸ்தவப் பெண்கள் தங்கள் வீடுகளுக்குப் போக முடியவில்லை. கிறிஸ்தவ ஆண்கள் சிலர் எக்வுக்வுவிடம் சிறிது நேரம் பெண்கள் போகும் வரையில் ஒதுங்கி இருக்குமாறு கெஞ்சினார்கள். அவர்களும் சம்மதித்துப் போய்க் கொண்டிருந்தார்கள். அப்போது ஈனோக் வந்து அவர்களுக்கு ஒரு கிறிஸ்தவனைத் தொடும் அளவிற்குத் துணிச்சல் இல்லை என்று பீற்றிக் கொண்டான். உடனே ஆவிகள் எல்லாம் திரும்பி வந்தார்கள். அவர்களில் ஒருவர் தான் எப்போதும் வைத்திருக்கும் பிரம்பால் ஈனோக்கை நன்றாக அடித்து விட்டார். ஈனோக் அவர் மேல் பாய்ந்து அவருடைய முகமூடியைப் பிடுங்கிக் கிழித்துப் போட்டு விட்டான். உடனே மற்ற எக்வுக்கள் பெண்கள், குழந்தைகளின் கெட்ட பார்வையிலிருந்து பாதுகாக்க அவரைச் சூழ்ந்து கொண்டு கூட்டிப் போனார்கள். ஈனோக் முன்னோர்கள் ஆவி ஒன்றைக் கொன்று விட்டான். உமோஃபியாவில் குழப்பம் ஆரம்பமானது.

அன்றிரவு ஆவிகளின் தாய், குலத்தாரின் வீடுகள் வழியாக தனது கொலை செய்யப்பட்ட மகனுக்காக அழுது கொண்டு சென்றது. அது பயங்கரமான இரவு. உமோஃபியாவின் வயதான வர்கள் கூட அந்தப் பயங்கரமான ஒலியை இதுவரைக் கேட்டதில்லை; இனிக் கேட்கவும் செய்யாது. இனத்தின் ஆன்மாவே பெரிய தீமை அழிவு வரப் போகிறது என்று அழுதது போல் இருந்தது.

அடுத்த நாள் காலை உமோஃபியாவின் முகமூடி அணிந்த எக்வுக்வுக்கள் சந்தைத் திடலில் கூடினார்கள். குலத்தின் எல்லாப் பகுதிகளிலிருந்தும், பக்கத்து ஊர்களிலிருந்தும் கூட வந்தார்கள். பயங்கரமான ஆட்டக்கு ஈமோவிலிருந்து வந்தார். ஊலியிலிருந்து வெள்ளைச் சேவலைக் கையில் பிடித்துக் கொண்டு எக்வன்சு வந்தார். பயங்கரமான கூட்டம் அது. எண்ணற்ற ஆவிகளின் குரல்கள், அவர்களின் பின்னாலிருந்த மணிகளின் ஓசை, அவர்கள் முன்னும் பின்னும் ஓடி ஒருவரை ஒருவர் வாழ்த்தும் போது வெட்டுக் கத்திகள் மோதிக் கொள்வது எல்லாம் இதயத்தை நடுங்க வைத்தன. அவர்கள் நினைவு தெரிந்து முதல் முறையாகப் புனிதமான காளையின் கர்ஜனை பகலில் கேட்டது.

சந்தைத் திடலிலிருந்து கொந்தளித்துக் கொண்டிருந்த கூட்டம் ஈனோக்கின் வளாகத்தை நோக்கிப் போனது. குலத்தின் முதியவர்கள் சிலரும் தாயத்துகளைப் பாதுகாப்புக்காகக் கட்டிக் கொண்டு கூடச் சென்றனர். இவர்கள் 'எக்வு' அல்லது மருந்தில் வலிமை வாய்ந்தவர்கள். சாதாரண ஆண்களும் பெண்களும் அவர்களுடைய குடிசைகளுக்குள்ளிருந்து கேட்டுக் கொண்டிருந்தார்கள்.

கிறிஸ்தவர்களின் தலைவர்கள் திரு.ஸ்மித்தின் இல்லத்தில் முதல் நாளிரவு கூடினார்கள். அவர்கள் பேசிக் கொண்டிருந்தபோது ஆவிகளின் தாய் மகனுக்காக அழுத குரல் கேட்டது. அந்த உறைய வைக்கும் சத்தம் திரு.ஸ்மித்தைக் கூடப் பாதித்தது. முதன் முறையாக அவர் பயந்தது போலக் காணப்பட்டார்.

"அவர்கள் என்ன திட்டம் போடுகிறார்கள்?" என்று கேட்டார். ஒருவருக்கும் தெரியவில்லை. ஏனென்றால் இப்படிப்பட்ட நிகழ்ச்சி இதற்கு முன்னர் நடந்ததே இல்லை. திரு.ஸ்மித் மாவட்ட ஆணையரையும் தூதுவர்களையும் அழைத்திருப்பார். ஆனால் அவர்கள் சுற்றுலா சென்று விட்டார்கள்.

"ஒன்று தெளிவாகிறது. நாம் அவர்களைத் தடுக்க முடியாது. நமது சக்தி ஆண்டவரிடம் தான் உள்ளது," என்றார் அவர். அனைவரும் முழந்தால் படியிட்டு விடுதலைக்காகக் கடவுளிடம் செபித்தார்கள்.

"ஆண்டவரே, உமது பிள்ளைகளைக் காத்தருளும்," என்றார் திரு.ஸ்மித்.

"உமது குழந்தைகளை ஆசீர்வதியும்," என்று மக்கள் பதிலளித்தார்கள்.

திரு.ஸ்மித்தின் இல்லத்தில் ஈனோக்கை ஒன்றிரண்டு நாட்கள்

ஒளித்து வைப்பது என்று தீர்மானிக்கப்பட்டது. இதைக் கேட்டவுடன் ஈனோக்கிற்குப் பெருத்த ஏமாற்றம். ஏனென்றால் புனிதப் போர் வந்து விட்டது என்று நம்பிக் கொண்டிருந்தான். அவனைப் போல வேறு சில கிறிஸ்தவர்களும் இருந்தார்கள். ஆனாலும் அங்கிருந்தவர்கள் மத்தியில் நிதானம் இருந்ததால் பல உயிர்கள் தப்பித்தன.

எக்வுக்வுக்கள் சூறாவளி போல ஈனோக்கின் வளாகத்திற்குள் புகுந்து அதனை வெட்டுக் கத்தியாலும் நெருப்பாலும் தவிடு பொடியாக்கி விட்டார்கள். அங்கிருந்து அழிவுப் போதையில் கோவிலை நோக்கிப் போனார்கள்.

முகமூடியணிந்த ஆவிகள் கோவிலுக்கு வந்த போது திரு.ஸ்மித் கோவிலுக்குள் இருந்தார். அமைதியாகக் கோவில் வளாகத்தை நோக்கியிருந்த கதவுக்கு அருகில் வந்து நின்றார். ஆனால் இரண்டு மூன்று எக்வுகுக்கள் வந்தவுடன் தப்பித்து ஓட நினைத்தார். ஆனால், அதை அடக்கிக் கொண்டு, இரண்டு படிகள் கீழே இறங்கினார். தன்னை நோக்கி வந்து கொண்டிருந்த ஆவிகளை நோக்கி நடந்தார்.

அவர்களும் முன்னேறி வந்தார்கள். வளாகத்தைச் சுற்றிப் போடப்பட்டிருந்த மூங்கில் வேலியை உடைத்துக் கொண்டு உள்ளே வந்தார்கள். மணிகள் ஓசை விகாரமாக எழுந்தது. வெட்டுக் கத்திகள் மோதிக் கொண்டன. புழுதியும், வித்தியாசமான சப்தங்களும், அந்த இடத்தை நிறைத்தன. திரு.ஸ்மித் தனக்குப் பின்னால் யாரோ வருவது கேட்டுத் திரும்பினார். அவருடைய மொழிபெயர்ப்பாளர் ஆகிகி நின்று கொண்டிருந்தார். ஆகிகிக்கு அவருடைய தலைவருடன் கொஞ்சம் மன வருத்தம். முதல் நாளிரவு ஈனோக்கின் நடத்தையை அவர் கடுமையாகக் கண்டித் தார். ஈனோக்கை இல்லத்தில் வைத்திருக்கக் கூடாது என்று கூடச் சொன்னார் ஆகிகி. ஏனென்றால் இனத்தாரின் கோபம் குருவானவர் மேல் திரும்பி விடும் என்றார். ஆனால் திரு.ஸ்மித் அவரைக் கடுமையாக எச்சரித்தார். அன்று காலையும் அவரிடம் ஆலோசனை கேட்கவில்லை. ஆனால் இப்போது, அவர் அருகில் வந்து கோபத்தோடு வந்து கொண்டிருந்த ஆவிகளை எதிர் கொண்டபோது, திரு. ஸ்மித் அவரைப் பார்த்துப் புன்முறுவல் பூத்தார். ஆனால் சுரத்தில்லாத சிரிப்பு. எனினும் அவர் மனம் நன்றியால் நிறைந்திருந்தது.

ஒரு கணம் எக்வுக்வுவின் முன்னேற்றம் அந்த இருவருடைய அமைதியான நடவடிக்கையால் நின்று விட்டது. ஆனால் அது ஒரு கணம் தான், இடிகளுக்கு இடையே இருக்கும் அமைதி போல. இரண்டாவது வந்த கூட்டம் இன்னும் பெரியதாக இருந்தது. இரண்டு பேரையும் விழுங்கி விட்டது. அந்தக்

கொந்தளிப்புக்கு இடையே ஒரு குரல் கேட்டது. உடனே அமைதி. அந்த இருவரையும் சுற்றி இடம் விடப்பட்டது. அஜோஃபியா பேசத் தொடங்கினார்.

உமோஃபியாவில் அஜோஃபியா முக்கியமான எக்வுக்வு. குலத்தவர் மத்தியில் நீதியை நிலை நாட்டி வரும் ஒன்பது முன்னோர்களில் அவர் தான் தலைவர். அவருடைய குரலை உடனே அடையாளம் கண்டு கொண்டார்கள். எனவே உடனே அமைதி ஏற்பட்டது. பிறகு அவர் திரு.ஸ்மித்திடம் பேசினார். அவர் பேசிய போது அவருடைய தலையிலிருந்து புகை கிளம்பிற்று.

"வெள்ளைக்காராரின் உடலே, உம்மை வணங்குகிறேன்," என்றார் என்றும் வாழ்வோர் பயன்படுத்திய மொழியில்.

"வெள்ளைக்காரரின் உடலே, என்னை உமக்குத் தெரியுமா?" என்று கேட்டார்.

திரு.ஸ்மித் தனது மொழி பெயர்ப்பாளர் ஆகிகியைப் பார்த்தார். அவர் தூரத்திலிருந்த உமுரு ஊர்க்காரர். ஆதலால் அவருக்கும் புரியவில்லை.

அஜோஃபியா தன்னுடைய அடித் தொண்டையில் சிரித்தார். துருப்பிடித்த உலோகம் போல இருந்தது சப்தம். "அவர்கள் அன்னியர்கள். அவர்களுக்குத் தெரியாது. போகட்டும்" என்றார். பிறகு தன்னுடைய தோழர்கள் பக்கம் திரும்பி அவர்களை வாழ்த்தி "உமோஃபியாவின் தந்தையரே" என்று அழைத்தார். தனது கலகலக்கும் ஈட்டியைத் தரையில் ஊன்றினார். அது அசைந்தாடியது. பிறகு மீண்டும் ஒருமுறை மறை பரப்புபவரையும், மொழிபெயர்ப்பாளரையும் பார்த்துக் கூறினார்.

"அந்த வெள்ளைக்காரரிடம் நாங்கள் அவருக்கு ஒரு தீங்கும் செய்ய மாட்டோம் என்று கூறு. அவரை வீட்டுக்குப் போகச் சொல். எங்களை விட்டு விடச் சொல். இதற்கு முன்னால் எங்களோடு இருந்த அவருடைய சகோதரரை எங்களுக்குப் பிடிக்கும். அவர் முட்டாள் தான். ஆனால் எங்களுக்கு அவரைப் பிடித்திருந்தது. அவருக்காக அவருடைய சகோதரருக்குத் தீங்கு செய்ய மாட்டோம். ஆனால் அவர் கட்டிய இந்தக் கோவில் தகர்க்கப்பட வேண்டும். எங்கள் மத்தியில் இனி அது இருக்கக் கூடாது. அதனால் பெரிய பழிகள் சேர்ந்து விட்டன. அதற்கு முடிவு கட்டவே இங்கே வந்திருக்கிறோம்." பிறகு தனது தோழர்கள் பக்கம் திரும்பி "உமோஃபியாவின் தந்தையரே, உங்களை நான் வணங்குகிறேன்," என்றார். அவர்களும் அடித் தொண்டையில் ஒரே குரலாகப் பதில் சொன்னார்கள். பிறகு மறை பரப்புபவர் பக்கம் திரும்பினார். "எங்கள் வழிகள் உங்களுக்குப்

பிடித்திருந்தால் நீங்கள் எங்களோடு இருக்கலாம். உங்களுடைய தெய்வத்தை வழிபடலாம். ஒருவன் தனது தெய்வங்களையும் தந்தையரின் ஆவிகளையும் வழிபடுவது நல்லது. உங்களுடைய வீட்டிற்குள் போங்கள். உங்களுக்குத் தீங்கு வராது. எங்கள் சினம் கொந்தளிக்கிறது. ஆனால் உங்களோடு பேசுவதற்காக நாங்கள் அதனைக் கட்டுப்படுத்திக் கொண்டோம்," என்றார்.

திரு.ஸ்மித் தனது மொழி பெயர்ப்பாளரிடம், "இங்கிருந்து அவர்களைப் போகச் சொல்லுங்கள். இது கடவுள் வீடு; இதனை மாசுபடுத்த என் உயிர் போனாலும் நான் அனுமதிக்க மாட்டேன்," என்றார்.

ஆகிகி அறிவோடு இதனை ஆவிகளுக்கும் உமோஃபியாவின் தலைவர்களுக்கும் மாற்றி மொழி பெயர்த்தார். "நண்பர்களைப் போல நீங்கள் உங்களுடைய குறைகளைச் சொல்ல அவரிடம் வந்திருப்பது பற்றி வெள்ளைக்காரர் மகிழ்ச்சியடைகிறார். இந்த விசயத்தை அவர் கைகளில் விட்டு விட்டால் இன்னும் மகிழ்ச்சியடைவார்."

"நாங்கள் அவர் கைகளில் இதனை விட முடியாது. ஏனென்றால் அவருக்கு எங்கள் பழக்க வழக்கங்கள் புரியவில்லை. ஒரு வேளை அவருடைய பழக்க வழக்கங்கள் எங்களுக்குத் தெரியாததால், அவரும் எங்களை முட்டாள்கள் என்று கூறலாம். அவரைப் போகச் சொல்லு."

திரு.ஸ்மித் மடங்கிப் போகவில்லை. ஆனால் அவருடைய கோவிலை அவரால் காப்பாற்ற முடியவில்லை. எக்வுக்வுகள் போன பிறகு திரு. பிரவுன் கட்டிய செம்மண் கோயில் மண்ணாகவும் சாம்பலாகவும் ஆகி விட்டிருந்தது. அப்போதைக்குக் குலத்தவரின் ஆவி சாந்தப்பட்டது.

23

பல ஆண்டுகளுக்குப் பிறகு ஆக்கன்கோ இப்போது தான் ஓரளவு மகிழ்ச்சியாக இருந்தார். அவர் நாடு கடத்தப்பட்டிருந்த நாட்கள் திரும்பி வந்தது போல இருந்தது. தனக்கு எதிராக இருந்த குலத்தவர் இப்போது அதற்கு ஈடு செய்வது போல இருந்தது.

சந்தைத் திடலில் என்ன செய்யலாம் என்று முடிவு கட்டக் கூடியபோது இனத்தாரிடம் ஆக்கன்கோ கடுமையாகவே பேசினார். அவர்களும் மரியாதையோடு கேட்டார்கள். இது பழைய நாட்கள் போல இருந்தது. அப்போதெல்லாம் வீரன் வீரன் தான். மறைபரப்புவரைக் கொல்ல வேண்டும் என்று சொன்னதை அவர்கள் ஏற்கா விட்டாலும், வேறு கடுமையான நடவடிக்கை எடுக்க வேண்டும் என்பதை ஒத்துக் கொண்டார்கள். மீண்டும் ஆக்கன்கோ மகிழ்ச்சியாக இருந்தார்.

கோவிலை இடித்து இரண்டு நாட்கள் வரையில் ஒன்றும் நடக்கவில்லை. உமோஃபியாவில் ஒவ்வொரு ஆளும் கையில் துப்பாக்கியுடனோ வெட்டுக் கத்தியுடனோ திரிந்தார். அபாமி ஊர்க்காரரைப் போல இவர்கள் எதிர்பாராத நேரத்தில் தாக்கப் பட்டு விடக் கூடாது.

மாவட்ட ஆணையர் தனது சுற்றுப் பயணத்திலிருந்து திரும்பி வந்தார். திரு.ஸ்மித் உடனே அவரைப் பார்க்கச் சென்றார். நீண்ட ஆலோசனை நடந்தது. இதைப் பற்றி உமோஃபியாவில் ஒருவரும் கண்டு கொள்ளவில்லை. அப்படியே பார்த்தாலும் அதற்கு எந்த முக்கியத்துவமும் கொடுக்கவில்லை. மதம் பரப்புபவர் அடிக்கடி தனது சகோதர வெள்ளைக்காரரைப் பார்க்கப் போவார். இதில்

ஒன்றும் அதிசயம் இல்லை.

மூன்று நாட்களுக்குப் பிறகு மாவட்ட ஆணையர் இனிமையாகப் பேசக் கூடிய ஒரு தூதுவரை உமோஃபியாவின் தலைவர்களிடம் அனுப்பித் தன்னைத் தலைமை அலுவலகத்தில் சந்திக்குமாறு கூறினார். இதிலும் ஒன்றும் அதிசயம் இல்லை. அடிக்கடி இப்படிக் கூட்டங்கள் நடத்துமாறு கூறுவார். அவர் அழைத்த அறுவரில் ஆக்கன்கோவும் ஒருவர்.

ஆக்கன்கோ கூட வந்தவர்களிடம் ஆயுதங்களை எடுத்து வரச் சொன்னார். “உமோஃபியாக்காரன் அழைப்பை ஏற்காது இருந்த தில்லை. யாரும் செய்யச் சொன்னதை மறுக்கலாம். ஆனால் அழைப்பை மறுத்ததில்லை. ஆனால் காலம் மாறிவிட்டது. எதற்கும் நாம் தயாராக இருக்க வேண்டும்,” என்றார்.

எனவே ஆறு பேரும் தங்கள் வெட்டுக் கத்தியுடன் மாவட்ட ஆணையரைப் பார்க்கச் சென்றார்கள். துப்பாக்கிகளைக் கொண்டு செல்லவில்லை, அது வித்தியாசமாகத் தெரியும். ஆணையர் அமர்ந்திருந்த நீதிமன்றத்திற்கு அழைத்துச் செல்லப்பட்டார்கள். தங்களுடைய ஆட்டுத் தோல் பைகளையும் உரையிட்ட கத்திகளையும் தோளிலிருந்து எடுத்துத் தரையில் வைத்து விட்டு உட்கார்ந்தார்கள்.

“நான் இல்லாதபோது நடந்த நிகழ்ச்சிகளில் என்னிடம் சிலவற்றைச் சொன்னார்கள்.” நான் உங்களை வரச் சொன்னது அதுபற்றிப் பேசத்தான். ஆனால் உங்கள் பக்கத்திலிருந்து என்ன நடந்தது என்று கேட்காமல் நான் அதையெல்லாம் நம்ப முடியாது. நாம் நண்பர்களாகப் பேசி அது போல் மீண்டும் நடக்காதவாறு உறுதி செய்ய வழி கண்டு பிடிப்போம்” என்றார் மாவட்ட ஆணையர்.

ஆக்பியுஃபி எக்வுயிமி எழுந்து நின்று தனது கதையைக் கூறத் தொடங்கினார்.

“கொஞ்சம் பொறுங்கள்,” என்றார் ஆணையர். “என்னுடைய ஆட்களையும் கொண்டு வர விரும்புகிறேன். அவர்களும் உங்கள் குறைகளைக் கேட்கட்டும். அதனால் எச்சரிக்கையாக இருப்பார்கள். பலர் நெடுந்தூரத்திலிருந்து வந்திருக்கிறார்கள். அவர்கள் உங்கள் மொழியைப் பேசினாலும் உங்களுடைய பழக்க வழக்கங்கள் அவர்களுக்குத் தெரியாது. ஜேம்ஸ்! போய் அவர் களைக் கூட்டி வா.” அவருடைய மொழி பெயர்ப்பாளர் நீதிமன்ற அறையை விட்டுச் சென்று பன்னிரெண்டு பேருடன் வந்தார். உமோஃபியாவின் மக்களுடன் அவர்களும் அமர்ந்திருந்தார்கள். ஆக்பியுஃபி எக்வியுமி ஈனோக் எப்படி ஒரு எக்வுக்வுவைக் கொன்று விட்டான் என்ற கதையைச் சொல்லத் தொடங்கினார்.

மிக வேகமாக எல்லாம் நடைபெற்று விட்டது. ஆறு பேருக்கும் என்ன நடந்தது என்பது தெரியவில்லை. சிறிய கை கலப்பு. அவர்களால் கத்தியைக் கூட உருவ முடியவில்லை. அதற்குள் ஆறு பேர் கைகளிலும் விலங்கு மாட்டிக் காவல் அறைக்கு இழுத்துச் சென்று விட்டார்கள்.

பிறகு அவர்களிடம் மாவட்ட ஆணையர் கூறினார். "நீங்கள் எங்களுடன் ஒத்துழைத்தால் நாங்கள் உங்களுக்கு எந்தத் தீங்கும் இழைக்க மாட்டோம். நீங்கள் மகிழ்ச்சியாக இருக்க வேண்டும் என்பதற்காக உங்களுக்கும் உங்கள் மக்களுக்கும் அமைதியான ஆட்சியைக் கொண்டு வந்திருக்கிறோம். உங்களை யாராவது தவறாக நடத்தினால் நாங்கள் உங்களுடைய உதவிக்கு வருவோம். ஆனால் நீங்கள் மற்றவர்கள் யாரிடமும் தவறாக நடக்க அனுமதிக்க மாட்டோம். எங்களுடைய நாட்டில் பெரிய அரசியின் கீழ் நடப்பது போல இங்கும் நீதிமன்றம் இருக்கிறது. இங்கு வழக்குகளை விசாரித்து நீதி வழங்குகிறோம். நீங்கள் ஒன்று சேர்ந்து மற்றவர்களைத் தாக்கி, மக்களின் வீடுகளையும் அவர்கள் வழிபாட்டு இடத்தையும் கொழுத்தி விட்டீர்கள். ஆகவேதான் உங்களை இங்கே வரவழைத்திருக்கிறேன். உலகில் மிக சக்தி வாய்ந்த ஆட்சியாளரான எங்கள் அரசியின் ஆளுகைக்கு உட்பட்ட பகுதியில் இது நடக்கக் கூடாது. எனவே நீங்கள் 200 பை சோழிகளைத் தண்டனையாகச் செலுத்த வேண்டும் என்று முடிவு செய்திருக்கிறேன். இதற்கு உடன்பட்டு உங்கள் மக்களிடமிருந்து இந்தத் தண்டப் பணத்தை பெறுவதாக ஒத்துக்கொண்டால் நீங்கள் உடனே விடுதலை செய்யப்படுவீர்கள். என்ன சொல்கிறீர்கள்?"

அந்த ஆறு பேரும் அமைதியாக இருந்தார்கள். ஆணையர் அவர்களைத் தனியாக விட்டுச் சென்று விட்டார். போவதற்கு முன் நீதிமன்றத் தூதுவர்களிடம் "இவர்கள் உமோஃபியாவின் தலைவர்கள். ஆதலால் அவர்களை மரியாதையுடன் நடத்த வேண்டும்" என்று ஆணையிட்டார். அவர்களும் 'சரி' என்று வணக்கம் செலுத்தினார்கள்.

மாவட்ட ஆணையர் போனவுடன், தலைமைத் தூதுவர் ஒரு சவரக் கத்தியை எடுத்து ஆறு பேர் தலையையும் மழித்தார். அவர்தான் சிறைச்சாலை நாவிதர். இன்னும் அவர்களுடைய கை விலங்குகள் நீக்கப்படவில்லை.

"உங்களில் யார் தலைவன்?" என்று நீதிமன்றத் தூதுவர்கள் கேலியாகக் கேட்டார்கள். "உமோஃபியாவில் பிச்சைக்காரன் கூட காலில் பட்டத்தைக் குறிக்கக் கொலுசு அணிகிறான். ஒன்று பத்து சோழிகள் இருக்குமா?"

அன்றும் அடுத்த நாளும் ஆறு பேரும் ஒன்றும் சாப்பிடவில்லை. அவர்களுக்கு குடிக்கத் தண்ணீர் கூடக் கொடுக்கவில்லை. சிறுநீர் கழிக்கவோ வெளியில் போகவோ முடியவில்லை. இரவில் தூதுவர்கள் அவர்களைச் சீண்டி மழித்த தலைகளை மோதச் செய்தார்கள்.

தனியாக விடப்பட்டாலும் அவர்களுக்குப் பேச வார்த்தை வரவில்லை. மூன்றாம் நாள் அவர்களால் பசியையும், அவமானத்தையும் தாங்க முடியாமல் போகவே தங்களுக்குள் பேசத் தொடங்கினார்கள்.

"நான் சொன்னதைக் கேட்டிருந்தால் அந்த வெள்ளையனைக் கொன்று போட்டிருக்கலாம்," என்றார் ஆக்கன்கோ.

"இப்போது தூக்கிலிடத் தயாராக உமுருவில் இருந்திருப்போம்," என்றார் ஒருவர்.

"வெள்ளைக்காரரைக் கொல்வேன் என்று யார் சொன்னது?" என்று கேட்டுக் கொண்டே ஒரு தூதுவன் ஓடி வந்தான். ஒருவரும் பேசவில்லை.

"ஒரு குற்றம் செய்தது உங்களுக்குப் போதாது. அதற்கு மேல் ஒரு வெள்ளைக்காரரைக் கொல்ல வேண்டுமோ?" என்றான். அவன் கையில் வைத்திருந்த கம்பால், ஒவ்வொருவர் தலையிலும் முதுகிலும் அடித்தான். ஆக்கன்கோ வெறுப்பில் மூச்சற்றுப் போனார்.

ஆறு பேரையும் சிறையிலடைத்தவுடன், நீதிமன்றத் தூதுவர்கள் உமோஃபியாவிற்குச் சென்று அங்கு மக்களிடம் 250 பை சோழிகள் தண்டம் தராவிட்டால் அவர்களுடைய தலைவர்கள் விடுதலை செய்யப்பட மாட்டார்கள் என்று கூறினார்கள்.

"உடனே தண்டம் செலுத்தவேண்டும்," என்றான் அவர்களுடைய தலைவன். "இல்லையென்றால் உங்களுடைய தலைவர்களை உமுருவிலுள்ள பெரிய வெள்ளைக்காரர் முன் நிறுத்தித் தூக்கிலிட்டு விடுவோம்."

ஊர்கள் முழுவதும் இந்தக் கதை வேகமாகப் பரவிற்று. கதைக்குக் கையும் காலும் முளைத்தன. சிலர் ஆறு பேரையும் உமுருவிற்கு ஏற்கனவே கொண்டு போய் விட்டார்கள், அடுத்த நாள் தூக்கு என்றார்கள். இன்னும் சிலர் அவர்களுடைய குடும்பங்களையும் தூக்கிலிடப் போகிறார்கள் என்றார்கள். வேறு சிலர் அபாமியில் செய்தது போலவே உமோஃபியா மக்களையும் சுட்டுத் தள்ள இராணுவ வீரர்கள் வந்து கொண்டிருக்கிறார்கள் என்றார்கள்.

அப்போது முழு நிலவு. அன்று இரவு குழந்தைகளின் சப்தம்

கேட்கவில்லை. ஊர் இலோவில் தான் நிலவு விளையாட்டு ஆடக் கூடுவார்கள். இன்று அது காலியாக இருந்தது. இகுயிடோ பெண்கள் பின்னால் அரங்கேற்ற புதிய நடனம் கற்றுக் கொள்ளத் தங்கள் இரகசிய இடத்தில் கூடவில்லை. எப்போதும் நிலா வெளிச்சத்தில் வெளியில் திரியும் இளைஞர்கள் அன்றிரவு குடிசைகளுக்குள் முடங்கிக் கிடந்தார்கள். தங்கள் நண்பர் களையும் காதலர்களையும் சந்திக்கப் போகும் போது ஊர் ஒற்றையடிப் பாதைகளில் அவர்களின் ஆண்மைக் குரல் ஒலிக்க வில்லை. காதுகளை விடைத்து காற்றை மூக்கில் இழுத்து எந்தப் பக்கம் ஓடுவது என்று தெரியாமல் பயப்பட்டு நிற்கும் விலங்கு போல உமோஃபியா இருந்தது.

இந்த அமைதி ஊர் மணியடிப்பவர் அஜினி*யை ஓசைப்படுத்தி அடிப்பதால் குலைந்து போனது. அவர் 'அக்கன்மா' வயதுக்கு மேற்பட்ட எல்லோரையும் காலை உணவு முடிந்தவுடன் சந்தைத் திடலில் கூடுமாறு கேட்டுக் கொண்டார். அவர் ஊரின் ஒரு முனையிலிருந்து இன்னொன்று வரை நடந்தார். பெரிய ஒற்றைய டிப்பாதை எதையும் விடவில்லை.

ஆக்கன்கோவின் வளாகம் வெறிச்சோடிப் போயிருந்தது. குளிர்ந்த நீரைக் கொட்டியது போல இருந்தது. அவருடைய குடும்பம் முழுவதும் அங்கு இருந்தது. ஆனால் எல்லோரும் இரகசியம் பேசுவது போலப் பேசிக் கொண்டார்கள். அவருடைய மகள் எசின்மா தனது வருங்காலக் கணவன் வீட்டில் இருபத் தெட்டு நாள் வசிக்கப் போயிருந்தாள். அவளுடைய தந்தையைச் சிறையிலடைத்து விட்டார்கள், தூக்கிலிடப் போகிறார்கள் என்று கேள்விப்பட்டு உடனே திரும்பி விட்டாள். வீட்டிற்கு வந்தவுடன் ஆபியெரிக்கா வீட்டிற்கு 'உமோஃபியா மக்கள் இது பற்றி என்ன செய்யப் போகிறார்கள்' என்று கேட்கச் சென்றாள். ஆனால் காலையிலிருந்து அவர் இன்னும் வீட்டிற்கு வரவில்லை. அவருடைய மனைவியர் அவர் இரகசியக் கூட்டத்திற்குச் சென்றிருப்பதாக நினைத்தார்கள். ஏதோ நடந்து கொண்டி ருக்கிறது என்று எசின்மா சமாதானப்பட்டாள்.

ஊர் மணியடிப்பவர் உமோஃபியா மக்களைச் சந்தைத் திடலில் கூடச் சொன்ன அன்று காலை மக்கள் கூடி 250 பை சோழிகள் சேர்ப்பது என்று முடிவு செய்தார்கள். இதில் ஐம்பது சோழிகள் நீதிமன்றத் தூதுவர்களுக்குப் போகும் என்று அவர் களுக்குத் தெரியாது. அவர்கள் தான் தண்டத்தை ஐம்பது பை சோழிகள் கூட்டி விட்டார்கள்.

---

* அஜினி - இசைக் கருவி, மணி போன்றது.

24

ஆக்கன்கோவையும் மற்ற ஐந்து பேரையும் தண்டத் தொகையைக் கொடுத்தவுடன் விடுவித்து விட்டார்கள். மாவட்ட ஆணையர் மீண்டும் அவர்களிடம் பேரரசி பற்றியும் அமைதி பற்றியும், நல்ல அரசாங்கம் பற்றியும் பேசினார். ஆனால் அவர்கள் அதைக் கவனிக்கவில்லை. அவர்கள் உட்கார்ந்து அவரையும் மொழி பெயர்ப்பாளரையும் பார்த்துக் கொண்டிருந்தார்கள். கடைசியில் அவர்களுடைய தோல் பைகளையும் உறையுடன் பட்டாக் கத்திகளையும் திருப்பிக் கொடுத்து வீட்டிற்குப் போகச் சொன் னார்கள். அவர்கள் எழுந்து நீதிமன்றத்தை விட்டுப் போனார்கள். அவர்கள் யாருடனும் பேசிக் கொள்ளவில்லை.

கோவிலைப் போலவே நீதிமன்றம் ஊருக்கு வெளியே கட்டப்பட்டிருந்தது. அவற்றை இணைத்த பாதையில் எப்போதும் ஆள் நடமாட்டம் அதிகம். நீதிமன்றத்தைக் கடந்து தான் நீரோ டைக்குப் போக வேண்டும். திறந்த மணல் பாதை அது. வறண்ட பருவத்தில் ஒற்றை அடிப்பாதைகள் அப்படித் தான் இருக்கும். ஆனால் மழை காலத்தில் புதர்கள் இரண்டு பக்கமும் மண்டிப் பாதையை மறைத்து விடும். இப்போது வறண்ட பருவம்.

அந்த ஆறு பேரும் ஊருக்குத் திரும்பியபோது பெண்களும் குழந்தைகளும் பானைகளுடன் தண்ணீர் கொண்டு வர ஓடைக்குப் போய்க் கொண்டிருந்தார்கள். ஆனால் அந்த ஆறு பேருடைய முகத்தைப் பார்த்தவர்கள் யாரும் 'நிநோ' நல்வரவு என்று கூறத் துணியவில்லை. ஒதுங்கி வழி விட்டார்கள். ஊரில் ஆண்கள் சிறுசிறு கூட்டங்களாகக் கூடி அமைதியாக நடந்து

வந்தார்கள். ஆறு பேரும் தங்கள் தங்கள் வளாகத்திற்குள் நுழைந்தபோது அவர்கள் பின்னாலேயே ஒரு கூட்டம் போனது. கிராமம் அமைதியாக ஆனால் கலக்கத்துடன் இருந்தது.

எசின்மா தனது தந்தைக்கு அவரும் மற்ற ஐவரும் விடுதலை செய்யப்படுவார்கள் என்ற செய்தி கேட்டு உணவு தயாரித் திருந்தாள். அவருடைய ஆபிக்குக் கொண்டு சென்றாள். அவர் எதையும் கவனிக்காமல் உண்டார். அவருக்குப் பசியில்லை; அவளைத் திருப்திப்படுத்தவே சாப்பிட்டார். அவருடைய ஆண் உறவினர்களும் நண்பர்களும் அவருடைய ஆபியில் கூடியிருந் தார்கள். ஆபியெரிக்கா அவரை உண்ணுமாறு கட்டாயப் படுத்தினார். வேறு யாரும் பேசவில்லை. ஆக்கன்கோவின் முதுகில் காவலர் சாட்டையால் அடித்த நீண்ட கோடுகளைக் கவனித்தார்கள்.

மீண்டும் ஊர் மணியடிப்பவர் அன்றிரவு வந்தார். தன்னுடைய இரும்பு மணியை அடித்துக் காலையில் நடக்கவிருக்கும் கூட்டம் பற்றி அறிவித்தார். நடந்த நிகழ்வுகளைப் பற்றி உமோஃபியா தனது கருத்தை வெளியிடப் போகிறது என்று அனைவருக்கும் தெரியும். ஆக்கன்கோ அன்றிரவு சரியாகத் தூங்கவில்லை. அவருடைய இதயத்தில் இருந்த கசப்புணர்வோடு ஒரு வகை ஆவலும் சேர்ந்து கொண்டது. தூங்கப் போவதற்கு முன்னர் தன்னுடைய போர் ஆடையை எடுத்து வைத்தார். நாடு விட்டுச் சென்ற பிறகு இப்போது தான் அதைத் தொடுகிறார். அவருடைய பனை ஓலைக் கீழாடையை உதறினார். பிறகு அவருடைய நீண்ட இறகு உள்ள தலை அணி, கேடயம் ஆகியவற்றையும் பார்த்தார். நன்றாகவே இருந்தன என்று எண்ணினார்.

தன்னுடைய மூங்கில் படுக்கையில் படுத்துக் கொண்டு வெள்ளையரின் நீதிமன்றத்தில் தனக்கிழைக்கப்பட்ட கொடுமை களை நினைத்துப் பார்த்து பழி வாங்கக் கருவிக் கொண்டார். உமோஃபியா போருக்குச் செல்வதாகத் தீர்மானித்தால் எல்லாம் சரியாகி விடும். ஆனால் அவர்கள் கோழைகளாக இருக்கத் தீர்மானித்து விட்டால் அவர் தனியாகப் போய்ப் பழி தீர்த்துக் கொள்வார். அந்தக் காலத்துப் போர்களைப் பற்றி எண்ணிப் பார்த்தார். அவற்றிலெல்லாம் சிறந்தது இசிக்கேக்கு எதிரான போர் தான். அப்போதெல்லாம் ஆகுடோ உயிரோடு இருந்தார். போர்ப்பாடல் அவர் பாடினாரென்றால் அவர் போல வேறு யாரும் பாட முடியாது. அவர் போராளி இல்லை. ஆனால் அவர் பாட்டு அனைவரையும் சிங்கமாக மாற்றி விடும்.

"அப்படிப்பட்டவர்கள் இப்போது இல்லை" என்று அந்தக் காலத்தை நினைத்துப் பெரு மூச்சு விட்டார் ஆக்கன்கோ. "இசிக்கே நாங்கள் அவர்களை எப்படிப் போரில் வெட்டிப்

போட்டோம் என்பதை மறக்காது. நாங்கள் அவர்களில் பன்னிரெண்டு பேரைக் கொன்றோம். அவர்கள் எங்களில் இரண்டு பேரைத் தான் கொல்ல முடிந்தது. நான்காவது சந்தை வாரம் முடிவதற்குள்ளேயே சமாதானப் பேச்சுக்கு வந்து விட்டார்கள். அப்போதெல்லாம் ஆண்கள் ஆண்களாக இருந்தார்கள்."

இவற்றைப் பற்றி எல்லாம் நினைத்துக் கொண்டிருந்தபோது தொலைவில் இரும்பு மணி ஓசை கேட்டது. கவனமாகக் கேட்டுப் பார்த்தார். ஊர் மணியடிப்பவரின் குரல் மட்டும் கேட்டது. அது மெல்லியதாக இருந்தது. அவர் அருகில் வந்து ஆக்கன்கோவின் வளாகத்தைக் கடந்து சென்றார்.

"உமோஃபியாவின் பெரிய தடை அந்தக் கோழை எகான்வானே தான். அவருடைய இனிமையான பேச்சு நெருப்பையும் சாம்பலாக்கி விடும். அவர் பேசினாரென்றால் நமது ஆண்களை ஆண்மையற்றவர்களாக ஆக்கி விடுகிறார். அவருடைய பெண்மைத்தனமான ஆலோசனையை ஐந்தாண்டுகளுக்கு முன்னர் ஒதுக்கித் தள்ளியிருந்தால், இந்த நிலைக்கு வந்திருக்க மாட்டோம்," என்று நினைத்த ஆக்கன்கோ பற்களைக் கடித்துக் கொண்டார். "நாளை நம்முடைய தந்தையர் எப்போதும் 'பழியான போரை' நடத்த மாட்டார்கள் என்று கூறுவார். அவர்கள் அவருடைய பேச்சைக் கேட்டால் நான் எழுந்து போய் நானே பழி வாங்குவதைத் திட்டமிடுவேன்."

தமுக்கு அடிப்பவரின் குரல் மீண்டும் மெல்லியதாகக் கேட்டது. தூரம் அவருடைய இரும்பு மணியின் கூர்மையைக் குறைத்து விட்டது. ஆக்கன்கோ புரண்டு புரண்டு படுத்தார். அவர் முதுகு வலித்தது. அதுவே அவருக்கு மகிழ்ச்சியைக் கொடுத்தது. "நாளை எகான்வானே பழிப் போரைப் பற்றிப் பேசட்டும். நான் எனது முதுகையும் தலையையும் காட்டுகிறேன்." தன்னுடைய பல்லைக் கடித்துக் கொண்டார்.

சூரிய உதயத்தில் சந்தைத் திடலில் கூட்டம் கூடத் தொடங்கி விட்டது. ஆபியெரிக்கா தனது ஆபியில் காத்திருந்தார். ஆக்கன்கோ வந்து அவரை அழைத்தார். அவர் தனது ஆட்டுத் தோல் பையையும், உரையிடப்பட்ட வெட்டுக் கத்தியையும் தோளில் போட்டுக் கொண்டு அவரோடு சேர்ந்து கொண்டார். ஆபியெரிக்காவின் வீடு சாலைக்கு அருகில் இருந்தது. சந்தைக்குப் போகும் அனைவரையும் அவர் பார்க்க முடிந்தது. காலையில் அந்த வழியாகப் போன அனைவருடனும் அவர் வாழ்த்து பரிமாறிக் கொண்டார்.

கூட்டத்திற்கு ஆபியெரிக்காவும் ஆக்கன்கோவும் போனபோது மண்ணைத் தூவினால் தரையில் விழாத அளவிற்குக் கூட்டம்

சேர்ந்திருந்தது. ஒன்பது ஊர்களிலிருந்தும் மக்கள் இன்னும் வந்து கொண்டிருந்தார்கள். இவ்வளவு பெரிய கூட்டத்தைப் பார்த்து ஆக்கன்கோவின் இதயம் குளிர்ந்தது. ஆனால் கூட்டத்தில் ஒருவரைத் தான் தேடினார். அவருடைய பேச்சைத்தான் அவர் வெறுத்தார்; அதற்குத் தான் பயந்தார்.

"அவர் வந்திருக்கிறாரா?" என்று ஆபியெரிக்காவிடம் கேட்டார்.

"யார்?"

"எகான்வானே தான்," என்றார். அந்தக் கண்கள் அந்தப் பெரிய சந்தைத் திடலைச் சுற்றி வந்தன. பல ஆண்கள் தரையில் ஆட்டுத் தோலை விரித்து உட்கார்ந்து விட்டனர். சிலர் தாங்கள் கொண்டு வந்திருந்த பலகையில் அமர்ந்திருந்தனர்.

"இல்லை" என்றார் ஆபியெரிக்கா. சுற்றிப் பார்த்து "ஆம்; அங்கே இருக்கிறார். இலவ மரத்தடியில் இருக்கிறார். சண்டை போடக் கூடாது என்று நம்மை நம்ப வைத்து விடுவார் என்று பயப்படுகிறீர்களா?"

"பயமா? உங்களுக்கு அவர் என்ன செய்கிறார் என்பது பற்றி எனக்குக் கவலை இல்லை. நான் அவரையும் அவருடைய சொற்களைக் கேட்பவர்களையும் வெறுக்கிறேன். தேவையானால் நானே தனியாகப் போராடுவேன்."

எல்லோரும் பேசிக் கொண்டிருந்ததால் அவர்கள் உரத்த குர லில் பேசிக் கொண்டார்கள். சந்தைக் கடைபோல இருந்தது.

"அவர் பேசுவது வரையில் நான் காத்திருப்பேன்," ஆக்கன்கோ நினைத்தார். "பிறகு நான் பேசுவேன்."

"அவர் போருக்கு எதிராகப் பேசுவார் என்று உங்களுக்கு எப்படித் தெரியும்?" என்று ஆபியெரிக்கா கேட்டார், சிறிது நேரம் கழித்து.

"ஏனென்றால் அவர் ஒரு கோழை என்று எனக்குத் தெரியும்," என்றார் ஆக்கன்கோ. ஆபியெரிக்கா மீதியைக் கேட்கவில்லை. அதற்குள் யாரோ அவர் தோளைத் தொட்டார்கள். அவர் திரும்பி நான்கைந்து நண்பர்களுடன் கை குலுக்கினார். ஆக்கன் கோவிற்கு அவர்களுடைய குரல் தெரிந்திருந்தாலும், அவர் திரும்பிப் பார்க்கவில்லை. யாருக்கும் வாழ்த்துக் கூறும் மன நிலையில் இல்லை. ஆனால் ஒருவர் மட்டும் அவருடைய தோளைத் தொட்டு அவருடைய வளாகத்திலுள்ளவர்களைப் பற்றிக் கேட்டார்.

"நன்றாக இருக்கிறார்கள்," என்றார் சுரத்தில்லாமல். அன்றைக்கு

உமோஃபியாவில் முதலில் பேசியவர் ஆகிகா, அவருடன் சிறையில் இருந்தவர். ஆகிகா பெரிய மனிதர்; பேச்சாளர். முதலில் பேசுபவருக்கு இருக்க வேண்டிய குரல் வளம் இல்லை அவருக்கு. அப்படிப்பட்ட குரல் தான் கூட்டத்தில் அமைதியை ஏற்படுத்தும். ஆனியேகாவிற்கு அத்தகைய குரல். ஆகவே ஆகிகா பேசுவதற்கு முன்னர் அவரை உமோஃபியாவிற்கு வாழ்த்துக் கூறுமாறு சொன்னார்கள்.

"உமோஃபியா க்வெனு," என்று தனது இடது கையை உயர்த்தி தனது கையினால் காற்றைத் தள்ளிக் கொண்டு பேசினார்.

"யா" என்றது உமோஃபியா.

"உமோஃபியா க்வெனு," என்று மீண்டும் மீண்டும் ஒவ்வொரு திசையாகப் பார்த்துக் கூவினார். கூட்டமும் "யா" என்று பதிலுரைத்தது.

எரியும் நெருப்பில் தண்ணீர் ஊற்றியது போலக் கூட்டம் அமைதியானது.

ஆகிகா எழுந்து தனது குலத்தாரை நான்கு முறை வாழ்த்தி விட்டுப் பேசத் தொடங்கினார்.

"நாம் இங்கே எதற்காக வந்திருக்கிறோம் என்று உங்கள் அனைவருக்கும் தெரியும். நாம் நம்முடைய களஞ்சியங்களைக் கட்ட வேண்டிய அல்லது குடிசைகளைப் பழுது பார்க்க வேண்டிய நேரத்தில், நமது வளாகங்களை முறைப்படுத்த வேண்டிய நேரத்தில் நாம் இங்கு வந்திருப்பதன் காரணம் உங்களுக்குத் தெரியும். எனது தந்தை எனக்கு அடிக்கடி சொல்வார். 'நீ பகல் வேளையில் ஒரு தவளை குதிப்பதைப் பார்த்தால் ஏதோ ஒன்று அதன் உயிரை வாங்கத் துரத்துகிறது என்பதைத் தெரிந்து கொள்' என்று சொல்வார். இன்று அதிகாலை நீங்கள் வீடுகளிலிருந்து இந்தக் கூட்டத்திற்குத் திரளாக வந்ததைப் பார்த்து, ஏதோ ஒன்று நம்முடைய உயிரை வாங்கத் துரத்துகிறது என்று எனக்குத் தெரிந்தது." சிறிது நேரம் நிறுத்தி விட்டுத் தொடர்ந்தார்.

"நமது தெய்வங்கள் எல்லாம் அழுது கொண்டிருக்கின்றன. அய்டமிலி அழுகிறது. ஆக்வுக்வு அழுகிறது. ஆக்பாலா அழுகிறது. எல்லாத் தெய்வங்களும் அழுகின்றன. நமது இறந்து போன தந்தையர் அழுகிறார்கள். அவர்கள் கேவலமாக அவமானத் துக்கும் நிந்தனைக்கும் உள்ளாகியிருப்பதைக் கண்டு அழுது கொண்டிருக்கிறார்கள். இதையெல்லாம் நாம் நமது கண்களால் பார்த்தோம்." அவருடைய நடுங்கும் குரலைச் சரி செய்து கொள்ளச் சிறிது நிறுத்தினார்.

"இது ஒரு பெரிய கூட்டம். வேறு எந்தக் குலமும்

எண்ணிக்கையையோ வீரத்தையோ எண்ணிப் பெருமைப்பட்டுக் கொள்ள முடியாது. ஆனால் நாமெல்லாம் இங்கிருக்கிறோமா? நான் உங்களைக் கேட்கிறேன். உமோஃபியாவின் மகன்களெல்லாம் நம்மோடு இங்கே இருக்கிறார்களா?" ஒரு முணுமுணுப்பு கூட்டம் முழவதும் பரவிற்று.

"இல்லை," என்றார் அவர். "அவர்கள் நமது குலத்தை உடைத்து விட்டு வேறு வழிகளில் போய் விட்டார்கள். இங்கே இருக்கிற நாம் எல்லாம் நமது தந்தையருக்கு உண்மையுள்ளவர்களாக இருக்கிறோம். ஆனால் நமது சகோதரர்கள் நம்மை உதறி விட்டு நமது தந்தை நாட்டைக் கரைப்படுத்த அன்னியனோடு சேர்ந்து கொண்டார்கள். நாம் அந்த அன்னியனோடு சண்டை போட வேண்டும். அப்படிப் போட்டால் நமது சகோதரர்களையும் அடிக்க வேண்டியதிருக்கும்; நம்முடைய குலத்தாருடைய இரத்தத்தைச் சிந்த வேண்டியதிருக்கும். ஆனால் நாம் செய்தாக வேண்டும். நமது தந்தையர் இதுபோன்ற நிகழ்ச்சியைக் கனவில் கூடப் பார்த்ததில்லை. அவர்கள் தங்களுடைய சகோதரர்களைக் கொன்றதில்லை. ஆனால் அவர்கள் இருந்தபோது வெள்ளையர் வந்ததில்லை. ஆகவே நமது முன்னோர்கள் செய்யாததை நாம் செய்ய வேண்டும். எனிக்கே பறவையை 'நீ ஏன் பறந்து கொண்டே இருக்கிறாய்,' என்று கேட்டதற்கு அது 'மனிதர்கள் குறி தவறாமல் சுடப் பழகிக் கொண்டார்கள்; நான் மரக்கிளையில் உட்காராமல் பறக்கப் பழகிக் கொண்டேன்,' என்றதாம். நாம் இந்தத் தீய சக்தியை வேரோடு அறுக்க வேண்டும். அந்தத் தீய சக்தியோடு நமது சகோதரர்களும் சேர்ந்து கொண்டால் அவர்களையும் அழிக்க வேண்டியது தான். நாம் உடனே செய்ய வேண்டும். தண்ணீர் கணுக்கால் வரையில் இருக்கும்போது இறைத்து விட வேண்டும்."

அப்போது கூட்டத்தில் ஒரு குழப்பம். எல்லோரும் சப்தம் வந்த திசையில் பார்த்தார்கள். வெள்ளையரின் நீதிமன்றத்திலிருந்து சந்தைத் திடலுக்கு வரும் சாலையில் ஒரு வளைவு இருந்தது. ஆகவே ஐந்து தூதுவர்கள் அந்த வளைவில் திரும்பும் வரையில் அவர்களை யாரும் பார்க்கவில்லை. கூட்டத்தின் விளிம்பிற்கு வந்து விட்டார்கள். ஆக்கன்கோதான் ஓரத்தில் உட்கார்ந் திருந்தார்.

அது யாரென்று தெரிந்தவுடன் ஆக்கன்கோ துள்ளி எழுந்து விட்டார். தலைமைத் தூதுவரின்மேல் வெறுப்புற்று அவரை வாய் பேச முடியாமல் எதிர் கொண்டார். ஆனால் அவர் பயப்படாமல் நின்றார். அவருக்குப் பின்னால் நால்வரும் நின்றனர்.

அந்த ஒரு கணம் உலகமே நின்று விட்டது போலிருந்தது.

ஒரே அமைதி. உமோஃபியாவின் ஆண்கள் பேசாமல் நின்ற மரங்கள், செடிகளோடு ஒன்றித்துப் போய் காத்துக் கொண்டு நின்றார்கள்.

தலைமைத் தூதுவர் அமைதியை உடைத்துப் பேசினார். "வழி விடு," என்று கட்டளையிட்டார்.

"உனக்கு இங்கென்ன வேலை?"

"வெள்ளைக்காரருடைய அதிகாரம் உனக்குத் தெரியும். அவர் இந்தக் கூட்டத்தை நிறுத்தச் சொல்லி ஆணையிட்டிருக்கிறார்."

ஒரு நொடியில் ஆக்கன்கோ தனது வெட்டுக் கத்தியை உருவினார். தூதுவர் வெட்டைத் தடுக்கப் பதுங்கினார். பயனில்லை. ஆக்கன்கோவினுடைய வெட்டுக் கத்தி இரண்டு முறை இறங்கியது. அந்த ஆளின் தலை அவருடைய சீருடை அணிந்த உடல் அருகில் கிடந்தது.

பின்னால் காத்திருந்த மக்கள் கூட்டம் குழம்பிப் போயிற்று. கூட்டம் நின்று விட்டது. ஆக்கன்கோ இறந்தவரைப் பார்த்துக் கொண்டு நின்றார். உமோஃபியா போருக்குப் போகாது என்று அறிந்து கொண்டார். ஏனென்றால் அவர்கள் தூதுவர்களைத் தப்பிக்க விட்டு விட்டார்கள். செயல்படாமல் குழப்பத்துக்கு உள்ளாகி விட்டார்கள். குழப்பத்தில் பயம் தெரிந்தது. "ஏன் இப்படிச் செய்தார்?" என்று குரல்கள் கேட்டன.

வெட்டுக் கத்தியை மண்ணில் துடைத்து விட்டுப் போய் விட்டார்.

25

மாவட்ட ஆணையர் ஆக்கன்கோவின் வளாகத்திற்கு இராணுவ வீரர்கள், நீதிமன்றத் தூதுவர்களுடன் வந்தபோது ஆபியில் சோர்ந்து போய் ஒரு கூட்டம் உட்கார்ந்திருப்பதைக் கண்டார். அவர்களை வெளியே வரும்படி கட்டளையிட்டார். முணு முணுக்காமல் அவர்கள் கீழ்ப்படிந்தனர்.

"உங்களில் யார் ஆக்கன்கோ?" என்று தன்னுடைய மொழி பெயர்ப்பாளர் உதவியுடன் கேட்டார்.

"இங்கே இல்லை அவர்," என்றார் ஆபியெரிக்கா.

"அவர் எங்கே?"

"இங்கே இல்லை,"

ஆணையருக்குக் கோபத்தில் முகம் சிவந்தது. அவர்கள் ஆக்கன்கோவைக் கொண்டு வந்து நிறுத்தாவிட்டால் அனை வரையும் சிறையில் அடைத்து விடுவதாக எச்சரித்தார். ஆண்கள் தங்களுக்குள் முணுமுணுத்தார்கள். ஆபியெரிக்கா மீண்டும் பேசினார்.

"அவர் இருக்கும் இடத்திற்கு உங்களைக் கூட்டிப் போகிறோம். உங்கள் ஆட்கள் எங்களுக்கு உதவலாம்."

ஆணையருக்கு "உங்கள் ஆட்கள் எங்களுக்கு உதவலாம்" என்று ஆபியெரிக்கா சொன்னது புரியவில்லை. இந்த மக்களின் கோபப்படுத்தக் கூடிய பழக்கம் அதிகப்படியான சொற்களைப் பயன்படுத்துவதில் ஆசை என்று எண்ணிக் கொண்டார்.

ஆபியெரிக்கா ஐந்தாறு பேருடன் வழிகாட்டிச் சென்றார். ஆணையரும் அவருடைய ஆட்களும் துப்பாக்கியைத் தயாராக வைத்துக் கொண்டு பின்னே சென்றார்கள். ஆபியெரிக்காவும் அவருடைய ஆட்களும் ஏதாவது ஏமாற்று வேலை செய்தால் உடனே சுடப்படுவார்கள் என்று எச்சரித்தார்.

ஆக்கன்கோவின் வளாகத்திற்குப் பின்னால் ஒரு சிறிய புதர் இருந்தது. வளாகத்திலிருந்து இந்தப் புதருக்குள் போவதற்குச் செம்மண் சுவரில் ஒரு ஓட்டை தான் இருந்தது. அதன் வழியாகக் கோழிகள் போய் வரும். மனிதன் நுழைவது கடினம். இந்தப் புதருக்குத்தான் ஆபியெரிக்கா ஆணையரையும் அவருடைய ஆட்களையும் கூட்டிச் சென்றார். வளாகத்தைச் சுற்றி வந்தார்கள். அவர்கள் காலடிகள் காய்ந்த இலைகளை மிதித்ததால் ஏற்பட்ட சத்தம் தான் கேட்டது.

பிறகு அவர்கள் ஆக்கன்கோவின் உடல் தொங்கிக் கொண்டி ருந்த மரத்துக்கு வந்தார்கள். அப்படியே நின்று விட்டார்கள்.

"உங்களுடைய ஆட்கள் அவரை இறக்கிப் புதைக்க உதவலாம்," என்றார் ஆபியெரிக்கா. "நாங்கள் வேறு ஒரு ஊரிலிருந்து இதைச் செய்ய அன்னியர்களை அழைத்திருக்கிறோம். ஆனால் அவர்கள் வர நேரமாகும்."

மாவட்ட ஆணையர் உடனே மாறி விட்டார். உறுதியான ஆட்சியாளர் பழங்குடி ஆராய்ச்சி மாணவராக மாறி விட்டார்.

"நீங்கள் ஏன் கீழே இறக்கக் கூடாது?" என்று கேட்டார்.

"அது எங்கள் வழக்கத்திற்கு மாறானது," என்று ஒருவர் கூறி னார். "ஒருவன் தன்னுடைய உயிரை எடுப்பது பெரும்பழி. அது பூமிக்கு எதிரான குற்றம். அதைச் செய்பவனை அவனுடைய குலத்தவர்கள் புதைக்கக் கூடாது. அவன் உடல் தீயது. அன்னியர்கள் மட்டும் தான் அதைத் தொட முடியும். நீங்கள் அன்னியர்களாக இருப்பதால் உங்களுடைய ஆட்களை உடலை இறக்குமாறு கேட்கிறோம்."

"பிற ஆட்களைப் போலவே இவரையும் புதைப்பீர்களா?" என்று கேட்டார் ஆணையர்.

"நாங்கள் புதைக்க முடியாது. அன்னியர்கள் தான் புதைக்க முடியும். அதைச் செய்கிற உங்கள் ஆட்களுக்குப் பணம் கொடுத்து விடுகிறோம். அவரைப் புதைத்து விட்டால் அவருக்கான கடமை களை நாங்கள் செய்வோம். அசுத்தமாக்கப்பட்ட நிலத்தைச் சுத்தமாக்க பலிகள் செலுத்துவோம்."

தனது நண்பரின் ஊசலாடும் உடலைப் பார்த்துக் கொண்டி

ருந்த ஆபியெரிக்கா மாவட்ட ஆணையரைப் பார்த்துக் கோபமாக, "அந்த மனிதன் உமோஃபியாவிலேயே பெரிய மனிதர். நீங்கள் அவரைத் தற்கொலை செய்யுமாறு துரத்தி விட்டீர்கள். இப்போது அவரை நாயைப் போலப் புதைக்க வேண்டும்.." அவரால் மேற்கொண்டு பேச முடியவில்லை. அவருடைய குரல் நடுங்கி அவருடைய சொற்களை அடக்கி விட்டது.

"வாயை மூடுங்கள்," என்று தூதுவர்களில் ஒருவர் தேவையில்லாமல் கூறினார்.

"உடலை இறக்கு," என்று தனது தலைமைத் தூதுவரிடம் கட்டளை இட்டார். "அதனையும், இந்த மக்கள் எல்லோரையும் நீதிமன்றத்திற்குக் கூட்டி வாருங்கள்."

"சரி, சார்" என்றார் தூதுவர்.

ஆணையர் தன்னுடன் இரண்டு மூன்று படைவீரர்களை அழைத்துக் கொண்டு போய் விட்டார். ஆப்பிரிக்காவின் பல பகுதிகளுக்கு நாகரிகத்தினைக் கொண்டு வரப் பல ஆண்டுகள் அவர் பாடுபட்டதில் பலவற்றைக் கற்றுக் கொண்டு விட்டார். அவற்றில் ஒன்று ஒரு மாவட்ட ஆணையர் தூக்கில் தொங்கிய ஒருவனைக் கீழே இறக்குவது போன்ற சின்னக் காரியங்களில் எல்லாம் தலை இடக் கூடாது என்பது. இப்படிப்பட்ட சின்னக் காரியங்களில் ஈடுபடுவது அவரைப் பற்றி மோசமான கருத்தை மக்களிடம் ஏற்படுத்தி விடும். அவர் எழுதுவதற்குத் திட்டமிட்டிருந்த நூலில் இதை அழுத்தமாகக் குறிப்பிட வேண்டும். அவர் நீதிமன்றத்திற்கு நடந்தபோது தன்னுடைய புத்தகத்தைப் பற்றிச் சிந்தித்தார். ஒவ்வொரு நாளும் ஒரு புதுச் செய்தி கிடைக்கிறது. தூதுவரைக் கொன்று விட்டுத் தற்கொலை செய்து கொண்ட இந்த மனிதனின் கதை சுவாரஸ்யமாக இருக்கும். அவனைப் பற்றி ஒரு அதிகாரமே எழுதலாம். ஒரு முழு அதிகாரம் இல்லா விட்டாலும் ஒரு பத்தி கொடுக்கலாம். வேறு நிறையச் செய்திகள் இருக்கின்றன. சில விபரங்களை இரக்கமில்லாமல் வெட்டி விட வேண்டும். மிகுந்த சிந்தனைக்குப் பிறகு புத்தகத்திற்குத் தலைப்பைக் கூடத் தேர்வு செய்து விட்டார்:

கீழ் நைஜரின் ஆதிவாசிகளை அடக்குதல்

(தி பேசிஃபிக்கேஷன் ஆப் பிரிமிட்டிவ் டிரைப்ஸ் ஆப் த லோயர் நைஜர்.)

○○○